TIỂU LỤC THẦN PHONG
Nặng tợ nghìn cân

TIỂU LỤC THẦN PHONG

Nặng tợ nghìn cân
Tập truyện

NHÂN ẢNH
2024

Lời tựa

Xưa có kẻ bày trà trải chiếu giữa chợ ngồi kể chuyện mà chơi, thiên hạ cười cợt khi dễ cho là đồ gàn, thậm chí còn tuôn ra bao nhiêu thứ đồ khác nữa. Những tưởng chuyện chơi ngày xưa lúc trà dư tửu hậu mà tùng tam tụ tứ, nào ngờ đời nay lại có gã gàn y hệt, thậm chí còn có thể gàn hơn cả chuyện ngày xưa.

Gã vốn là kẻ thân sơ thất sở, dở thợ dở thầy, vô cùng hậu đậu ấy vậy mà lại gàn dở bày trò kể chuyện mà chơi. Gã kể từ chuyện đời đến chuyện đạo, rồi chuyện tình, chuyện thế thái, chuyện chính sự... đủ cả, duy có chuyện văn chương thì không dám đụng đến. Gã thừa biết mình không có khả năng, không có nội lực nên không dám đề cập. Gã cũng chẳng biết duyên do can cớ gì và tự bao giờ mà trở thành tay kể chuyện.

Thiên hạ ở thế gian này muôn màu, nhân tâm đa diện, căn tánh bất đồng bởi vậy kẻ yêu người ghét, ông thích bà chê cũng là lẽ thường tình. Thật tình mà nói thì những lời khen nghe sướng tai mát mặt nhưng dễ bị lạc lối. Gã biết những lời khen dễ đưa mình vào hoang tưởng vô lối, khuếch đại cái "tôi", còn những lời chê thật tình ấy mới là hữu ích, chính những lời nhận xét thật ấy là liều thuốc. Chính những lời chê đúng mới làm cho mình tỉnh ra, nhận biết được bản thân mình, vị trí mình, chỗ yếu kém của mình. Gã thật sự trân trọng lắng nghe và biết ơn những lời chê đúng.

Kể chuyện mà chơi cũng là một cách lấp bớt thời gian rảnh rỗi của tháng ngày không tên, là một cách mua vui cho thiên hạ và cho chính mình. Kể chuyện mà chơi âu cũng là cái nghiệp chữ nó vận vào.

Đơn giản chỉ là một tay du tử kể chuyện mà chơi nên gã chẳng biết gì là nghệ thuật văn chương hay trường phái nọ kia. Ngay cả những cái tên như: Hiện đại, hậu hiện đại, cách tân, trừu tượng… đều rất xa lạ với. Gã thật sự chẳng biết chút chi! Gã kể chuyện cứ như là một tấm gương phản chiếu chuyện nhiễu nhương chính sự của quốc độ, chuyện rầy rà quấy quá trong đạo, chuyện tình đa sắc giới của con người và dĩ nhiên là phản ảnh cả những sắc thái tâm lý bên trong. Có đôi khi gã cũng muốn kể những chuyện tình bạo liệt kịch dâm hay những chuyện giang hồ du côn máu lửa, nhưng rồi nghĩ lại gã thấy không hợp với bản tánh nên thôi! Chuyện gã kể rất mộc mạc, đơn sơ và nhẹ nhàng như chính con người gã. Lời kể và nội dung chuyện kể không có bóng bẩy trau chuốt, không dùng những câu đao to búa lớn và càng không có những lời vô nghĩa. Người ta bảo "người sao văn vậy" cho nên gã thế nào thì chuyện kể thế ấy, tuyệt nhiên không có chút chi làm màu hay khách sáo, đãi bôi.

Ở đời kể chuyện mà chơi đôi khi cũng nhận lấy không ít phiền toái từ bên ngoài, những quấy quá từ người nghe, thậm chí những đe nẹt của những kẻ bị nhột vì chuyện kể của gã, nhất là những chuyện đụng đến chính sự của cố quận hương quê. Biết vậy nhưng vẫn phải chấp nhận vì mình là một con dân thì không thể làm ngơ với dân, với nước nhà. Ở đời thì chuyện buồn vui vốn rất nhập nhằng, vui đó mà cũng buồn đó, cũng vì mua vui mà nhận cái buồn nên có đôi khi gã toan tính dừng cuộc chơi. Có một điều là ngưng dăm ba bữa là chịu không nổi, những câu chuyện trong đầu cứ ngọ nguậy như trùng trong thân, thế là lại lần mò ra chợ để kể chuyện mà chơi, những câu chuyện dường như bất tận vì trong đạo ngoài đời, chính sự, tình yêu… vốn vô tận kia mà!

Có không ít bận gã thấy mình ngớ ngẩn không sao tưởng được. Bạn bè đồng trang lứa đều đã làm nên ông nọ bà kia còn mình thì tháng ngày cứ ngu ngơ vấn vơ với những chuyện không đâu vào đâu.

Thời buổi khoa học công nghệ và điện toán phát triển cao độ, con người ta vui thú với những thứ văn minh hiện đại, lẽ ra gã phải chạy theo tân trào, phải phù thịnh mới phải, đằng này lại mày mò đi kể chuyện mà chơi, quả là quá lạc hậu, dại khờ và ngớ ngẩn. Gã cảm thấy mình như kẻ lạc loài, tựa hồ như người đến từ thế kỷ xa xưa. Gã tự nhủ rằng đã vướng nghiệp chữ thì cũng đành chịu vì muốn cũng không được mà không muốn cũng không xong. Hoặc là có lúc tự biện hộ: "con người ta có thân và tâm, vật chất và lương thực nuôi thân thì tâm cũng cần cung dưỡng bằng những chuyện cần nghe". Thế là cứ hậu đậu, lẹt đẹt giữa đời để kể chuyện cho người nghe chơi. Ai thích thì nghe không thích thì bỏ đi, đến không cầu đi không tiễn.

Đời vốn vô thủy vô chung, đạo chánh tà nhì nhằng nan giải, chính sự bát nháo nhiễu nhương, quốc độ nhiều nguy cơ bất ổn, tình muôn mặt đa sắc giới, thế thái nhân tình nhiều suy thoái biến dạng, rồi những cái hay cái đẹp của tình đời... cứ như thế mà kể thì dẫu có tàn hơi cũng không hết chuyện của con người. Những câu chuyện vô giá trị của gã bất tri may ra mua vui trong khoảnh khắc ngắn ngủi cho những người đồng điệu ở thế gian này.

TLTP

Tranh: Đinh Trường Chinh

A SÌN

Trời nắng chang chang, thỉnh thoảng từng cơn gió bụi bốc lên bay rát cả mặt, dòng xe máy xình xịch chạy như mắc cửi trên đường. Hai bên lề đường có cả mấy mươi tiệm vịt quay, heo quay, những con vịt quay vàng ươm, có con thì da sậm màu hơi ngả nâu tất cả đều béo nhẫy mỡ, treo tòng teng trong tủ kiếng trông rất bắt mắt. Những con heo sữa quay vàng ruộm hoặc ngã màu cánh kiến, chủ tiệm còn gắn vào miệng nó một cái bông đỏ thắm. Khách qua lại đều ngoái nhìn, dù chưa ăn nhưng cũng đủ cảm nhận rất ngon. Những ổ bánh mì dài cả thước, quệt bơ vàng nhạt, mùi thơm khiến ai cũng phải hít hà.

A Sìn mình trần trùng trục, bụng phệ như ông địa, cái quần xà lỏn dài tới gối màu cháo lòng, chiếc khăn xỉn màu đen loang lổ giắt ở cạp quần. Tay A Sìn thoăn thoắt chặt heo quay bôm bốp trên cái thớt gỗ me, thỉnh thoảng lại liếc con dao to đùng lên cây mài bằng thép sáng loáng vì nó đã được cọ sát quanh năm và cộng với dầu mỡ. A Sìn vừa làm vừa lầu bầu phân trần với khách:

- Giá vịt hơi lên giá quá trời, vật giá thứ gì cũng tăng, vậy mà ngộ bán vịt quay đâu có lấy giá lên.

Người khách đứng bên nhìn A Sìn cười:

- Nị bán giá này cũng đã lời lắm rồi còn đòi lên gái gì nữa!
- Hây da, đừng có nói vậy chớ! Ngộ lấy công làm lời thôi mà.

A Sìn chặt xong con vịt rồi bỏ vào bọc nylon cho người khách, người khách trả tiền rồi vội vàng rồ máy chạy đi. A Sìn ngồi phịch xuống cái ghế tựa bằng nhựa cũng cũ kỹ dơ dáy rồi rút cái khăn lau mồ hôi trên mặt, A Sìn còn giơ tay lên lau cả nách. Đoạn A Sìn cầm cái ca nhựa đựng trà đá quất một hơi cạn quá nửa, vẻ mặt tỏ vẻ khoan khoái thấy rõ. A Sìn nói thật đấy, y lấy công làm lời, mọi việc từ mua vịt, làm lông rồi quay và đứng bán... đều người trong nhà làm chứ chẳng mướn người ngoài. A Sìn làm quần quật cả ngày, quanh năm suốt tháng, hễ ngồi không hay rảnh rỗi thì A Sìn không chịu nổi. Những khi đắt khách thì A Sìn mới kêu A Luổi đến phụ một thời gian bận rộn thế thôi.

Tiệm vịt quay Hưng Ký của A Sìn nổi tiếng từ lâu lắm rồi. Nhà dì Tư là khách ruột của tiệm, mỗi tháng hai lần cúng cô hồn các bác vào ngày mùng hai và ngày mười sáu âm lịch. Dì Tư mua vịt quay, heo quay và để cúng. Cả nhà dì Tư đều khoái và cho là vịt quay A Sìn ngon nhất. Riêng Thiện thì chẳng tài nào phân biệt được vịt quay của tiệm A Sìn hay vịt quay A Chảy, A Thồn. Ăn món nào cũng thấy ngon như nhau, duy cái khác là ở nước chấm, nước chấm của tiệm Hưng Ký ngon quá trời ngon, cái màu đen đen như xì dầu pha vừa ăn có vị ngọt và mùi thuốc bắc. Ăn vịt quay phải chấm nước chấm đó mới ngon, nếu thiếu món nước chấm ấy thì vịt quay cũng mất ngon. A Sìn dấu nghề kỹ lắm, không mướn người ngoài cũng là vậy, giữ kín bí mật quay sao cho vịt chín da giòn, heo quay cũng thế và nước chấm thì ai ăn cũng vừa miệng.

Có lần dì Tư sai Thiện ra tiệm Hưng Ký của A Sìn mua con vịt quay. Thiện ghẹo A Sìn:

- A Sìn, chỉ tui cách làm nước chấm đi, tui hứa tui hổng có mở tiệm cạnh tranh đâu!

A Sìn thật thà, giọng tiếng Việt lơ lớ:

- Hây da, hổng được đâu, cái này là bí quyết gia truyền. Ngộ chỉ cho nị thì tổ giận hổng làm ăn gì được. Ngộ hổng tin là nị có thể mở hổng mở tiệm vịt quay, muốn mở tiệm phải biết nghề, phải có bí quyết mới làm được.

Thiện vẫn cà khịa:

- Mai mốt thân nhân bảo lãnh A Sìn đi Mỹ, chừng ấy chỉ tui được hông?

- Hây da, đừng làm khó ngộ chứ, ngộ nói dồi, bí quyết gia truyền hổng có chỉ cho nị được đâu.

- Vậy thì tui cưới con gái của A Sìn, nó cũng chỉ bí quyết cho tui.

- Con gái ngộ là người Tiều, hổng lấy nị được đâu. Nó lấy nị thì ngộ sẽ bị Nhị Phủ đuổi ra khỏi bang, vịt quay của nị nè, đem về đi, nị đi lâu quá bà Tư la chết!

Thiện thấy ghẹo A Sìn cũng đã nhiều rồi, nhìn cái mặt thật thà đến ngờ nghệch của A Sìn mà phì cười nói vớt thêm câu nữa:

- A Sìn giữ cô Muối cho kỹ nha, nếu không tui tán đổ cổ à nha.

A Sìn phẩy tay:

- Nị dìa đi, bà Tư la bi giờ

Nhà Dì Tư lọt giữa lòng khu phố Tàu, có lẽ là nhà Việt duy nhất. Thiện lên Sài Gòn ở nhờ nhà dì Tư để đi học. Chiều chiều ra hè chơi rồi quen với A Sìn, A Chảy, A Luối…Nhà dì Tư sát vách với nhà A Chảy cách tiệm vịt quay A Sìn một con hẻm nhỏ. Bọn A Sìn, A Luối, A Chảy, cô Muội… đều nói tiếng Tiều với nhau, chỉ khi nào tiếp xúc với Thiện hay nhà dì Tư thì bọn họ mới nói tiếng Việt.

A Sìn kể nhà của y ở đây đã nhiều đời rồi, sau năm bảy lăm thì họ hàng vượt biên gần hết, hiện tại em gái A Sìn là cô Muối đang làm hồ sơ bảo lãnh cả nhà A Sìn. A Sìn không muốn đi Mỹ nhưng vì tương lai con cái nên A Sìn mới chịu đi. A Sìn nói qua Mỹ buồn lắm, mấy năm trước A Sìn đã đi du lịch rồi, visa cho đi sáu tháng nhưng mới ba tháng A Sìn bỏ về chứ chịu hổng nổi. A Sìn nói về với quầy vịt quay ở khu đan gió cần xế này mới là cuộc sống của mình.

Con gái A Sìn trắng da dài tóc, khác hẳn với tướng tá cục mịch của y, có lẽ A Lìn giống mẹ. Trời Sài Gòn nóng bức mà nhà A Sìn còn nóng hơn, bởi vì lò quay trong nhà lúc nào cũng đỏ lửa. Có lẽ vì nóng mà mặt của A Lìn lúc nào cũng ửng đỏ. Thiện thích nhìn A Lìn, mà liên tưởng đến gái má đào. Thiện có biết hoa đào là gì đâu, chẳng qua đọc sách nên biết vậy thôi. Con gái Tiều đẹp thật, nào chỉ A Lìn, cô Phón, cô Mị… cùng dãy nhà ai cũng đẹp, cái đẹp khác với con gái Việt. Thiện thấy rất khác nhưng biểu nói cái sự khác ấy như thế nào thì chịu, hổng làm sao nói được. Cứ mỗi khi thấy A Lìn ra ngồi ở ngoài hành lang thì Thiện cũng cà rà theo, những chiều đi học về Thiện thường ra ngồi dưới gốc trâm ăn bò bía, xương xáo với A Lìn. Thiện ghẹo:

- A Lìn có bồ chưa? yêu ai cũng vậy, yêu tui đi.

Bàn tay với những ngón thon đẹp cầm cuốn bò bía cắn ngập giữa hai hàm răng trắng đều tăm tắp. A Lìn nuốt xong cười lớn lên:

- Thiện đi học ở trường thì thiếu gì con gái Ziệt, sao hổng yêu mà đòi yêu A Lìn?

- Con gái Tiều đẹp, A Lìn đẹp hơn

- Xạo, con gái Ziệt đẹp hơn

- Thiệt mà, Thiện thấy A Lìn đẹp lắm, má đỏ như cánh hoa sen. A Sìn biết trước nên mới đặt tên A Lìn

- Hây da, Thiện học cao nên nói giỏi quá hén. A Lìn hổng có học sao yêu được?

- Học hành đâu có là gì, A Lìn yêu tui mai mốt tui dìa phụ A Sìn bán dịt quay.

A Lìn cười khanh khách như kim khánh, tiếng cười giòn tan như con trẻ ngây thơ làm cho Thiện thích quá đi thôi

Dì Tư thấy Thiện cứ theo ghẹo A Lìn cứ tưởng Thiện xiêu lòng và tán thật tình nên nhắc nhở:

- Người Tiều ở đây đoàn kết lắm, họ hổng có lấy vợ hay gả con cho người Việt mình đâu!

Thiện cười nói với dì Tư:

- Con ghẹo cho vui thôi dì ơi! Lấy A Lìn về rồi mỗi khi vợ chồng xích mích cổ xổ toàn tiếng Tiều thì có mà điếc luôn.

Ngày mùng hai âm lịch, nhà dì Tư lại cúng cô hồn và cúng tạ công việc sản xuất làm ăn tiến triển thuận buồm xuôi gió, lần này dì

Tư đổi món không mua vịt quay của A Sìn mà mua hai con gà về nấu cháo xé phay. Sau khi cúng, mân cổ hạ xuống, cả nhà quây quần ăn uống, thấy ai cũng dùng đũa gắp miếng thịt gà trật vuột sanh ngứa mắt, dì Tư sẵn hai tay xé phay còn đầy mỡ bèn quẹt cả bàn tay lên dĩa thịt luôn, thế là cả nhà bỏ đũa để dùng tay cắn gặm thịt một cách ngon lành. Dì Tư xé thịt không nhìn Thiện, miệng cười tủm tỉm:

- Thịt gà thiếu nước chấm của A Sìn mất ngon, hay là thằng Thiện qua bển xin một chén?

Cả nhà cười nắc nẻ trong lúc miệng người nào cũng bóng nhẫy mỡ và nhồm nhoàm ngấu nghiến thịt gà. Thằng Tú con dì Tư tức em họ của Thiện xít vào:

- A Sìn hổng cho chứ A Lìn cho liền, nếu anh Thiện qua xin

Nhân lúc vui vẻ, dì Tư kể chuyện cũ: Hồi nằm thời ông Thiệu, dì lên sài Gòn học ở trường Khai Nguyên, rồi gặp dượng Tư, hai người yêu nhau và sau khi ra trường thì lấy nhau, vài năm sau bảy lăm thì cha chồng mua cho căn nhà này, lúc ấy rẻ lắm vì chủ đã bỏ đi vượt biên rồi. Cả khu này lúc ấy nhà chỉ có vài cây vàng, những nhà trong hẻm thì còn rẻ hơn nữa. Khi dì về đây thì có lẽ nhà dì là gia đình Việt duy nhất, thế rồi dòng người phe chiến thắng từ ngoài kia tràn vô, họ được cấp cho những căn nhà mà chủ đã đi vượt biên hoặc những căn nhà bị tịch thu vì đánh tư sản... Dì tư cũng như A Sìn, A Luối, A Chảy... đều sợ lắm, lòng thấp thỏm bất an không biết ngày mai sẽ ra sao, không biết khi nào sẽ đến lượt nhà mình bị tịch thu. Cứ mỗi tuần đều phải đi họp tổ dân phố ở phường để nghe tay bí thư trọ trẹ lên lớp toàn những điều trời ơi đất hỡi hiểu được chết liền! Dì Tư kể, những lúc như thế A Sìn thì thầm với dì: "ngộ với nị là bạn láng giềng tốt, có gì giúp nhau nha, ngộ sợ quá". Dì tư cũng gật đầu cho qua chứ thâm tâm dì Tư cũng sợ sốt vó, bản thân mình còn hổng biết sống chết ra sao thì làm sao giúp được ai, thân phận con dân lúc này như con sâu cái kiến. A Sìn là người Tiều thì còn thê thảm hơn, bị phân biệt đối xử, bị đe dọa trục xuất... Thời gian nặng nề trôi qua, mấy năm sau này thì có dễ thở hơn, bây giờ kinh tế coi mòi phục hồi nên đời sống cũng đầy đủ hơn. Nhà A Sìn giờ đang chờ ngày đi Mỹ. A Sìn không muốn đi nhưng phải đi để con cái sau này không phải khổ.

Dượng Tư vỗ vai A Sìn:

- Nị đi Mỹ coi như thoát rồi hén, hổng còn họp tổ dân phố nữa hén! Qua Mỹ sống với xã hội văn minh chứ không lẽ ở đây quay vịt cả đời sao?

A Chảy, quả thật tên sao người vậy, cái mặt chảy dài, bọng mỡ dưới mí đùn lên trông rất nặng nề. Y nối lời dượng Tư:

- Hây da, anh Dậu(chồng dì Tư tên Việt là Hữu nhưng A Chảy gọi theo kiểu Tiều là Dậu) nói đúng đó! A Sìn qua bển sống với văn minh đi, quay vịt hoài hổng ngóc đầu dậy được đâu! Qua bển để A Lìn còn cơ hội đổi đời nữa chứ!

Một buổi chiều tháng chín, Thiện vừa đi học về thì thấy A Sìn sang nhà dì Tư:

- Ngộ phỏng vấn đậu rồi, lẽ ra đi liền sau sữa tiệc chia tay nhưng ngộ đời ngày lại đến tháng chạp mới đi. Ngộ đi rồi nị ở lại mạnh giỏi hén.

Dì Tư hỏi:

- A Sìn đi còn nhà cửa thì sao?

- Ngộ kêu bán ba trăm lượng, nị là hàng xóm quen biết lâu nay, nếu có mua thì ngộ bớt cho chút đỉnh

- Tui cũng muốn mua để cho thằng con lớn, ngặt vì đang dồn vốn đầu tư vào hãng túi nylon nên không đủ tiền, nị đi Mỹ thì cũng đâu có chịu trả góp phải không?

- Nị nói đúng dổi, ngộ đi Mỹ nên bán đứt luôn chứ trả góp sao được?

Dì Tư quay qua Thiện:

- Con nhắn tin ba má con liệu mua nổi không? nếu mua nổi thì mai mốt ra trường ở lại Sài Gòn lập nghiệp luôn!

Thiện cười:

- Trời, ba trăm cây chứ đâu phải ba mươi cây dì! ba má con làm gì mua nổi.

Tháng chạp năm ấy cả nhà A Sìn lên máy bay đi Mỹ bỏ lại tiệm vịt quay Hưng Ký, bỏ cả xóm giềng bao nhiêu năm ăn vịt quay mòn răng vẫn còn thèm. A Sìn đi mà tiếc nuối không kịp ăn cái tết lần cuối ở Việt Nam. Không biết A Sìn qua Mỹ có còn tiếp tục nghề quay vịt nữa không? Hổng biết qua bển A Sìn có chịu chỉ cho ai cái bí quyết gia truyền quay vịt làm nước tương ấy? A Lìn đi Mỹ rồi vỉa hè trước nhà tự nhiên thấy trống vắng dễ sợ, dưới gốc trâm vẫn còn gánh bò bía, xe xương sáo nhưng sao tự nhiên thiếu thiếu gì đâu. Mỗi chiều Thiện đều ra vỉa hè ăn bò bía thấy nhớ A Lìn cười lỏn lẻn: "con gái Diệt đẹp mà sao nị hổng yêu?"

Tháng bảy năm sau, thằng Tưởng con dì Tư tốt nghiệp đại học, nó học giỏi, đậu thủ khoa, ra trường lập tức được một công ty Hàn Quốc nhận làm ngay. Ngặt nỗi trước đó vài hôm phường tổng cho cái giấy gọi khám nghĩa vụ quân sự. Dì Tư cằm ràm:

- Thời bình sao còn bắt con người ta đi lính? Chiến tranh đã hết mấy chục năm rồi còn gì! Dượng Tư nói:

- Thời buổi này là vậy đó, phải chi thôi, chịu chi thì mọi việc suôn sẻ, đồng tiền đi trước là đồng tiền khôn. Bộ bà hổng nghe người ta nói hả? "cái gì hổng mua được bằng tiền thì sẽ mua được bằng nhiều tiền".

Dượng Tư vốn dân làm ăn, giao thiệp rộng rãi, quen biết nhiều. Có người bạn cũng có con bị gọi đi nghĩa vụ quân sự, người ấy chi tiền để có cái giấy bệnh nên miễn suốt đời. Một hôm trong tiệc rượu, người ấy giới thiệu dượng Tư với tay quận đội trưởng, hắn tên Tín Kiệt, vì mới quen sơ nên hắn ta giữ kẽ chẳng nói gì đến chuyện miễn hay hoãn nghĩa vụ quân sự. Hắn chỉ ba hoa khoác lác chuyện trời đất, chuyện ăn chơi gái gú... đến khi rượu đã thấm, người đã sần sần, hắn ta tuôn hết:

- Những năm trước làm cái giấy miễn nghĩa vụ quân sự rất dễ, giờ thì khó lắm, cấp trên đã để ý rồi. Tại vì phường không giao đủ quân số, toàn con nhà nghèo đi nghĩa vụ quân sự chứ hổng thấy con nhà giàu. Có người đã đặt câu hỏi rồi.

Dượng Tư vẫn chịu nhục hạ mình năn nỉ y, tất nhiên là hứa hậu tạ khi xong việc, trước mắt thì dúi vào túi quần y mấy chục triệu. Sau bữa tiệc rượu, dượng Tư kể lại cho dì Tư nghe. Dì Tư hạ quyết tâm cứ như nữ tướng ra lệnh:

- Cỡ nào cũng phải lo cho được cái giấy hoãn hay miễn nghĩa vụ quân sự cho thằng Tưởng, tốn bao nhiêu công sức của cải nuôi con ăn học, giờ ra trường bị đi lính thì uổng quá, bao nhiêu công của đổ sông đổ biển hết, tương lai coi như chấm hết, tuổi trẻ chỉ có một thời không thể phí hoài cho việc nghĩa vụ tào lao.

Dượng Tư nói với dì Tư:

- Thằng chả nói cũng có lý, con nhà giàu ai cũng chạy giấy miễn nghĩa vụ quân sự nên phường thiếu quân, một mặt hắn ta làm khó để vòi vĩnh nhiều tiền hơn.

Bạn dượng Tư trực tiếp điều đình với hắn ta sau bữa nhậu ấy nhắn tin: "giấy hoãn nghĩa vụ quân sự một năm giá mười lít, hoãn trong vòng năm năm giá năm chục lít, giấy miễn suốt đời một trăm củ, anh chọn loại nào thì bỏ tiền vào bao thư đem đến nhà y, anh cứ để ngay bàn làm việc của y, thế là xong việc. Tui với mấy người bạn khác cũng đều làm như vậy, mình và hắn ta đều ngầm hiểu và cùng có lợi".

Tháng sau thì dì Tư nhận được cái giấy hoãn nghĩa vụ quân sự năm năm. Dì cầm cái giấy hoãn đưa cho thằng Tưởng và nói:

- Đây là cái bùa hộ mạng, nhờ nó con không phải đi lính, của đi thay người.

Thiện cũng cầm cái giấy ấy được lướt qua thấy cũng đơn giản mấy hàng chữ, đại khái giấy ấy nói thằng Tưởng sức khỏe yếu không đủ tiêu chuẩn nhập ngũ nên hoãn trong vòng năm năm. Dì Tư thấy Thiện đọc cái giấy ấy nên nói:

- Năm sau con ra trường, thế nào cũng phải chạy cái giấy này, hộ khẩu con ở dưới tỉnh chắc cái giá bằng nửa hay một phần của Sài Gòn.

Thiện khờ khờ hỏi ngu:

- Hổng có cách nào khác sao gì? Ai cũng phải đi nghĩa vụ quân sự à?

- Ở xứ này thì ai cũng phải vậy thôi, mình ở trong vòng thì phải chịu, may mà mình còn khá giả có tiền chi để có cái giấy miễn hay hoãn đi lính. Mình còn may mắn hơn những nhà nghèo, con cái học có giỏi cỡ nào đi nữa mà không có tiền chi thì đành chịu đi lính. Nhà A Sìn vậy mà sướng, thoát rồi!

Tranh: Đinh Trường Chinh

BÀ DEBORAH

Thấy Steven vừa bước vào, ông Ronnie từ xa chạy lại cười toe toét, bắt tay húc ngực:

- Chào buổi sáng Steven, mày khỏe chứ? Mấy nay tao không thấy bà Deborah đi làm.

- Chào Ronnie, tao khỏe, cảm ơn đã hỏi thăm. Bộ mầy hổng biết gì sao? Con gái bả chết tuần rồi nên bả nghỉ phép ở nhà.

- Trời! Sao vậy? Tao có nghe gì đâu! Mà sao con gái bả chết vậy? Chẳng có ai nhắn tin cho tao hay.

- Con Sabina bị đột quỵ, nằm viện Southern cả năm nay rồi, sống bằng ống trợ thở và trợ dưỡng. Bác sĩ nói hoàn toàn không có khả năng phục hồi vì vậy bà Deborah quyết định rút ống thở hôm tuần trước. Hôm thứ bảy vừa qua tao có đi nhà quàn viếng tang.

- Vậy mà cũng không kêu tao.

- Tao tưởng mầy biết.

- Mầy có thấy ông James đi viếng tang không?

- Tất nhiên, hình như mầy nghĩ ông James có tình ý với bả phải không?

- Đâu chỉ mình tao, ông Robin, con Amanda và nhiều người nữa.

- Tao thật sự không nghĩ vậy! Tao biết rõ, họ chỉ là bạn bè thôi.

- Bạn bè gì mà tuần nào cũng ghé nhà bả, chở bả đi chợ, đi việc này việc kia, ai đâu dư hơi dữ vậy.

- Trời! mầy hiểu lầm rồi, ông James rảnh rỗi và tốt bụng. Bà Deborah cũng cởi mở, vui tánh, hổng đương gì hết ráo! Tao cam đoan với mầy đó!

- Cả hãng đồn đại hai người cặp bồ nhau, còn mầy nữa, lúc nào cũng mẹ mẹ con con ngọt xớt.

***

Ông Ronnie năm mươi bảy tuổi, Mỹ đen nhưng nhỏ con cũng xêm xêm Steven, đã thế mắt lại hơi xếch, tóc nối và thắt thành cái bím dài giống hệt mấy anh thổ dân da đỏ, lại giống đuôi sam mấy anh ba Tàu. Ông Ronnie có trách nhiệm giao và nhận hàng đến đi, hổng biết sao ổng lại nhanh nhạy như những tay thám thính, hễ trong hãng có động tịnh gì là ổng biết sớm nhất, ai còn ai bị ra đi, ai lên hương, ai xuống chó, phúc lợi thế nào... Ổng biêt hết ráo và luôn mách cho Steven, dĩ nhiên là lúc nào cũng kèm theo câu căn vặn:" Im miệng đấy nhé! Tao chỉ cho mày biết thôi đấy!"

***

Bà Deborah làm chung với Steven mười mấy năm nay. Bả kể tổ tiên bả đã ở thành Ất Lăng này đã hai trăm năm nay rồi. Hồi bà còn bé, bà nhớ nội và ngoại của bà đi hái bông gòn ở mấy điền trang quanh vùng Tara, thời ấy đã xóa bỏ chế độ nô lệ nhưng vẫn bị kỳ thị và khủng bố dữ lắm. Dòng họ của bà có nhiều người bị giết chết mà pháp luật chẳng làm gì cả, những kẻ giết người cứ nhởn nhơ. Người da đen vẫn bị đối xử tàn ác, bị đánh đập vô cớ và họ chỉ là công dân hạng bét. Bà Deborah cho biết chồng bà chết lúc bà mới ngoài ba mươi, ấy vậy mà bà không tái giá, ở vậy nuôi con cho đến tận bấy giờ. Tướng tá bà ngon lành, chắc nụi chứ không đẫy đà phốp pháp như những người cùng trang lứa hay những người đàn bà da đen khác. Bà cười rất tươi, nhe mấy cái răng bịt vàng, mỗi khi bả cười làm Steven nhớ đến mấy ông già Việt ở quê ngày xưa cũng thích bịt răng vàng. Bà

Deborah có cặp mông diêu trông nung núc rất xếch xy bởi vậy Steven thường ghẹo và khích tướng cho bà lắc mông, phải nói là như hai quả dưa hấu giật phừng phực làm cho cả bọn cười nghặt nghẽo, cười rũ ra. Steven gọi bà là má mi. Thằng Bryan cà khịa:

- Deborah, bà có biết thằng Steven nó cà chớn không? Má mì trong tiếng Việt của tụi nó không phải nghĩa tốt đẹp đâu!

- Vậy chứ nghĩa là gì?

- Má mì nghĩa là người đàn bà chăn dắt gái, chủ chứa, bà chủ nhà thổ...

Bà Deborah trợn mắt:

- What the hell! What the you say? I don't care! Tao không cần biết cái nghĩa tiếng Việt của tụi nó là gì. Tao là người Mỹ, tao chỉ biết tiếng Anh. Thằng Steven là con trai kết nghĩa của tao thì nó gọi tao là má mi.

Steven ôm chặt lấy bà Deborah:

- Má mi đừng có giận chi cho nặng bụng, má mi chứ hổng phải má mì. Thằng Bryan nó lươn lẹo thêm dấu huyền vào chữ mi đó!

Bà Deborah cười sảng khoái, ngoắc Bryan lại và giơ nắm đấm:

- Mầy cà chớn chứ hổng phải Steven cà chớn à nha!

Cả đám cười chảy nước mắt thắt cả ruột, cứ như thế suốt nhiều năm dài. Steven và mọi người làm chung, đùa giỡn chẳng khi nào ngớt. Con Sabina chết, bà Deborah còn thằng con trai William sống ở Boston, lâu lâu mới về thăm bà vào những dịp lễ tết. Đứa con gái út tên Izia thì sống ở Alabama, nó là dân les. Steven hỏi:

- Giờ con Izia gần nhất, sao bà với nó không sống chung nhà cho vui vừa tiết kiệm tiền nhà, tiền điện, nước...

- Không bao giờ, tao sống đời sống của tao, nó sống cuộc sống của nó.

- Bộ bà và nó không thương nhau? Không có tình cảm mẹ con?

- Thương chứ sao không, thương thì thương nhưng ai có đời sống riêng của người đó!

- Bà không sợ người ta cười chê hay kỳ thị hay sao mà cứ công khai con gái của bà là dân les?

- Tại sao sợ? Tự nhiên thôi! Chúa tạo ra như thế thì chúa phải có trách nhiệm, phải chấp nhận những gì chúa ban.
- Lý thuyết là vậy nhưng làm sao ngăn cản người ta kỳ thị?

- Có luật cấm kỳ thị rồi nhưng ở đời làm sao cấm tâm lý con người ta được! Tuy nhiên con gái tao như thế nào thì nó vẫn là con gái tao. Con gái tao có là dân les tao vẫn thương yêu nó, nó vẫn là công dân tốt, nó làm việc, đóng thuế đầy đủ, tuân thủ pháp luật. Nó có trách nhiệm công dân thì nó phải có quyền lợi công dân như mọi người. Nó yêu đàn ông hay yêu đàn bà là quyền riêng tư của nó. Nó có làm tình với ai trong buồng ngủ của nó thì đó là chuyện riêng tư của con người, tại sao phải kỳ thị? Tao đứng lên tranh đấu vì con gái tao và vì những người như con gái tao!

- Khi mà bà biết con Izia là dân les bà có buồn không?

- Không, hoàn toàn không! Nó vốn sanh ra như thế, nó cũng đâu có lựa chọn. Nó tự chịu trách nhiệm những gì nó làm cũng như cuộc đời nó.

Bà Deborah chẳng những không buồn mà có phần còn tự hào đứng trong nhóm gọi là:" Cộng đồng phụ huynh của con em LGBT". Bà tham gia diễu hành, phát tờ rơi, hội họp kêu gọi bình đẳng và tranh đấu cho quyền lợi của những người như thế. Có nhiều lần Steven trêu:

- Bà cặp ông James phải không? Hai người cũng xứng đôi vừa lứa đấy.

- Steven, không bao giờ!

-Tại sao?

- Ông James có vợ, có gia đình của ổng. Tao không muốn làm tổn thương gia đình ổng, vả lại tao cũng không còn cảm xúc yêu đương gì sất!

21

- Bà góa chồng đã lâu, không yêu ông James thì lấy người khác cũng được, ông Kaseem chẳng hạn, ông ấy ly dị đã lâu và vẫn còn độc thân.

- Không, tao không cần đàn ông nữa, chồng tao trên thiên đường đang trông chừng và phù hộ tao. Tao không muốn làm ông ấy buồn. Tao sống độc thân để nuôi con mấy chục năm nay rồi, không có đàn ông cũng chẳng sao cả, bằng tuổi này rồi lấy chồng làm gì cho mệt.

Steven chỉ chọc ghẹo để tạo cớ vui cười nhưng khi nghe bà thật thà tâm sự thì thấy thương và phục bà quá. Bà không giống như những gì mà người ta thường nghĩ về đàn bà Mỹ da đen. Bà Deborah cũng như những người Mỹ khác, thường làm nghiêm đứng đắn chứ ít biết nói chơi, ít biết đùa như dân Mít mình. Bà cứ tưởng Steven nói thật nên bộc bạch cả nỗi lòng. Thật tình mà nói khó có thể thấy người đàn bà Mỹ da đen nào như thế .Bà rất giống những bà mẹ Việt, một mình nuôi con, hy sinh cả tuổi thanh xuân vì con, làm mẹ đơn thân suốt mấy chục năm dài không màng đến đàn ông, không nghĩ đến hạnh phúc riêng của mình.

Bà Deborah cần cù, chăm chỉ, nhẫn nại làm việc có lẽ bà là người thâm niên nhất trong hãng này, đôi khi có những sự việc bất công và vô lý đối với bà. Steven cảm thấy nổi nóng và giận thay cho bà trong khi đó thì bà lại im lặng chịu đựng, không hề kiện cáo hay thưa gởi gì. Cái sự âm thầm chấp nhận dường như di truyền từ thời ông cha của bà. Ngày xưa họ bị đàn áp, bị cai trị tàn bạo nhưng cố gắng cam chịu để sống còn, sau này thời thế thay đổi họ mới đứng dậy đấu tranh. Cái sự cam chịu của bà Deborah khiến Steven tức tối bảo bà phải lên văn phòng báo cáo để làm cho rõ sự việc ấy vậy mà bà chỉ cười trừ và bảo:

- Tao ổn mà!

Mỗi ngày gặp nhau, bà Deborah đều ôm Steven thật chặt và hỏi han như thể mẹ con ruột rà. Ông Robin , một tay da trắng làm chung vẫn thường hay cà khịa:

- Steven, bà Deborah có phải là sugar mom của mầy?

Steven cười to:

- No sugar, Mom only!

Ông Robin vẫn cà khịa nháy mắt, đá lông nheo, hích cầm hướng về phía bà Deborah làm cho cả đám mắc dịch cười sặc sụa.

Bà Deborah cũng như những người Mỹ da đen ở cái hãng này họ rất biết cách hưởng thụ cuộc sống. Ngày thường đi làm, cuối tuần kéo ra công viên, bãi cỏ để làm BBQ, ăn uống, hát hò và nhảy múa. Họ rất khác với cư dân gốc mít mình. Dân mình làm bất kể thời gian, chỉ biết làm và đem tiền bỏ nhà băng, cái cách hưởng của dân mình cũng rất đơn điệu, chủ yếu đi mall mua sắm thế thôi! Ít khi và ít mấy ai năng nổ hoạt động hay thích sinh hoạt vì cộng đồng, vì vô vụ lợi, vì những chuyện văn hóa, thể thao của xã hội.

Có một lần bà Deborah kể chuyện xưa, bà bảo hồi bà còn nhỏ, thành Ất Lăng này không có nghề làm móng tay hay tiệm Nails, chẳng biết cái nghề này xuất hiện từ bao giờ. Giờ này đi đâu cũng thấy tiệm Nails, thậm chí có khu shopping có đến hai tiệm nail, có quãng đường hai dặm xuất hiện cả chục tiệm Nails. Bà Deborah chưa bao giờ đi làm móng, thỉnh thoảng có hội họp hay quan hôn tang tế thì bà mới đến tiệm Nails để sơn móng và chà gót chân. Bà kể với Steven lần cuối bà đến tiệm Luxury Nails và gặp phải một thanh niên trẻ chà chân cho bà, bà cảm thấy không thoải mái, trong lòng rất khó xử và thật sự không muốn người thanh niên ấy chà chân cho bà hay cho bất cứ đàn ông đàn bà nào khác, tuy nhiên bà vẫn cố gắng ngồi yên để cho anh ta làm. Bà quá tế nhị, không từ chối vì sợ người thanh niên trẻ ấy buồn lòng. Bà nói với Steven đó chỉ là một cái nghề như bao nghề khác trên đời (just a business) nhưng anh thanh niên trẻ như thế đi chà chân cho những người khác làm cho lòng bà cảm thấy thương hại. Bà má kết nghĩa của Steven tuy không tóc nhưng không bao giờ đội tóc giả hay nối tóc như những bà Mỹ đen khác, tóc của bà quá mỏng ra tới đâu là quấn tới đó bám sát da đầu, và cứ mỗi hai tuần là bà nhuộm màu đồng, hoặc màu vàng pha đỏ... Bà

Deborah là người đàn bà Mỹ da đen đặc biệt mà Steven gặp trong đời vì bà khác với tất cả những người đàn bà Mỹ da đen khác, không chơi tóc và chơi móng. Bà Deborah nó với Steven:

- Sh...t! Tại sao làm việc khổ cực vậy mà đem tiền chi hết cho tóc và móng? Trong khi ấy có bao nhiêu việc khác cần hơn.

Bà Deborah cũng như những người khác ở đây, tin sâu ở chúa, cái gì cũng do chúa ban cho, thức ăn cũng thế dù bản thân bỏ công sức ra làm, trước mỗi bữa ăn đều chắp tay và lâm râm đọc kinh. Tuy là tin ở chúa như vậy nhưng chẳng mấy khi bà Deborah đi lễ nhà thờ, thậm chí bà còn nói:

- Tin ở đạo chứ không tin ở người có đạo

Hôm đi nhà quàn để viếng tang con gái bà, trông bà khác hẳn đi, ngày thường đi làm thì ăn mặc rất giản dị, ấy vậy mà trong lễ tang ở nhà quàn bà diện váy ngắn, tất da, giày cao gót, cổ quấn khăn choàng, vẽ mặt, kẻ mắt…. Tất cả những người đàn bà đi viếng tang cũng đều ăn mặc sang trọng và đẹp đẽ, đeo nữ trang đủ thứ… Steven đến ôm bà, nói lời chia buồn. Bà cảm ơn rồi nói:

- Như vậy tốt hơn cho con Sabina, sống đời thực vật rất khổ sở, giờ thì hết khổ rồi, Sabina sẽ gặp ba của nó ở thiên đàng.

Bà nói đầy vẻ hy vọng tin tưởng, Steven cũng cầu mong cho cô Sabina gặp ba của cô ta ở thiên đường. Nói thì nói vậy nhưng tình cảm mẹ con ở thế gian này cũng không sao thoát được cảnh đau lòng trước cảnh tử biệt sanh ly. Cũng may cái tập quán của người Mỹ không quá bi lụy và đau đớn như đám tang người Việt. Steven nhìn qua hàng ghế đầu thấy bà Deborah buồn hắt hiu và mắt hơi ngấn lệ.

Cây bạch lạp cháy lung linh ở phía trước quan tài, dòng sáp nóng chảy xuống và đọng lại như những giọt lệ cảm thông nỗi đau chia lìa vĩnh biệt của hai mẹ con bà Deborah.

***

Người chết thì đã yên mồ mả đẹp, người sống lại tiếp tục đi cày để duy trì cuộc sống này. Sau một tuần nghỉ, bà Deborah lại vô hãng gặp Steven và mọi người, mới có một tuần mà ai cũng ôm nhau cười nói mừng như đã xa nhau thật lâu. Công việc vẫn đều đều trôi qua một cách bình thường nhưng thế gian này vốn vô thường, chẳng có gì tồn tại hay giữ yên mãi được. Công ty làm ăn phát đạt quá, phải nói là bùng nổ, từ mấy mươi người phát triển lên gần ngàn người chỉ trong vòng năm năm gần đây. Công ty mua đất và xây trụ sở khác, to lớn hơn gấp nhiều lần, từ nơi cũ đến nơi mới cách nhau gần ba mươi dặm. Công ty di chuyển thì bà Deborah cũng phải đi theo. Bà chuyển từ vùng CampCreek đến CampBellton để tiện việc đi làm. Bà Deborah không mắc bệnh shopping như nhiều người đàn bà khác, bởi vậy đồ đạc cũng tương đối ít, chỉ mướn chiếc Uhaul là đủ. Ông James và thằng David giúp bà chuyển mọi thứ về căn chung cư mới. Phải nói bà Deborah là một trường hợp đặc biệt, không lái xe, không mua xe, chưa từng có xe từ nhỏ đến giờ. Bà toàn đi xe buýt hoặc đi chung với người khác, mấy năm nay thằng David chở bà đi làm và bà trả tiền xăng cho nó. Steven cứ thắc mắc hoài:

- Tại sao má mi không chịu mua xe? Có xe đi lại tự do, không phải lệ thuộc người khác!

Bà Deborah lý sự:

- Tao không biết xe cộ gì hết ráo, từ cha sanh mẹ đẻ đến giờ chưa từng lái xe, mua xe phải chăm sóc xăng nhớt, bảo hiểm... đủ thứ hết. Tao đi xe buýt vậy mà sướng, chẳng phải lo gì cả!

Steven giơ hai tay lên trời chịu thua:

- Oh, my goodness! Không sao hiểu nổi má mi, tui mà hổng có xe chắc chết mất thôi!

Bà Deborah cười toe toét nhe hàm răng bịt vàng cả khịa:

- Vì quá nhiều người như mầy mà thành Ất Lăng này ngày càng kẹt xe nghiêm trọng, ngày nào cũng kẹt. Quá nhiều người sắm xe riêng chẳng chịu đi xe buýt nên mới ra nông nỗi này.

Thật thế, ở xứ này ai cũng đi xe riêng, mỗi người một chiếc. Người khá hơn thì còn sắm xe đi chơi, xe đi làm khác nhau. Những người giàu thì có vài chiếc thậm chí có cả bộ sưu tập xe, rồi còn RS,

Mobile house... Xe cộ ngày càng nhiều, lượng xe bán ra cứ tăng vọt theo thời gian trong khi ấy đường xá thì chỉ nhiêu đó, không kẹt xe mới là lạ. Ất Lăng thành được (hay bị) xếp vào một trong mười thành phố kẹt xe kinh khủng của xứ sở Cờ Hoa. Kẹt xe và tìm chỗ đậu xe là cả một vấn đề, ngay cả sân bay quốc tế Hartsfield – Jackson cũng không đủ chỗ đậu xe cho hành khách. Trong nội thành giờ các bãi đậu xe người ta cất condo hết ráo rồi. Lượng người đổ về Ất Lăng thành càng ngày càng nhiều vì ở đây dễ sống, nhiều việc, vật giá rẻ. Những xa lộ quanh Ất Lăng thành như I.20, I 75-85, 285 ngày nào cũng kẹt, vài ngày lại xảy ra kẹt nặng. Bởi vậy lái xe trên đường thỉnh thoảng gặp những miếng decal dán ở các xe ghi:" Atlanta full, stop move in!" " Do not move to Atlanta"...

    Bà Deborah không lái xe, không mua xe kể cũng rất đặc biệt, hiếm thấy, vì ở xứ này không có xe kể như cụt chân. Dân Mít mình qua đây vài tháng là ai cũng mua xe cả. Bà Deborah sinh ra lớn lên ở đây, sống gần cả đời người mà không có xe thì thật khó tả được, không phải bà không có tiền, bà có tiền, có tích lũy nhưng vì chịu mua thế thôi! Điều này khó tưởng được, trong khi ngay cả một số homeless cũng có xe. Họ sống trong cái xe của họ và di chuyển quanh quanh trong những khu thị tứ gần. Trên đời này chuyện gì cũng có. Ở xứ sở Cờ Hoa này chuyện gì cũng có thể xảy ra, chuyện bà Deborah không lái xe, không mua xe là một chuyện có thật và đã xảy ra như thế!

    Thời gian qua nhanh, mới mà đã vào mùa lễ cuối năm rồi, cũng thời gian này năm trước. Bà Deborah đưa cho Steven bốn mươi đô la mà không có lý do gì, thường thì tặng quà vào dịp sinh nhật hay Christmas, new year hay lễ gì đấy, đằng này ngày thường vì lễ vẫn còn chưa đến và cũng chẳng nói rõ lý do. Steven từ chối và hỏi lý do thì bà cũng không chịu, cuối cùng đành phải nhận và nói:

- Tui sẽ góp thêm vào để làm từ thiện nha?

- Mầy làm gì cũng được!

Thì ra bà Deborah thấy Steven và nhóm bạn Trái Tim Việt thường làm từ thiện tặng quà, cơm áo cho người nghèo và có đăng lên Fb nên bà có ý góp bốn mươi đô la. Tự nhiên Steven liên tưởng đến khái niệm:" Tam luân thể không" trong nhà Phật, nghĩa là: Không thấy mình làm bố thí, không thấy có vật bố thí, không thấy có người nhận bố thí, tuy có khập khiễng nhưng Steven có ý so sánh vậy. Bà Deborah đâu biết gì Phật pháp, càng không biết cái lý thuyết ấy nhưng rõ ràng bà đã làm được việc ấy. Việc này khác xa với một số người trong chúng ta, khi cúng dường hay bố thí thường đòi hỏi tên mình phải được khắc vào vật chi đó hay được ghi nhớ, được nêu danh… Má mi kết nghĩa của Steven quả thật dễ thương làm sao!

Thành Ất Lăng đang vào mùa lễ cuối năm, đèn mắc hoa giăng rực rỡ khắp nơi, phố phường rộn ràng tấp nập và đường xá cũng kẹt xe quá chừng luôn. Mùa lễ cuối năm của xứ Cờ Hoa giống hệt tháng chạp tết của xứ mình. Người người tất bật mua sắm quần áo, đồ đạc, quà cáp, ngày thường đã shopping rồi, mùa lễ thì lại shopping gấp bội lần. Cả xã hội náo nhiệt như một tổ ong, lại quần quật túi bụi như một cỗ máy đang chạy hết công suất. Ai thế nào thì hổng biết, riêng bà Deborah thì hoàn toàn vô sự, ngày thường đi làm, cuối tuần dắt con chó nhỏ puppy ra công viên đi dạo, mặc cho thiên hạ ngoài kia tất bật rộn ràng.

BÁN SÁCH

Đất trời vào xuân, Hoa Châu mở hội chợ phù hoa. Người trong thiên hạ dập dìu trẩy hội, thôi thì khỏi phải nói, nam thanh nữ tú vờn nhau liếc mắt đưa tình, áo quần phới phới sắc xuân, những cụ ông cụ bà cũng móm mén cười hoan hỷ, đàn em thơ như những con sơn ca tíu tít vào đời...Thành Ất Lăng năm nào cũng thế, cứ mỗi độ xuân về là rực rỡ cờ giăng phướn thượng, đèn hoa khắp chốn, năm nay hội chợ có cả trăm gian hàng rộn ràng tấp nập, nào là hô lô tô, bầu cua cá cọp, thảy vòng, ném banh… nhiều nhất vẫn là những gian hàng giới thiệu sản phẩm của giới doanh gia nghiệp chủ, mặc dù không nói ra nhưng ai ai cũng cảm nhận được quyền lực chi phối của bọn họ, thật tình mà nói, cũng nhờ sự tài trợ của họ mới có thể tổ chức được hội chợ xuân.

Giữa những gian hàng ấy, người ta thấy có một căn lều nhỏ, bên trong có một cái bàn con con trải khăn lụa trắng, trên bàn có một lọ hoa và chừng mươi đầu sách bày biện. Chủ nhân gian hàng này là văn sĩ Đoan Thanh Tử. Thiên hạ chẳng biết tên thật là gì, chỉ biết mỗi bút hiệu ấy mà thôi, mấy năm nay văn của chàng được nhiều người tìm đọc. Đoan Thanh Tử vốn bạch diện thư sinh, tuy không phải hạng mi thanh mục tú nhưng tinh thần và tâm ý thì cũng có thể xếp vào hạng thanh cao. Chàng ta vốn người đất Định Châu, không hiểu thời cuộc thế nào mà lưu lạc đến Hoa Châu này. Người thì bảo vì mê sắc nên lụy tình, kẻ khác lại khẳng định vì cao vọng mưu cầu phú quý nên ly hương, cũng có lác đác vài ý kiến tỏ vẻ rành việc: "... nghe đâu gia cảnh chàng cũng khá, không hiểu vì sao lại tha phương cầu thực?". Lời đàm tiếu của thiên hạ cũng lọt đến tai nhưng chàng ta chẳng bao giờ phân bua phải trái, nếu có ai hỏi dồn lắm thì chàng cũng chỉ cười trừ mà thôi. Cả căn lều của chàng và chàng hiện hữu rõ ràng vậy nhưng lại dường như không tồn tại giữa hội chợ này. Mọi người tấp nập trẩy hội nhưng chẳng ai ngó ngàng gì đến gian hàng của chàng, lẽ nào giữa thiên thanh bạch nhật mà chẳng ai nhìn thấy? Thi thoảng cũng có một vài khách ghé vào, cầm sách lên lật xem một tí rồi bỏ xuống đi ra. Đoan Thanh Tử vẫn vui vẻ mỉn cười đón và tiễn khách mà không hề lấy làm khó chịu. Chàng thừa biết thời buổi này có còn mấy người đọc sách. Chàng bày sách giữa hội chợ như thể bắt chước người xưa phơi sách, biết đâu thiên hạ muôn người cũng có kẻ tri kỷ tri âm. Bản thân chàng cũng chẳng có tiền để thuê gian hàng, chàng có gian hàng này là vì ông trưởng ban có lòng liên đới văn tài nên không lấy tiền thuê chố.

Giữa buổi, có một vị khách phục sức sang trọng, quần áo toàn hàng hiệu đắt tiền, cổ đeo sợi dây chuyền vàng to như sợi lòi tói của dân hạ bạc, tay đeo lắc bự chẳng như cùm sắt nhà quan, ngón tay lấp lánh nhẫn hột xoàn chà bá luôn. Y nắm tay một người thiếu phụ trẻ đẹp, dáng dấp vóc hạc xương mai, cốt cách rất phong lưu quý phái, dĩ nhiên cô ta cũng diện ngất trời, mùi phấn son thơm ngát. Người thiếu phụ kéo lão đại gia ghé vào lều của chàng, người đàn ông ấy cầm quyển sách săm soi, lật qua lật lại rồi hỏi:

- Quyển này giá bao nhiêu?
- Dạ, xin quý khách cứ trả theo giá bìa
- Trời, viết gì trong ấy mà mắc thế?
- Dạ, nếu quý khách biết trong ấy có gì thì giá này chẳng đáng là bao, bằng như không biết thì quả là mắc thật!

Người đàn ông bỏ quyển sách xuống, lục lọi lựa quyển khác mỏng hơn, y xem giá bìa xong lại kêu mắc nên bỏ sách xuống toan bỏ đi. Người thiếu phụ đi cùng với y không chịu, cô ta lấy cả ba quyển sách mà y vừa xem xong và đưa cho chàng một thỏi bạc. Đoan Thanh Tử giật mình bảo:

- Thỏi bạc này nhiều tiền lắm, tôi không có tiền để thối!
- Anh cứ giữ lấy, không cần phải thối lại.
- Cảm ơn tánh hào hiệp của cô, nhưng tôi thật sự không dám nhận thỏi bạc này, tôi chỉ muốn nhận đủ tiền của sách thôi.

Cô ta bảo không có tiền và cũng không nhận lại thỏi bạc, cả hai còn đắn đo chưa biết tính sao thì chàng văn sĩ bảo:

- Cô cứ lấy sách và trẩy hội xuân, lúc quay về trả tiền cũng được.

Người thiếu phụ xinh đẹp cảm ơn và hứa sẽ quay lại, người đàn ông đi cùng nắm tay kéo cô ta đi, miệng lầu bầu:

- Hàn sĩ bày đặt làm phách, mà nàng mua sách làm gì? Chỉ tốn tiền vô ích, nếu rẻ thì mua về gói hàng cũng được, đằng này mắc quá, với tiền đó để mua đồ gia dụng còn dùng được.

Không nghe cô ấy trả lời người đàn ông, nhìn theo thì thấy cô ta bước đi nhưng vẫn ngoái đầu lại nhìn gian hàng sách.

Kế bên phải gian hàng sách là một gian hàng giới thiệu sản phẩm cường dương, nào là tam tinh hải cẩu bổ thận hườn, dương sơn diên trì giao, cường lực hổ pín... Ngoài ra còn bán những dụng cụ giúp tăng khoái cảm cho khách làng chơi, những món bảo bối không sợ nhiễm bệnh phong tình, trong ngoài quầy đầy những hình nam nữ lõa thể hoặc luyến ái làm tình... trông rất khêu gợi và quyến rũ, khách du xuân nhiều người ghé vào và ra đi với lỉnh kỉnh những túi xách. Đã thế chủ quầy hàng ấy còn in một tấm áp phích in những dòng chữ quảng cáo nham nhở, mà không ít người gọi là thơ

Dai dài giãn dọc tối đa
Co thun cực mỏng như da chính mình
Bình dân cho chí cung đình
Truy hoan chẳng sợ phong tình liễu hoa

Bên trái lều sách là gian hàng nước mắm hiệu "cô gái hương quê", một thương hiệu có tiếng của đất Định Châu, sau này lan tỏa ra khắp Hoa Châu, Tuyết Châu, Tân Châu, Phong Châu, Hàn Châu… Trong gian hàng bày biện la liệt chai lọ và các vại sành chứa nước mắm, khách được mời chấm mút nếm thử ngay tại chỗ, mùi nước mắm bay sang hàng sách làm ngứa mũi chàng văn sĩ. Khách vào ra tấp nập hai gian hàng phải trái mà chẳng buồn ghé vào gian giữa của chàng. Chàng nhìn khách du mà dường như chẳng thấy, tâm ý vẫn mải miết theo đuổi câu chuyện ngôn tình dở dang. Chàng đang ấp ủ tiểu truyện, trong đầu chàng tràn ngập hình ảnh những nhân vật và những lời thoại sẽ xuất hiện trong truyện. Giữa biển người ồn ào như thế mà chàng dường như chẳng nghe. Hội chợ phù hoa đầy sắc màu mà như chẳng thấy, thân chàng tại đây nhưng tâm như đang ở một cõi ngoài nào đó xa xăm. Chàng đặt bàn bán sách cũng có hy vọng kiếm ít tiền để in sách mới, những bản thảo đã hoàn thành nằm rải rác trong thư phòng mà chưa có tiền in. Thời buổi hôm nay viết sách đã khó mà bán sách còn khó hơn gấp bội. Chàng mấy lần bẻ bút, đổ mực, đốt giấy nhưng rồi lần hồi lại chong đèn hí hoáy thâu đêm. Chàng biết chữ nghĩa không phải là nghề, nó là nghiệp, đã mang lấy nghiệp thì khó mà dứt bỏ được. Nhiều đêm đã ngủ, thật ra thì chỉ có thân xác ngủ chứ tâm ý không hề ngủ, bao nhiêu đề tài cứ nảy sinh trong đầu, bao nhiêu câu chuyện sống động cứ như thế những nhân vật ấy đang diễn tuồng trong giấc ngủ của chàng. Bạn bè chàng đều ăn nên làm ra, danh phận rõ ràng, chỉ duy có chàng như người từ mấy thế kỷ trước còn sót lại, có đôi khi chàng tự nhận mình sinh lầm thế kỷ, ngày đêm cứ mập mờ hư ảo chuyện chữ nghĩa, lận đận nghiệp văn. Khổ nỗi chàng bị người trong giới xem thường xem khinh, cho rằng chàng chưa xứng đáng để ngồi chung chiếu; kẻ ngoại đạo thì cười khinh khỉnh vào mặt, thậm chí cho chàng là đồ dở hơi, chữ nghĩa không giúp gì cho đời, sao sánh được chuyện tiền bạc hay địa vị! Đã thế chàng còn lo bò trắng răng, vơ lấy chuyện quốc gia thế sự, nhân tình thế thái, chuyện xã hội nhiễu nhương, chuyện dân tình đạo lý… đến nỗi cường quyền nhắn lời cảnh cáo đe nẹt. Chàng biết mình gàn, biết mình hậu đậu nhưng không làm sao thay đổi được, có ai sanh ra muốn thế bao giờ? Con người ta sanh ra ai cũng thích giàu sang quyền quý, địa vị... chí ít cũng là trọc phú ăn chơi, chả có ai thích dính vào chuyện văn thơ ấm ở hội tề. Nhưng đã sanh ra ở đời thì phận nào do nghiệp nấy, muốn cũng không được, không muốn cũng không xong. Chàng nhiều lần tự nhủ lòng, đời con tằm thì nó phải miệt mài nhả tơ, rút ruột nhả cho đến khi kiệt sức; phận cây nến thì phải cháy sáng, cháy hao mòn xác thân cho đến lúc sáp tàn bấc lụn. Vương vào nghiệp chữ có mấy ai sống sung túc giàu sang? Cái sướng của kẻ mang nghiệp chữ đôi khi không phải ở tiền bạc mà là chính sự ra đời của những đứa con tinh thần, sướng khi trút được tâm tư vào chữ nghĩa.

Văn không phải là nghề mà là nghiệp, những kẻ mang nghiệp này mà còn ở Giao Châu thì may ra có chút tên tuổi và được thiên hạ biết đến. Đất Giao Châu hẹp người đông, tuy người đọc bây giờ ít nhưng tính theo tỉ lệ phần trăm thì cũng còn vớt vát được. Có lẽ cũng vì vậy mà không ít kẻ mang nghiệp chữ từ Hoa Châu, Hải Châu, Quan Châu... chạy về Giao Châu để bòn chút danh hão. Năm rồi có cô em ở đất Hàn Châu cũng về, thậm chí còn ra tận Hà Châu và làm thế nào đó mà được lên nhật trình đem khoe khắp nơi. Cô ta vốn rất trẻ nhưng có vẻ cũng không thoát khỏi cái máu ham nổi tiếng. Cô ta còn bảo Đoan Thanh Tử:

- Anh hãy về Giao Châu một chuyến và hãy xin gia nhập vào Bảo Tiêu Văn Sự Cục, vào đó rồi thì tha hồ mà nổi tiếng, được tài trợ in sách, bán sách, ra mắt sách, được ngồi chung chiếu với các bậc cây đa cây đề, thậm chí cả với mấy vị tai to mặt lớn. Hàng năm triều đình rót xuống cho Bảo Tiêu Văn Sự Cục cả núi tiền.

Đoan Thanh Tử cười nhẹ, trong lòng thấy thương hại cho cô ta nhưng không tiện nói ra, chàng chỉ thoái thác:

- Bảo Tiêu Văn Sự Cục đâu phải muốn vào là vào?

- Anh đừng lo, cứ biết điều một tí là vào ngay thôi, bộ anh hổng biết người Giao Châu giờ có câu châm ngôn tân thời: "cái gì không mua được bằng tiền thì sẽ mua được bằng nhiều tiền".

- Cảm ơn em, cái cục ấy như cái hũ mắm, vào chi cho mệt mình.

Nghe thế, cô gái trẻ đất Hàn Châu cúp máy cái rụp không cần giữ thể diện hay lịch sự chi cả. Đoan Thanh Tử cũng chẳng vì vậy mà phiền lòng. Anh còn thấy nhẹ nhõm và thoải mái hơn. Làm thành viên của Bảo Tiêu Văn Sự Cục là ước mơ của bao người mang nghiệp chữ, dù là ở Giao Châu hay ngoại phương. Riêng Đoan Thanh Tử thì không? Nhất định không! Chưa bao giờ nghĩ hay nhìn đến cái cục ấy. Đã mang nghiệp chữ thì làm con tằm nhả tơ, cần chi phải vào cục này cục kia, lại càng chẳng cần phẩm hàm hay chức tước. Những cái râu ria ấy để làm cần câu cơm, kiếm rượu thịt chứ có giúp ích gì cho chữ nghĩa. Tiếc thay đời không thiếu kẻ mang nghiệp văn nhưng chẳng văn chút nào, chỉ vì chút cơm rượu mà khuất thân phò chính, thân chính làm nhiều điều điếm nhục chữ văn. Đoan Thanh Tử còn miên man trong dòng tâm tưởng bất tận thì có tiếng thánh thót dịu êm kéo chàng trở lại với thực tại:

- Xin chào chàng văn sĩ, em gởi tiền sách cho anh.

- Oh, cảm ơn cô, cô xinh đẹp mà lại tử tế nữa, thật khó gặp ở đời.

- Anh quá lời rồi, em cảm ơn anh mới phải, tiền này có đáng là bao, những quyển sách chàng viết ra với đáng quý.

- Em hỏi thật tình nhé! Anh có khi nào cảm thấy hối tiếc vì việc viết lách và bán sách?

Đoan Thanh Tử giật mình, điều cô ta hỏi chạm đến nỗi lòng chàng vẫn cố ém đi. Chàng lặng thinh vì biết nói ra đau lòng lắm, nhìn nhau thêm khó. Tuy nhiên người thiếu phụ thì lại khác, có lẽ cô ta đã vượt qua được chính mình nên không còn ngại ngùng gì:

- Thời buổi này mà còn mê viết với in sách là cả một sự ngớ ngẩn khó mà hiểu nổi, đành rằng văn chương chữ nghĩa vẫn được người đời ca tụng nhưng chẳng còn mấy ai rớ đến nữa. Con người với vạn vật muôn loài giống nhau ở cái xác thân tứ đại, cái khác nhau là ở chỗ con người có tâm ý, có tư tưởng, có ngôn ngữ văn tự. Chính ngôn ngữ văn tự đã nâng con người lên cao, làm con người thăng hoa, nếu con người không còn văn tự chữ nghĩa thì cũng có khác chi loài vật. Văn tự chữ nghĩa quan trọng đến như thế đấy! Những kẻ dùng văn tự để sáng tác ra văn chương chữ nghĩa cao quý như thế đấy! Vậy mà giờ đây bèo nhèo hơn mảnh giẻ rách, thiên hạ chẳng coi ra gì. Bọn mang nghiệp chữ vừa tự hào mình là người có chữ, biết sáng tác thơ văn dâng cho đời, lại vừa tự ti mình là kẻ vô tích sự, trang sách viết ra không bằng chai nước mắm, thậm chí không bằng cả món đồ chơi của khách huê tình. Bằng chứng khách du rộn ràng ghé gian hàng nước mắm và gian hàng đồ chơi tình dục chứ có ai ghé vào gian hàng sách đâu! Nhìn gian hàng sách của anh mà em xót trong lòng, tâm sanh nỗi niềm cảm khái tột độ. Đó cũng là lý do mà em quay lại gặp anh để tỏ chút tình hoài. Người Giao Châu chúng ta giờ đã phát triển theo một hướng khác rồi, không biết trình độ văn minh, khoa học kỹ thuật hơn được người Hoa Châu, Cửu Châu, Tân Châu bao nhiêu mà ngày nay chẳng ai còn đọc sách. Xứ Hoa Châu, Cửu Châu, Tân Châu tuy văn minh như vậy như dân chúng vẫn đọc sách rất nhiều, sách báo nhiều hơn cả lá vàng mùa thu, những nhà sách đầy ắp sách và người đọc. Người Giao Châu mình dù là nơi cố quận hay hải ngoại cũng đều giống nhau, họ không còn đọc sách nữa. Nếu như cố quận mà có đầu sách nào bán chừng vài ngàn bản, thì đó là cả một sự kiện lạ lùng, còn cộng đồng người Giao Châu hải ngoại, nếu có sách của tác giả nào đó mà bán được vài trăm bản thì kể như được mùa. Nhiều người còn cười cợt: "sách, ngày nay có cho cũng không ai lấy thì nói gì đến bán với mua!". Người Giao Châu không còn đọc sách nhưng bọn mang nghiệp chữ vẫn ngày đêm rị mọ viết ra, đây quả là một vở bi hài kịch. Nhiều lúc em có cái ý tưởng là xã hội phát triển đến một lúc nào đó thì văn tự chữ nghĩa không còn cần thiết nữa, bấy giờ người ta chỉ dùng mã vạch để hiển thị nội dung hay điều cần biểu tỏ. Bấy giờ loài người lại giống như thời sơ sử xa xưa, những mã vạch ấy cũng như loại chữ tượng hình, chữ giáp cốt, một loại văn tự tối cổ sơ khai của loài người.

Chàng văn sĩ há hốc mồm lắng nghe, chưa bao giờ anh ta được nghe những điều này, đặc biệt hơn nữa là lời này thốt ra từ miệng một thiếu phụ trẻ trung. Đoan Thanh Tử bối rối cực độ, cứ lắp bắp cảm ơn mà chẳng biết nói gì hơn, chữ nghĩa của chàng vốn cuồn cuộn như nước lụt mùa đông tràn đồng vậy mà giờ bay biến đâu hết ráo rồi. Tánh chàng vốn ít nói, miệng lưỡi không có. Chàng có thể viết tràng giang đại hải ấy vậy mà khi cần nói thì một câu cũng không xong. Giờ gặp người thiếu phụ xinh đẹp, ăn nói ngọt ngào mà hay như khách hùng biện thì chàng càng đớ người chứ chẳng còn lời gì để nói. Người thiếu phụ đặt lên bàn một bó hoa tươi rất đẹp, đoạn cô ta tự giới thiệu:

- Em là Hoa Thanh Hương, vốn xưa cũng từng võ vẽ viết văn làm thơ, đã in được tập truyện ngắn đầu tay "Mấy Nẻo Mộng Hoa" và mấy tập thơ, vì quá ngây thơ những tưởng sách sẽ được người đời liên đới mà chiếu cố, nào ngờ vay tiền in xong rồi chất đống ở xó nhà. Nợ nần bức bách, lại thêm nỗi đời không thể ăn gió trăng để sống, cơm áo chẳng đùa với khách thơ, cuộc sống túng quẫn khó khăn, may trời cho chút nhan sắc. Người đàn ông lúc nãy là chồng em, ông ấy vốn là tài chủ lớn ở địa phương, tài sản bao la, của chìm của nổi không biết bao nhiêu mà kể. Tình cờ gặp nhau trong hội xuân Nhâm Tí. Ông ấy mê say và đem lòng yêu em. Biết ông ấy thô tháo, ban đầu em cự tuyệt nhưng rồi hoàn cảnh quá ngặt nên xiêu lòng và chấp nhận.

Nghe Hoa Thanh Hương nói thế, Đoan Thanh Tử sửng sốt với câu chuyện đời vừa thực tiễn nhưng cũng không kém phần cổ thoại kỳ dư. Chàng cứ ngơ ngẩn mà nghe, chàng nhìn cô ta như thể bị thôi miên. Chàng nghe chuyện đời cô ta mà cứ như thể thiền sư sống chánh định, nhìn sự vật đúng với bản chất của nó mà không phán xét, không thêm hay bớt, không đưa ý kiến mình vào...Thiếu phụ xinh đẹp nhấp ngụm nước rồi nói tiếp:

- Chồng em đang chén tạc chén thù với mấy ông bạn đại gia ở phạn điếm Ngoại Phương Châu. Em tranh thủ đi xem hội để đến đây trả tiền sách cho anh. Vì gặp văn nhân tâm hồn đồng điệu nên mới giải bày những tâm sự giấu kín trong lòng. Thành Ất Lăng vốn tươi mát xinh đẹp khi xuân sang, ấy vậy mà mùa xuân Nhâm Tí năm ấy lại bội phần rực rỡ quang minh sáng lạn, chim muông ca hót véo von, muôn hoa khoe sắc, nào là: dã yên, anh thảo, dạ lý hương, uất kim hương, móng rồng... đẹp không bút mực nào tả xiết. Năm ấy em đến hội chợ để ra mắt tập thơ đầu tay, tâm tư của một người vừa tập tễnh vào đường văn chương rất háo hức và đầy nhiệt huyết, cứ ngây thơ ngỡ ai cũng như mình, nào ngờ sự thật vô cùng phũ phàng. Người ngoài giới thì không nói làm gì, cái đáng nói là những người trong giới đối xử nhau thật tệ bạc, hễ cùng phe cánh thì bốc thơm áo thụng vái nhau, bằng không thì đạp xuống tận bùn đen. Người Cựu Châu nghi ngờ ngăn ngại thậm chí cấm chỉ đã đành, người Tân Châu cũng chẳng dung nhau, kẻ dưới bất phục người trên, người trên hẹp lòng hẹp dạ lại tự cao cho rằng chẳng ai bằng mình không dung kẻ dưới. Em vấp phải sự thật trần trụi thương đau này, bao nhiêu nhiệt huyết tắt ngúm, tâm hồn tổn thương nghiêm trọng và từ đó em thề đoạn tuyệt luôn. Gian hàng em suốt cả buổi sáng khách khứa cũng nhiều nhưng hầu hết ghé vào là để ngắm em và tán tỉnh vu vơ chứ không có một ai rớ đến sách, đến quá trưa thì có một đại gia ghé vào và cũng để ngắm em chứ chẳng phải xem sách. Người ấy tán tỉnh và tuôn ra toàn những lời dụ khị vừa ngon ngọt lại pha sự hợm hĩnh ý của, sau đấy thì hỏi em giá cuốn sách bao nhiêu, em bảo cứ theo giá bìa mà trả. Ông ấy cười và tuyên bố sẽ mua hết số sách ấy, tưởng nói chơi ai dè làm thiệt. Ông ấy lấy hết sách của em và đặt lên bàn một món tiền lớn đến độ em chưa từng mơ đến. Em bảo người ấy là em chỉ lấy tiền đúng với số sách thôi. Người ấy vẫn nhất quyết để số tiền đó lại cùng với cái danh thiếp. Thật tình em rất cần tiền, túi em một xu cũng không có, cha mẹ già đau ốm, bản thân chỉ biết chữ nghĩa chứ có biết làm gì ra tiền đâu... Người ấy và tiền của người ấy, những lời tán tỉnh của người ấy đã làm em xiêu lòng, vừa cảm ơn mà vừa thấy mình thấp kém quá, dễ dàng đánh mất giá trị kiêu hãnh văn chương chữ nghĩa bấy lâu nay chỉ vì đãy bạc. Thật tình mà nói có lúc em cũng nghi ngờ văn chương chữ nghĩa, không biết có giá trị gì không? Những kẻ mang nghiệp chữ phần nhiều đều là những kẻ hậu đậu, ngẩn ngơ chẳng làm chi nên đời. Trong lúc em khủng hoảng, người ấy đã xuất hiện và em chấp nhận về làm vợ. Ban đầu em chẳng yêu đương gì, chịu làm vợ anh ấy là một lối thoát, cuộc sống quá nghiệt ngã nên em phải tìm nơi nương tựa. Em đã thoát nghèo, chồng em cung phụng em như một bà hoàng. Đời khốn nạn thay! Từ ngày cuộc sống trở nên giàu sang, tiền bạc rủng roẻn thì bao nhiêu chữ nghĩa cũng bay biến sạch, cứ như thể hơi sương tan dưới ánh nắng hè. Từ ngày sống phong lưu không còn vất vả mưu sinh nữa, tháng ngày hoan lạc phong lưu nhưng tâm hồn em trở nên xơ cứng chai sạn một cách không ngờ, một chút cảm xúc cũng không có, viết nửa câu cũng không xong. Em giật mình, em đã biến thành một con người khác hoàn toàn, mặc dù vẫn cái tên ấy, thân xác ấy nhưng tâm hồn em chết mất rồi! Em từ một con tằm nhả tơ đã biến thành một loại trùng ký sinh vô tích sự, chỉ biết sống bằng thân xác, hưởng thụ dục lạc mà thôi.

Người thiếu phụ trẻ đẹp ngưng một lát, khóe mắt hơi ướt, cô ta vuốt ngược mái tóc mượt mà như suối mây. Đoan Thanh Tử ngơ ngẩn nhìn cô ta cứ ngỡ như người trong mộng của mình, với kinh nghiệm dày dạn ở đời, cô ta biết chàng văn sĩ đang mê đắm trong cơn tương tư bất chợt. Cô ta khẽ mỉm cười và tiếp tục câu chuyện:

- Năm ấy chồng em mua hết số sách ấy nhưng anh ta chẳng hề đọc lấy một trang nào, chẳng cần biết em viết gì trong ấy. Thật sự thì anh ấy mua em chứ chẳng phải mua sách!

Nghe Hoa Thanh Hương kể chuyện đời tư, Đoan Thanh Tử ngồi lặng lẽ lắng nghe như mật rót vào tai, như đề hồ tưới tẩm tâm hồn. Chàng không tin ở tai mình, chẳng thấy ở mắt mình. Chàng cứ tưởng như là một câu chuyện liêu trai tân thời, dĩ nhiên chàng cũng chẳng có lời nào để nói, âu đó cũng là sự may mắn, nếu chàng mà mở miệng nói gì đi nữa thì chỉ tổ làm vỡ cái khoảnh khắc ảo mộng này. Hoa Thanh Hương đẹp quá, vóc hạc xương mai, mắt môi tuyệt sắc, giọng nói trong trẻo thanh tao, mùi hương đàn bà tỏa ra đầy sức dụ hoặc. Trong khoảnh khắc tâm hồn rung cảm, ánh mắt chàng gặp ánh mắt nàng, một khoảnh khắc vô cùng ngắn ngủi mà ảo diệu, không cần ngôn từ và cũng chẳng có ngôn từ nào có thể diễn tả được một trời tâm sự của hai tâm hồn đồng điệu giao nhau. Đã có biết bao người đàn ông nhìn nàng nhưng chưa có ánh mắt nào tha thiết, đắm đuối và có sức truyền cảm đến như thế. Tai Đoan Thanh Tử chỉ còn có âm thanh trong trẻo thánh thót của nàng. Mũi chàng ngây ngất mùi hương thân của nàng. Ý chàng chỉ còn có bóng hình của Hoa Thanh Hương. Thân chàng trong lúc này thật chẳng còn là thân của Đoan Thanh Tử nữa... Cái khoảnh khắc vượt qua thời gian và không gian khiến cho tất cả như hóa tuyết băng ấy qua đi, hai người trở lại với thực tại đầy âm thanh và màu sắc của hội chợ giữa thành Ất Lăng. Nàng lại tiếp tục nói chuyện đời mình, nàng nói như thể tự nói với chính bản thân chứ chẳng phải đang tâm sự với Đoan Thanh Tử, còn chàng thì lắng nghe như thể con chiên ngoan đạo đang uống tất cả ngôn từ của thánh nữ rót ra.

- Chồng em mua hết số sách ấy nhưng không hề xem hay đọc qua, ban đầu em thấy buồn nhưng về sau nghĩ lại thì mừng thầm, thế mà lại hay. Người như anh ấy thà rằng đừng đọc, như vậy đỡ đau sách, đỡ đau lòng người viết ra. Lúc sáng em mua sách của anh nhưng không bảo anh ký tên là vì giữ ý tứ, không muốn chồng em khởi lên ý nghĩ không hay, những cuốn ấy coi như phó bản chưng ở phòng khách, giờ anh có thể ký tặng em một quyển khác? Cuốn này là bảo vật của riêng mình em, không một ai có quyền đụng vào. Em sẽ giữ nó bên mình, sống trân quý, chết chôn theo.

Đoan Thanh Tử như người máy, lật trang đầu ký tặng cho Hoa Thanh Hương. Cô ta cầm quyển sách mà ngỡ như nàng niu chén sứ ký kiểu Cảnh Đức trấn. Đoan Thanh Tử vốn vụng về hậu đậu, trong giờ phút này lại càng hậu đậu hơn, chưa biết làm gì hay nói gì thì người thiếu phụ lại lên tiếng, cô ta cứ nói không cần biết chàng có nghe hay không nghe:

- Khi vào thành Ất Lăng trẩy hội, em với chồng tung tăng mặc cho thiên hạ trầm trồ nhan sắc của em, nể phục cái dáng vẻ đại gia của chồng em cùng với những trang phục đắt tiền. Tâm em có một sự hãnh diện lạ kỳ, cái tôi được ve vuốt nuông chìu nhưng đến khi gặp anh bán sách thì trong em dậy cả một trời luyến thương dĩ vãng. Nhìn thấy anh lòng em xao xuyến lạ lùng, em biết mình đã trễ. Tuy là cảm giác bộc phát nhưng có nguồn gốc đồng điệu sâu xa. Em cũng đã từng mang nghiệp chữ, kinh nghiệm ở đời cho em biết dù có rung động yêu nhau cách mấy thì hai kẻ cùng mang nghiệp chữ cũng khó mà đi chung đường. Hai con tằm nằm trong một tổ thì lấy gì mà ăn? đời của nó sẽ thê thảm lắm! Hai kẻ mang nghiệp chữ đồng điệu tâm hồn có thể thương nhau da diết, có thể suốt đời tơ tưởng hay ôm vết thương lòng nhưng tuyệt đối không thể đi chung đường. Em bây giờ không phải là Hoa Thanh Hương của ngày xưa nữa nên em không thể nói những lời như: "kiếp sau hay kiếp nào mình gặp nhau". Em chỉ có thể gặp anh trong khoảnh khắc này thôi và sẽ suốt đời tạc dạ ghi lòng. Em là hoa đã có chủ, dù có thế nào em cũng không thể phụ chồng em, dù rằng gặp anh em đã… Cảm ơn anh đã cho em sống trong một khoảnh khắc ảo diệu giữa đời thường.

Hoa Thanh Hương nói xong cầm quyển sách ký tặng quay đi thật nhanh như thể trốn chạy cái khoảnh khắc thực tại đầy huyễn hoặc. Chàng văn sĩ bần thần như vừa ra khỏi cơn mơ. Nàng đi rồi mà cứ ngỡ như nữ liêu trai từ trong trang sách bước ra và tan biến vào hư không, bấy giờ lại nghe ồn ào náo nhiệt của người trẩy hội vui xuân, mắt chàng lại thấy bao nhiêu sắc màu rực rỡ của Hoa Châu đang vào xuân. Tiếng loa rao quảng cáo thuốc cường dương văng vẳng, mùi nước mắm cô gái hương quê từ gian hàng kế bên hăng hắc đưa sang. Người vào ra nhìn xem mua sắm tấp nập ở gian hàng hai bên. Bất giác chàng cầm bó hoa lên nâng niu ngửi và ngắm như thể hoa là người thiếu phụ ấy, vụng về thế nào đó lại làm cho cái túi vải bé con xinh xắn kẹp giữa hoa rơi ra thỏi bạc mà sáng nay chàng cố chối từ.

CHƠI CHỨNG KHOÁN

Dòng người tấp nập lại qau trên khu phố, những nam thanh nữ tứ cầm tay nhau tung tăng đi mua sắm, ngoài trục đường chính những dòng xe xuôi ngược như mắc cửi. Quán cà phê Starbuck nằm ngay vị trí đắc địa nhất, tiện lợi cho người bộ hành trên đường lẫn khách mua sắm trong các khu thương xá. Ở xứ này các quán cà phê đều na ná như nhau, hầu hết là chung một thương hiệu nhượng quyền kinh doanh vì thế cách trang trí, điều hành, gía cả đều đồng nhất, tất cả phải theo sự chuẩn thuận của chủ thương hiệu. Quán Starbuck ở ngã tư Ponce De Leon này cũng không ngoại lệ

Dòng khách xếp hàng dài chờ đến lượt ở quầy tiếp tân, các bàn ghế từ trong ra đến ngoài hàng hiên hầu như không còn chỗ trống. Mọi người vừa nhâm nhi cà phê vừa chúi mắt vào màn hình điện thoại cầm hay hoặc máy tính, tất cả đều bận rộn hí hoáy quẹt. Một số trong bọn họ là sinh viên và một số là những người làm việc tự do, họ không bị bó buộc bởi giờ giấc và địa điểm, đấy cũng là cái ưu điểm của thời đại công nghệ kỹ thuật cao. Đặc biệt một số khách khá quen mặt thường đóng đô ở quán này là những tay chơi chứng khoán, mỗi thứ hai đến thứ sáu, lúc nào cũng ngồi ở đây chăm chú theo dõi biểu đồ lên xuống của thị trường. Andrew cũng thế, mắt dính chặt vào Ipad, nãy giờ quên cả ly cappucino, trán thoáng nhíu lại khi nhìn cái biểu đồ đầy những lần đỏ chúi xuống, những vệt xanh hướng lên thì rất ít. Mới đầu tuần mà chứng khoán rớt quá trời, tối hôm qua có tin tức từ bộ trưởng ngân khố tuyên bố sẽ không chấp nhận đồng bitcoin, dogecoin… Thế là sáng nay những đồng tiền số lẫn tiền ảo rớt thê thảm, dân chơi cơ hồ mất đến nửa tài sản, thậm chí có kẻ còn bốc hơi sạch túi. Andrew không mua bán Bitcoin nhưng cổ phiếu của Bushire cũng rất ảm đạm. Anh quyết định tạm ngưng mọi giao dịch mua bán trong ngày hôm nay, một chút uể oải vì chứng khoán rớt, mặc dù đây chẳng phải là lần đầu, Anh từng hy vọng sẽ hốt một cú thật lớn để trả dứt nợ tiền nhà và chiếc Audi điện nhưng cơ hội chưa đến, chứng khoán cứ trồi sụt như thời tiết nắng mưa lúc giao mùa, lại cũng giống hệt cái biểu điện tâm đồ của người bị bệnh tim. Andrew tạm dừng lướt mạng, phóng tầm mắt nhìn quanh đường phố, những tòa nhà cao sừng sững, kiến trúc cũng gần giống như nhau, vật liệu thì chủ yếu là gạch, kiếng, nhôm và thép… Những tòa nhà san sát ken nhau, kiếng bọc suốt từ đất đến nóc, không có lấy một khoảng ban công như những tòa nhà bên trời Âu. Đôi lúc Andrew so sánh và thầm chê:

- Kiến trúc hiện đại đem lại sự tiện lợi tối đa nhưng tính thẩm mỹ thì chẳng bằng những tòa kiến trúc của Pháp, Ý, Anh…

Còn đang miên man trong ý tưởng thì nghe có tiếng chào hỏi:

- Chào anh, chỗ này có trống không? Tôi có thể ngồi được chứ?

Một cô gái tóc vàng rơm óng ả, dáng cao ráo chỉ vào cái ghế trống ở bàn của Andrew và hỏi. Andrew mở miệng cười:

- Oh, cứ tự nhiên, tôi chỉ ngồi một ghế là đủ rồi.

Cô gái kia cảm ơn và ngồi vào cái ghế trống, cô đang cầm một ly frafpuccino to tướng, kem vun tròn trên đầu ly, cô gái ngậm ống hút hút một hơi dài rồi bắt đầu tám với ai đấy, miệng liếng thoắng thỉnh thoảng cười toáng lên. Cô gái trẻ đẹp, nóng bỏng và nói cười hồn nhiên quá làm cho Andrew thích thú, mặc dù không có ý hóng chuyện của người khác nhưng vì cô ta ngồi gần mà nói thoải mái nên câu chuyện tự nhiên lọt vào tai Andrew:

- Honey, anh đang làm gì đấy? Em đang ở khu shopping trên đường Ponce de Leon đây nè! Mấy giờ thì anh rời văn phòng được? Em sẽ đến đón anh và chúng mình đi ăn trưa nha?

Không biết người bên kia nói gì, cô gái lại tiếp tục tám:

- Honey, em yêu anh nhiều lắm, đêm qua anh thật là sung sức, em đã biết thế nào là lên đỉnh, anh làm cho em ngây ngất con tàu luôn. Honey sung sức quá, có lẽ anh hốt cú chứng khoán tuần rồi quá khẳm nên sức lực tăng thêm. Hiện giờ thì em đang ngồi ở quán Starbuck, gần bên em có một gã châu Á, y vóc dáng cũng ngon lành, ra vẻ dân thể thao rắn chắc và cao ráo, tuy nhiên y nhỏ con và thấp hơn honey ít nhất cũng năm phân (inches). Andrew chột dạ, có lẽ cô ta nghĩ mình không biết tiếng Anh nên coi thường kỳ thị. Mặc dù chuyện riêng tư của cô ta nhưng cô ta đang có ý xúc phạm đến mình, buộc miệng Andrew nói bâng quơ:

- Chiều cao của người đàn ông tính từ đầu trở lên chứ không phải từ giày đến đầu. Đấy là lời của hoàng đế nước Pháp, Napoleon

Cô gái giật mình, lấy tay bịt điện thoại và quay qua Andrew:

- Xin lỗi, tôi không có ý nói xấu anh, tôi chỉ nói một cách vô tư và vô tình thôi!

Andrew chỉnh cô ta:

- Người châu Á không cao to như người Mỹ, Phi nhưng thông minh thì chưa biết ai hơn ai, Cô cứ thử nhìn xem lịch sử mấy ngàn năm của châu Á thì sẽ biết.

Cô gái vẫn xin lỗi và còn thố lộ:

- Bạn trai tôi cũng là người châu Á đấy, tôi không có ý xúc phạm người châu Á, nhưng sự thật là người châu Á thấp và nhỏ con hơn.

- Tôi tên Andrew N, cô tên gì?

- Tôi là Stephanie, tôi quen bạn trai tôi cũng tại quán cà phê này, chúng tôi hẹn hò và yêu nhau đã lâu.

- Chúc mừng em.

- Bạn trai em có nét rất giống anh.

- Thì người Mỹ nhìn người châu Á ai cũng như ai, đâu có phân biệt được đâu là Tàu, Việt hay Nhật. Người châu Á cũng vậy, đâu có phân biệt được ai là Mỹ, Pháp, Anh…

Hai người còm đang nói chuyện thì Linda đi đến, tay cầm túi quà.

- Honey, chờ em lâu không? Em mua cho anh mấy cái áo trong tiệm JC Crew nè, đẹp, vừa sai anh mà lại rẻ rề.

- Anh đã bảo đừng mua đồ nữa, quần áo nhiều quá, mặc không hết!

- Em biết, nhưng áo đẹp và hạ giá đến bảy mươi lăm phần trăm, nếu không mặc thì gởi về quê cho người thân.

Linda thấy con nhỏ Mỹ ngồi chung bàn bèn quay qua chào hỏi xã giao rồi nói với Andrew:

- Con nhỏ mỹ tướng tá đẹp quá, rất hấp dẫn.

Andrew bảo:

- Nó đẹp thật đấy, nó cũng vừa giới thiệu tên là Stephanie và có bồ là trai châu Á.

- Trời, tướng con nhỏ này thì mấy anh châu Á chịu sao nổi? Nó quần cho một đêm là hết xí quách.

- Em nói cũng giống hệt nó, nó mới vừa chê châu Á nhỏ con, anh đã chỉnh nó một mẻ. Mà quả thật vậy em, chỗ anh làm mấy thằng Mỹ đen cứ đem người châu Á ra chê nhỏ bé, nhiều lúc tự ái dân tộc dễ sợ! Thằng David làm chung và chơi thân, nó cứ đem cái chuối già so với chuối sứ rồi cười:

- Tao là chuối già, mầy là chuối sứ.

Tuy nó không có ý kỳ thị, chỉ là đùa chơi nhưng nó đùa nhiều lần nên thấy nhột. Sự thật người Âu Mỹ đẹp thật: mắt xanh, mũi cao, chân dài, ngực nở, eo thon…Họ cao to hơn hẳn châu á. Trong con mắt người Âu Mỹ thì không phân biệt được ai là người Việt, Tàu, Nhật… tuy nhiên người châu Á với nhau thì lại tự phân biệt và kỳ thị nhau rất rõ rệt. Người Nhật tập trung những khu vực riêng, thường là những khu giàu sang cao cấp. Kế đến người Hàn, người Ấn cũng sống tập trung ở những vùng riêng. Còn người Việt, Miên, Lào... thường chung đụng gần nhau hơn. Nội bộ người Việt lại phân ra một lần nữa, những tầng lớp giàu hay khá giả cũng thường tập trung về hướng bắc, nơi phát triển hơn, nhà cửa mắc, đất đai cao giá; những người nghèo hơn thì ở hướng nam của thành Ất Lăng này.

Linda nhiều lần bảo:

- Anh nghỉ việc đi, ở nhà mua bán chứng khoán nhàn hạ mà lại dễ kiếm tiền hơn, nếu trúng mánh thì giàu nhanh.

- Việc ở hãng là căn bản, chơi chứng khoán chỉ là hoa lá cành, bỏ cái căn bản gốc lấy hoa lá cành thì có ngày ăn mày! Em không thấy sao? Mấy nay giá cổ phiếu rớt thê thảm, bao nhiêu người trắng mắt, trắng tay.

Linda lên mạng học hỏi thêm từ những tay chơi Facebookers, YouTubers ba hoa khoác lác về chứng khoán, thậm chí còn dạy nữa chứ. Andrew cũng thỉnh thoảng xem qua nhưng anh nhận thấy:" Đứa biết thì ngậm miệng ăn tiền, đứa không biết thì huyên thuyên xuyên tâm liên", một số trong bọn họ câu "like" và cũng không loại trừ một số có số lượng người theo dõi nhiều lại là những tay cò mồi. Vụ mấy tay YouTubers xúi người ta mua cổ phiếu của Game Stop là một điển hình. Một số YouTubers người Mỹ có quan hệ bí mật trong việc làm giá để đẩy cổ phiế Game Stop bùng nổ. Có vô số những con nhạn la đà đổ xô mua và giờ thì " chết nửa con người" vì sau khi thổi giá cổ phiếu Game Stop bùng nổ và bán ồ ạt. Công ty và bộ sậu hốt đầy túi thì giá phiếu Game Stop rớt đụng sàn. Đây chỉ là một vụ điển hình, còn bao nhiêu vụ đầu cơ đẩy giá để bán tháo hay mua vào tinh vi hơn hoặc không lộ ra, những kẻ tay trong hớt tay trên của thiên hạ nhiều lắm, vụ bà Stewart cũng là một tiêu biểu. Mình không phải dân chuyên nghiệp, chỉ là tay chơi tài tử , không thể nào đem cả vốn liếng mồ hôi nước mắt đặt cược vào cuộc chơi này, liều mạng e có ngày ra đường làm ăn mày!

Linda không nói gì, con nhỏ Stephanie cũng chào và quay lưng đi, có lẽ nó đi đón thằng bạn trai châu Á của nó để đi ăn trưa và quần cho thằng nhỏ một trận ra trò trưa nay. Andrew nói với Linda:

- Con nhỏ đó nó nói chuyện với bạn trai của nó và vô tình tiết lộ thằng ấy tuần rồi hốt một cú lớn, có lẽ thằng bồ của con nhỏ là một tay chơi chứng khoán chuyên nghiệp, nhờ thế mà có tiền ăn chơi và bao ghệ Mỹ.

Linda nghe thế vẻ mặt tươi hẳn, cô ấy rất mê chứng khoán, tuy nhiên cũng chỉ là chơi tài tử, vả lại Andrew kìm chế, không cho cô ta tung hết vốn liếng vô cổ phiếu. Linda bưng ly cappucino của Andrew chiêu một ngụm rồi khen:

- Thơm quá, em chưa bao giờ uống cà phê, hổng biết cà phê Việt và cà phê Mỹ có khác gì nhau?

- Cà phê Việt rất đậm và mạnh, uống vào kích thích tim đập nhanh, bụng cồn cào. Cà phê Mỹ đã lọc bớt cafein nên nhẹ, không kích thích mạnh. Anh giờ quen uống cà phê Mỹ, cà phê Việt uống hổng nổi, uống cà phê Việt một ly là say, cả ngày cứ ngầy ngật tần quần, không muốn ăn uống gì nữa.

Ngưng một lát, Andrew tiếp:

- Giá cổ phiếu của Starbuck này cũng mấy chục đồng một share đấy em, tài sản của nó mấy mươi tỉ, tuy nhiên tài sản ròng và tài sản cổ phiếu chiếm bao nhiêu phần trăm thì không ai biết được. Bởi vậy khi giá cổ phiếu lên thì tài sản tăng vọt còn khi cổ phiếu rớt thì tài sản cũng xuống thê thảm. Với hạng tép riu thì dễ dàng phá sản, với những thương hiệu lớn hoặc lớn đến độ không thể để phá sản thì có chính phủ trợ giúp, thậm chí những công ty quá lớn ấy chính phủ không thể để cho nó phá sản. Chính phủ cứu nó bằng mọi cách, tỷ như công ty Ford, bưu điện, hỏa xa , Boeing… có một điều các công ty ấy dù lời hay lỗ thì các giám đốc điều hành (CEO) đều lãnh lương và thưởng hàng chục triệu đô, lời thì chia nhau ăn, lỗ thì lấy thuế dân trợ giúp.

Linda lý luận:

- Thời đại hôm nay là thời đại công nghệ và chứng khoán, chỉ có chứng khoán mới mau giàu và sống nổi trong xã hội hiện đại. Anh thấy đấy, dân làm nail giờ cũng chơi chứng khoán rần rần mặc dù trình độ không bao nhiêu, hiểu biết và kinh tế và xã hội rất ít... vậy mà họ ào ạt mở trương mục chơi chứng khoán, giờ chơi chứng khoán là một làn sóng mới, một phong trào.

- Thì người biết chỉ bày người chưa biết, người trong nhà chỉ cho nhau, hoặc là đu theo. Nhưng em cũng thấy đấy, có mấy ai thành công? Đại đa số vẫn ngày ngày đắp móng chà chân mà kiếm ăn, khổ nỗi có người đem công sức làm bao nhiêu năm mua cổ phiếu để rồi vò đầu bứt tóc than: "bòn đứa dại đãi đứa khôn". Ngày xưa có câu ngạn ngữ: "đường nào cũng về La Mã" ngày nay có ngạn ngữ mới: "đường nào cũng về Wall Street". Anh nói cho em nghe, người nông dân ở châu Á, nam Mỹ, châu Phi...làm ra một tấn cà phê phải chịu bao nhiêu khổ nhọc, nhiều bất trắc rủi ro nhưng giá cả bao nhiêu thì do thị trường chứng khoán quyết định, sau ấy thì bọn trung gian mua bán và xuất nhập khẩu làm giá một lần nữa, cái người nông dân nhận được lệ thuộc vào mức độ làm giá của bọn họ. Người nông dân sản xuất ra sản phẩm nhưng họ không có quyền quyết định giá cả. Thị trường chứng khoán ghê gớm lắm, nó không sản xuất ra sản phẩm hàng hóa gì cả nhưng nó toàn quyền quyết định giá cả sản phẩm. Biểu đồ chứng khoán là cái nhiệt kế đo tình hình kinh tế, thậm chí còn cho biết tình hình xã hội chính trị nữa. Tất cả có liên đới nhau, mắc mứu nhau, giá cổ phiếu tăng hay tụt cũng đều từ tình hình chính trị, xã hội và kinh tế tác động, chưa kể sự tác động hay làm giá của cò mồi, tay trong hay những chiêu bẩn bí ẩn của chủ đầu tư. Anh không thể và cũng không có can đảm đem hết những đồng tiền mồ hôi sức lực của mình làm ra để mua lấy giá trị ảo tên sóng, trên mạng. Chơi thì chơi, nhưng chừng mực nhỏ nào đó thôi!

- Em cũng vậy, chơi chừng mực thôi, sao dám liều mạng chơi lớn được! Bạn em, com Tracy chơi lớn, nó từng hốt một cú cả mấy trăm ngàn nhưng cũng có khi thua sập mặt, rất bấp bênh, căn bản vẫn là giũa móng.

- Yếu tố may mắn cũng có, việc nhạy bén nắm bắt xu hướng thị trường cũng có, theo dõi sát sao việc đầu tư của các công ty cũng có... Nhưng còn một điều nữa, nếu thua thì không nói làm gì, khi thắng thì tiền thuế lên đến bốn mươi lăm phần trăm hoặc hơn nữa, tùy theo số tiền kiếm được! Chỉ có những tay môi giới mua bán là sống khỏe, thiên hạ thắng thua gì bọn họ cũng có tiền.

Chợt có tiếng "yeah" thật to, mọi người đổ dồn mắt về hướng phát ra âm thanh ấy. Một thanh niên da trắng đang vung nắm tay, vẻ mặt rạng rỡ, mắt vẫn không rời màn hình lap top. Vì anh ta đeo tai nghe nên không biết mình vừa vô tình "yeah". Có lẽ anh ta trúng cổ phiếu. Andrew nhìn Linda cười bảo:

- Rồi, có kẻ hốt được cú lớn đây!

Tranh Đinh Trường Chinh

CON LESLIE

Ngày tháng rụng rơi nhanh, quanh qua quẩn lại năm hết tết đến, thời gian lúc cuối cũng chính là thời gian của mùa lễ. Không khí giáng sinh rộn ràng từ thôn quê đến thị thành, khắp nơi giăng mắc đèn hoa rực rỡ, phố xá tấp nập khách đi mua sắm, người người tất bật rộn ràng, nhà nhà chuẩn bị đón lễ tết với tất cả sự sung túc mà mình có được. Hãng MITF cũng thế, đèn xanh đỏ nhấp nháy, cây thông nhựa làm bên Tàu được dựng lên, những hộp quà giả to đùng để đầy một góc. Cũng như thông lệ mọi năm, hãng tổ chức bữa ăn cuối cho nhân viên và sau bữa ăn là xổ số may mắn. Ở xứ này việc gì cũng xổ số, ngay cả chương trình di dân cũng có xổ số luôn.

Sau bữa ăn này, còn vài ngày nữa thì thằng Joseph bay về Phillipine, thằng Carlos bay về Mễ Tây Cơ, Con Leslie bay về Puerto Rico. Thằng Andrew Jevic ngồi kế bên, hỏi Steven:

- Tụi nó về nước sum họp gia đình, còn mầy thì sao?

- Nước tao ở xa, muốn đi không phải dễ, rất ít cơ hội về vào những dịp cuối năm, vả lại tao cũng mới về quê hôm tháng mười.

- Bao lâu mầy mới về nước mầy một lần?

- Vô chừng lắm, cái đó tùy thuộc vào túi tiền và thời gian, trước lần đi tháng mười vừa rồi thì tao về cách đây cũng đã bảy năm.

- Trời, lâu quá vậy!

- Biết sao được hả mậy? Vé máy bay mắc lắm, riêng tao thì còn bị ràng buộc vợ con và nhiều thứ nữa chứ không chỉ ở tiền. Tao muốn đi, nhớ lắm nhưng không làm sao đi được.

- Nghe nói vật giá ở nước mầy rẻ lắm phải không?

- Ừ, rẻ thật đấy! Một đồng Mỹ kim đổi ra hơn hai mươi lăm ngàn đồng nước tao.

- Trời, kinh khủng quá! Thật khó tưởng tượng nổi.

- Mai mốt hãy đi với tao một chuyến, về bến hưởng lạc thú miền nhiệt đới. Ở nước tao kẻ nào có tiền thì được đối xử như ông hoàng, phục vụ tận giường, thỏa mãn mọi như cầu, được xếp trên trước.

- Tao cũng muốn nhưng cũng sợ, mầy còn nhớ cái vụ thằng Otto Warmbier đi du lịch ở Bắc Hàn không? Thằng đó bị bắt bỏ tù, bị đánh đập và chích thuốc bậy bạ cho chết. Mấy nước Cộng Sản ghê thấy mồ.

- Mầy yên tâm đi, nước tao cũng là Cộng Sản nhưng đã biến chất hoàn toàn rồi, tụi nó giờ giàu kinh khủng lắm, chẳng có đứa nào vô sản đâu. Mầy đến chơi tất nhiên chẳng nói gì đến nhân quyền, tự do, dân chủ thì có gì phải sợ! Hơn nữa mầy mang tiền đến chúng xem mầy như thượng khách, ở nước tao giờ đứa nào có tiền thì đứa đó là vua, tuy nhiên khi hết tiền thì chúng sẽ coi mầy không hơn con chó ghẻ. Tụi Mỹ mầy giờ quê mùa lắm, không đủ đô ăn chơi máu lửa bạo liệt như tụi Cộng con đâu! Tụi nó giờ có vô số trò ăn chơi hưởng thụ nhầy nhụa mà tụi mầy không thể nghĩ ra được. Tụi nó giờ như những ông trời con, những Đặng Mậu Lân của thời đại. Mầy không biết Mậu Lân đâu, để tao nói cho mầy nghe. Mậu Lân là em vợ chúa Trịnh ở nước tao hồi thế kỷ mười bảy, y cậy thế cậy quyền ăn chơi sa đọa, cướp bóc chẳng nể ai, hãm hiếp con nhà lành giữa ban ngày...

Steven còn say sưa nói chuyện về quê mình, về chuyến đi chơi trong tương lai thì con Leslie sà tới cà khịa:

- Tụi bay nói xấu gì tao?

Steven nhìn nó và cười:

- Xấu đẹp gì mầy ơi, tụi tao đang tính mai mốt đi chơi hưởng gió nhiệt đới

- Hả? Thiệt không? Vậy khi nào đi?

- Chỉ mới tính thôi, chưa biết chắc được! Còn mầy thì khi nào sẽ bay về Puerto rico?

- Thứ bảy tuần này

- Tao nghe nói nước mầy đẹp lắm, biển cứ như thiên đường

- Ừ, đẹp thật đấy nhưng nghèo và không có công ăn việc làm, vì vậy mà tụi tao chạy sang Mỹ kiếm sống.

Con Leslie nói thật, nó cũng như những cư dân vùng Nam Mỹ khác, ào ạt nhập cư vào Mỹ để kiếm sống, vào Mỹ bằng bất cứ giá nào và có không ít người bỏ mạng trên đường xâm nhập vào nước Mỹ. Con Leslie cũng như những người Nam Mỹ khác, tướng ngũ đoản, chiều cao chỉ bằng dân mít mình nhưng to xương và bề ngang vì thế trông cục mịch và dáng đi thì lạch bạch như con vịt xiêm, da ngăm đen. Riêng con Leslie thì da sáng hơn, nét mặt đẹp hơn, có nhiều nét Âu, có lẽ dòng giống của nó đã lai tạp từ khi Tây Ban Nha đô hộ cho nên trong máu nó có gene người Âu. Con Leslie cặp bồ với thằng Ronny người El Salvado đã nhiều năm nay, tuy vậy nhiều người trong hãng cứ xì xầm thằng Ronny là dân gay, thế rồi một ngày kia hai đứa chia tay. Thằng Ronny bỏ việc và đi theo phái đoàn truyền giáo Our Mission In the World, nó và nhóm này đi khắp nơi trên thế giới để làm thiện nguyện và truyền đạo. Trước khi gia nhập đoàn truyền giáo, nó vẫn thường tỏ ra rất kính chúa, rất ngoan đạo, rất tích cực trong công việc thiện nguyện ở nhà thờ. Ngày thằng Ronny bỏ việc ra đi, con Leslie vẫn ráo hoảnh không có nét gì tỏ ra buồn, hổng biết nó có chôn giấu nỗi đau trong lòng hay không mà bề ngoài nó tỉnh quá? bởi vậy mọi người bàn tán không ngớt, thậm chí có người còn khẳng định như vậy sẽ tốt hơn cho con Leslie, nếu cứ dây dưa kéo dài càng mệt về sau. Trước khi nghỉ việc, thằng Ronny đề nghị với tụi lãnh đạo để con Leslie thế vào vị trí của nó, lời của nó được đáp ứng, con Leslie khi không trở thành quản đốc mới của mấy chục nhân mạng trong bộ phận lắp ráp linh kiện điện tử. Con Leslie đâu có học hành hay bằng cấp gì, nó làm lâu biết việc và cơ hội may mắn đến với nó thế vào chỗ của thằng Ronny. Người đời thường bảo hay không bằng hên hay thời tới không muốn cũng được là vậy! Con Leslie nhỏ thó lại phải điều động sai xử những thằng to cao như đô vật nên nó có sự e dè kiêng nể thấy rõ. Nó rất nhỏ nhẹ và mềm mỏng chứ hổng dám cà chớn, hễ đụng chuyện không êm là nó đẩy cho văn phòng giải quyết. Thằng Clarence Riley đi trễ về sớm và thường nghỉ ngang xương mà không báo, thế là văn phòng cấm cửa, con Leslie không phải gặp mặt thằng đó nữa. Thằng Zhamarcus làm sai hoài mà cứ cứng đầu cãi, thế là văn phòng kêu lên cho về nhà giữ chó cho vợ, thế là con Leslie tránh phải trực tiếp gây ân oán... còn nhiều vụ như thế nữa, rõ ràng con Leslie mượn tay văn phòng chứ nó không trực tiếp ra mặt. Trong nhóm làm chung có thằng Timothy Bridley nổi bật nhất, nó nổi trội không phải vì làm giỏi hay có trí thông minh hơn người mà là vì nó cao sáu phít rưỡi, nặng ba trăm rưỡi cân Anh. Trông nó lừng lững như ông thần hộ pháp ở mấy đình chùa, to cao vậy nhưng lại hiền như ma sơ và rất vui vẻ. Steven ghẹo nó:

- Mầy qua Hollywood đóng phim vừa nổi tiếng lại có tiền, làm điện tử chi cho uổng!

Thằng Timothy cười hềnh hệch:

- Tao biết mẹ gì diễn xuất mà đóng phim!

- Cần gì diễn xuất, chỉ cần mầy có mặt trong phim là đủ ăn tiền.

Cả đám ôn dịch làm chung cười rần rật, thằng Andrea xía vô:

- Steven, mầy đóng phim với thằng Timothy luôn đi, mầy cũng giống thằng Jacky Chan kia mà.

Thằng Timothy không nói gì, nó cười khùng khục giơ hai tay lên trời trông nó giống y hệt kinh kông trong phim Hollywood. Steven cũng cười:

- Andrea, mầy đừng so sánh tao với thằng Jacky Chan, tao không thích thằng đó, hãy nói tao là anh em với thằng Jet Li.

- Thằng Jacky Chan quá nổi tiếng, sao mầy không thích nó?
- Vì nó là thằng ủng hộ Cộng Sản Tàu, ủng hộ độc tài tàn bạo.

Thằng Andrea vốn đã nghe chuyện hôm trước Steven cự thằng Eddie và giải thích vì sao mình không thích thằng Jacky Chan rồi nên nó cũng nhanh chóng hiểu chuyện.

Steven với con Leslie đứng bên thằng Timothy cứ như hai em bé bên người lớn, có lẽ hai đứa nhỏ con nhất trong nhóm. Steven ngầm so sánh vậy và nảy ra ý ghẹo con Leslie:

- Leslie, mầy ưng thằng Timothy đi, mai mốt con mầy sẽ có cái gene cao to của nó.

Con Leslie cũng tếu một cây, nó lấy hai tay đặt chéo che hạ thân:

- Tao không muốn chết đau đớn, chết thê thảm trên giường.

Cả nhóm cười sặc sụa, cười chảy cả nước mắt, cười thắt cả ruột. Thằng Timothy không biết nói gì, cứ giơ hai tay lên, lắc đầu và cười với vẻ vừa khoái trá vừa chấp nhận lời con Leslie là đúng, nó không ngờ con Leslie cũng chịu giỡn đến như vậy.

Một sáng thứ hai của mấy tuần trước, khi Steven vừa vào hãng, thằng Juno vẫy tay kêu lại, vẻ mặt hầm hè trông khó coi lắm. Nó nói:

- Steven, tao không thích con Leslie, tao ghét con nhỏ đó!
- Tại sao?
- Con Leslie phân biệt, đối xử không công bằng, tụi Mễ thì khác còn với tụi đen tao thì khác.
- Thì nó với tụi Mễ cùng ngôn ngữ, cùng văn hóa, tương đồng về chủng tộc, điều ấy cũng dễ hiểu mà.
- Đây là Mỹ, không phải nước nó, nó phải công bằng mới đúng.
- Trong nhóm này chỉ có mình tao là dân châu Á, tao chịu thiệt hơn cả tụi Mễ và tụi đen như mầy nhưng tao chấp nhận. Con người ta ai mà hổng có sự yêu- ghét và thiên vị. Ngay cả tụi mầy cũng vậy, nhiều khi vi phạm pháp luật rõ ràng nhưng vẫn cứ ăn vạ kêu là

bị kỳ thị, phải chấp nhận những điều không thể chấp nhận, đời là thế!

Thằng Juno vẫn hậm hực bất bình, nó còn định nói thêm về những bằng chứng thiên vị thì con Leslie cũng vừa bước vào. Thằng Juno lập tức cười tươi chi lạ, nó ôm lấy con Leslie chào buổi sáng. Sáng mỗi ngày vẫn thấy thế, giờ lại nghe thằng Juno nói thế, Steven rất ngạc nhiên vì thấy nó vẫn tươi cười đùa giỡn với con Leslie. Cứ mỗi sáng gặp nhau đều ôm xã giao chúc ngày mới tốt lành và nói chuyện rôm rả, ấy vậy mà ngoài vui trong giận, mặt tươi mà bụng bất bình, giận bầm gan mà mặt tỉnh như không, đúng là người biết xã giao, biết kiềm chế cảm xúc, người có bản lãnh ứng xử có khác! Steven thấy thằng Juno như thế rồi tự so với bản thân thì thấy mắc cỡ dễ sợ. Mình chỉ là đứa trẻ con trong xác người lớn, vui buồn, hờn mừng gì cũng lập tức lộ ra; trong bụng có cứt gì cũng hiện hết trên mặt.

Con Leslie đúng là hên thật, thời tới cứ thế mà xơi, khi mới vô chỉ là công nhân thường như mọi người và được thằng Ronny chọn làm tổ trưởng, rồi khi thằng Ronny bỏ việc ra đi thì thay vào chỗ đó. Gần đến cuối năm thì thằng Robert thấy ưng ý, đưa nó lên làm quản lý luôn. Vốn chẳng học hành gì mà trong vòng mấy năm lên như diều gặp gió, cũng phải công nhận nó lanh lẹ, không biết tiếp thu từ đâu mà mọi việc đều làm ngon lành trôi chảy. Mà cũng lạ, cái hãng MITF là hãng công nghệ vệ tinh của một big tech lớn, ấy vậy mà nó cứ như công ty quốc doanh của Cộng Sản. Có qúa nhiều những ban bệ văn phòng nhì nhằng. Có nhiều kẻ chỉ ngồi văn phòng điều hành công việc mà thiếu sự hiểu biết tình hình thực tế của phân xưởng, đặc biệt có rất nhiều cờ đỏ, cờ xanh cả ngày đi tới đi lui chẳng trực tiếp làm việc, đã thế bày vẽ những việc vô thưởng vô phạt gây thêm phiền phức không cần thiết. Cũng may big tech mẹ rót tiền xuống quá nhiều nên hãng cứ chi thoải mái cho những việc và những người trung gian không trực tiếp làm, phải thành thật mà nói những việc và những người trung gian ấy không có cũng chẳng ảnh hưởng gì đến công việc và chất lượng sản phẩm, thậm chí có giảm bớt những người ấy và những vị trí ấy thì công việc của hãng con ngon làng hơn. Steven và những người trong nhóm vẫn thường nói với nhau như vậy. Thằng Andrea cảnh báo:

- Mầy ngậm cái miệng lại, tụi nó nghe được thì mầy chỉ có một đường về nhà giữ con cho vợ. Chuyện nhân sự hay quản lý thế nào là việc của tụi chóp bu, đừng có rảnh háng mà lo chuyện bao đồng.

Cả đám lắc đầu quầy quậy, ai cũng bực mình trước những kẻ trung gian cứ lượn lờ trước mặt chẳng làm gì cả, chịu thôi! Cái thế nó thế, đứa nào ngứa ý, ngứa miệng thì ráng mà chịu hậu quả, cũng may tất cả chỉ xì xầm với nhau chứ chẳng đứa nào đủ can đảm nói công khai.

Thứ sáu của mấy tuần trước trước, trong buổi ăn trưa tại hãng. Con Leslie hỏi Steven:

- Sắp tới lễ, mầy mua quà gì cho vợ?

- Tao chẳng mua gì cả.

- Sao vậy? Bộ hết thương nhau hay sắp ly hôn?

- Không phải, vẫn thương ra rít nhưng có điều là tiền lương của tao vợ tao nắm giữ hết, cô ấy muốn mua gì thì cứ đi mall mà mua.

- Vậy thì đâu có lãng mạn, mầy phải mua quà, phải tạo ra sự ngạc nhiên thì cuộc đời mới thú vị.

- Đành rằng là vậy, nhưng vợ tao cũng như nhiều người vợ gốc mít dân tao thích thế, coi như tuần nào tao cũng mua quà cho vợ. Còn mầy thì sao? Thằng bồ mới tặng gì cho mầy?

- Thằng Khalil Easter mới dắt tao đi mua nhẫn hột xoàn.

Nói xong nó xòe bàn tay khoe chiếc nhẫn trên ngón áp út, chiếc nhẫn trắng, trên mặt có hột xoàn sáng lung linh. Steven nào có biết hột xoàn là gì, có đưa ra đá, thủy tinh, hột giả, hột thật... thì cũng chịu, không làm sao phân biệt được. Có điều thằng Khalil dắt nó ra tiệm kim hoàn mua có giấy chứng nhận của hiệp hội kim hoàn quốc tế thì chắc chắn là hột xoàn thiệt. Con Leslie tự hào:

- Năm cara đó nha mậy, qua tết tụi tao sẽ tổ chức làm đám cưới ở Miami

- Wow! Thật đẹp và lãng mạn, đám cưới ở Miami thì nhất thiên hạ rồi, chúc mừng mầy!

Steven giơ hai ngón cái lên tán thưởng nó, con Leslie cười rạng rỡ sung sướng:

- Yeah! Cảm ơn mầy, biển Miami đẹp nhất trần gian. Biển ở Puerto rico nước tao cũng đẹp lắm nhưng không rộng lớn và giàu có hào nhoáng bằng.

- Nếu đám cưới tổ chức ở thành Ất Lăng thì tao có thể tham dự, còn làm ở dưới Miami thì chắc không đến được rồi.

- Tao hiểu, mầy đừng bận tâm nha.

- Mầy sắp lấy chồng rồi, giờ tao hỏi thiệt nha, hồi mầy còn cặp thằng Ronny mầy thấy có gì khác với thằng Khalil bây giờ không?

- Ý mầy là…

- Ừ, thì mọi người đều nói vậy.

- Quả thật thằng Ronny là gay, biết vậy nhưng tao vẫn yêu nó mới chết chứ! Công bằng mà nói thì thằng Ronny là người đàn ông tốt hơn tất cả những người đàn ông mà tao biết, nó rất chu đáo, tinh tế và chỉnh chu từng li từng tí. Nó bỏ việc và đi theo đoàn truyền giáo để hoàn thành tâm nguyện mà nó hằng mong mỏi, tao cũng buồn và nhứ nó lắm chứ!

- Nếu vậy thì tốt cho cả hai, thằng Ronny giải phóng bản thân nó và nó trả mầy lại cho những người đàn ông đích thực của mầy

- Ừ, có lẽ là vậy!

- Mầy đã làm tình với thằng Ronny và mầy có nhận ra có gì khác chăng?

- Thật sự tao đã ngủ với thăng Ronny nhiều rồi nhưng lúc ấy tao chẳng để ý gì cả, cứ vui hưởng lên đỉnh thôi, giờ tao ăn nằm với thằng Khalil thì tao mới phát hiện ra sự khác biệt. Tao thấy thằng

Ronny cố gắng gồng và có biểu hiện cảm xúc giả tạo gượng gạo. Nó ít khi hôn môi hay đá lưỡi, toàn là tao chủ động. Nó thường xuyên nhắm nghiền mắt hay né không nhìn mắt tao khi làm tình, thời gian ấy tao cứ ngỡ nó là trai nhà lành nên mắc cỡ, giờ gặp thằng Khalil thì tao vỡ lẽ ra là thằng Ronny cố gắng gồng để chìu tao. Đôi khi nó cũng nồng nhiệt trong chăn gối nhưng khác biệt rất xa so với thằng bồ Khalil bây giờ. Thật tình mà nói thằng Ronny vẫn đưa tao lên đỉnh được nhưng tự thâm tâm tao sao vẫn thấy có gì ấy không trọn vẹn, tao vẫn thường ngờ ngợ trong thời gian dài, giờ thì tao hiểu tất cả.

- Nếu thằng Ronny không bỏ việc, vậy mầy vẫn cặp với nó?

- Dĩ nhiên, tao yêu nó mà, tao có nghe nhiều người xì xầm về giới tính của nó nhưng tao thật sự yêu nó, chỉ sau khi ngủ với thằng Khalil thì tao mới phát hiện ra sự khác biệt ấy. Tao yêu thằng Ronny, không biết là chúa xếp đặt hay định mệnh an bài?

- Thằng Khalil có biết chuyện này không?

- Có biết nhưng nó không quan tâm.

Buổi chiều cuối cùng của tuần làm việc cuối năm, mọi người cụng tay ôm nhau chúc một mùa giáng sinh an lành và hẹn gặp lại sau tết dương lịch. Steven chúc Leslie về nước sum họp với gia đình vui vẻ, an toàn.

Chiều lái xe về ngang qua phi trường của thành Ất Lăng, một phi trường lớn và bận rộn nhất thế giới. Steven thấy tấp nập máy bay hạ cánh và cất cánh, mùa lễ cuối năm thì càng bận rộn hơn, máy bay lên xuống dập dìu như xe đò, những chiếc máy bay của nhiều hãng hàng không khác nhau, từ nội địa Cờ Hoa và nhiều nước khác trên thế giới, hầu như các hãng hàng không lớn đều có cửa ở phi trường này. Một chiếc Airbus A380 của hãng Korea Airline vừa mới cất cánh, mũi nó hướng chếch lên đang cố gắng bay lên vượt tầng không. Steven thấy lòng mình chùng xuống, tự dưng tưởng ra những đồng hương gốc mít của mình đang ở trong lòng chiếc máy bay ấy, họ đang vui trên đường bay về quê hương nghỉ lễ như con Leslie.

CÔ MƯỜI

Ông Hương Cả làng Ngọc Thạnh nổi tiếng mát tay, tuy là chức sắc trong làng nhưng người làng ít kêu ông là ông Hương Cả mà họ kêu là thầy hai. Thầy Hai bốc thuốc Nam rất hiệu nghiệm, ai bị bệnh gì cũng tìm tới thầy Hai. Thầy Hai xem mạch và bốc thuốc làm phước chứ chẳng phải lấy tiền.

Thầy Hai có đến chín người con nhưng không hiểu sao người làng chỉ nhắc đến bốn người sau cùng mà ít khi nói về mấy người con lớn, có lẽ bốn người sau có nhiều cá tánh hơn chăng? Cô Sáu Bụng có ngón nghề làm tương chao ngon bá cháy, tiếng đồn khắp nơi. Tương cô sáu ngon, rền, béo, thơm, đậm đà hương vị... Người làng gần xa và các tổng khác đều ghiền, không chỉ người ăn chay mà người ăn mặn cũng thích, bữa cơm mà thiếu chén tương là mất ngon. Người kế là cậu Bảy Tiệm, cậu có tài kinh doanh, mùa mía mua đường, mùa lúa trữ thóc... Đường cậu bảy bán ra tận Hải Phòng, vô Sài Gòn, lên Nam Vang... vì thế mà cậu Bảy giàu có nhất vùng, là tài chủ của địa phương. Cậu tám Tòng thì lại học ngón nghề bốc thuốc xem mạch của ông Hương Cả. Người làng Ngọc Thạnh, Thanh Huy, Đại Hội... gần xa đều rước cậu Tám đi xem mạch. Người con gái út là cô Mười, Thầy Hai cưng cô Mười lắm, muốn gì cũng chìu, dành hết tình thương cho cô Mười. Mà kể cũng lạ, cô Mười hồng giống mấy anh chị mình. Cậu Bảy, cậu Tám cao dong dỏng, da trắng, thanh tú… trong khi ấy cô Mười lại da ngăm ngăm, tướng đậm thấp và chắc nụi. Tuy là con gái út nhưng cô Mười rất cứng rắn, tháo vát chứ hổng có ủy mị, nũng nịu, yếu điệu như những cô con gái út khác. Cô Mười không thích học chữ Nho hay chữ quốc ngữ, ông Hương Cả cố ép nhưng cổ chỉ học qua loa lấy lệ, Cô Mười thích học võ, đi quyền… suốt ngày chạy nhảy rong chơi với bọn con trai nhà ông Ba Tá, Bốn Sự. Thằng Hân lớn nhất trong đám, nó còn dạy cô Mười tập chạy xe thổ mộ, có lần Cô Mười quất roi mạnh quá, lại giật dây cương sai nhịp khiến con ngựa kéo cả cái xe chạy xuống ruộng lúa đầu đình Ngọc Thạnh luôn, bữa đó anh Hân bị ông Ba Tá oánh một trận và còn bị cấm leo lên xe thổ mộ. Cô Mười cũng bị thầy Hai rầy một trận nhưng rồi đâu cũng vào đó, chuyện cũng êm xuôi như bao chuyện khác đã xảy ra. Thầy Hai nói:

- Con gái con đứa gì mà cứ nhổng nhổng như con trai, ai dám rước về làm dâu?

Cô Mười cười hô hố:

- Con hổng làm dâu ai hết, ở nhà với tía thôi!

Thầy Hai nhìn cô Mười cười và lắc đầu:

- Con gái hổng gả để làm mắn hả?

- Con hổng thèm làm dâu ai hết, mai kia tía già con lo cho tía!

- Thôi khỏi, con lo cho con trước đi nha! Ý tứ, thùy mị một chút để rồi tía kiếm mối cho con! Con gái có một thời, bông búp hồng bán bông tàn bán ai mua? Mà tía thấy thằng Hân con nhà Ba Tá cũng được lắm.

Cô mười cười nghặt nghẽo, anh Hân là bạn ruột của cô Mười, tự dưng tía nhắc tới làm cho cô Mười vui hẳn lên.

Anh Hân tướng người cũng rắc chắc, đậm thấp và rất tháo vát, tánh tình thì rất ăn rơ với cô Mười, hồi nào giờ cứ kêu ông với bà chứ chẳng chịu xưng anh em gì hết ráo, mặc dù anh Hân lớn hơn cô Mười cả mươi tuổi. Hai Hân và cô Mười có nghe loáng thoáng là thầy Hai và ông Ba Tá có hứa làm sui, nhiều người cũng đồn vậy và cặp đôi, tuy nhiên anh Hân và cô Mười vẫn cứ tỉnh như ruồi, chẳng coi chuyện đó có gờ ram nào hết. Bữa kia cô Mười kêu anh hai Hân lại:

- Ông có biết gì không? Tía tui muốn làm sui với tía ông đó!

Anh Hai Hân cười cười:

- Vậy bà dzìa làm dzợ tui.

Cô Mười xí một cái dài cả cây số:

- Xí, ai àm thèm làm dzợ ông, mà tui cũng hổng muốn làm dzợ ai hết.

- Vậy bà muốn ở giá sao?

- Tui hổng biết nhưng giờ tui chưa tính.

- Bà tính được gì? Tía bà tính cho bà.

- Bộ ông hổng sợ người ta cười: "chuột sa hũ nếp" hả?

- Bà nghĩ chỉ có nhà thầy Hai giàu? đừng quên nhà ông Ba Tá cũng là cự phú trong làng này à nha!

- Ông thương thầm tui hả? Sao coi bộ khoái cái chuyện hứa làm sui của hai khứa lão vậy?

- Thương gì bà? Tía nói lấy ai thì lấy đại vậy thôi!

Tuy nói vậy nhưng ánh mắt và cử chỉ của Hai Hân thì khác, người tinh ý sẽ thấy Hai Hân có tình ý thương thầm cô Mười. Đi chơi đâu cũng phải có cô Mười, chuyện gì cũng cho cô Mười là nhứt, chỉ cô Mười đánh võ đi quyền, luôn bảo vệ cô Mười, khen cô Mười này nọ. Có lần cô Mười cũng nghi ngờ Hai Hân nên cảnh cáo:

- Tui với ông là bạn trong làng, hổng có thương gì hết ráo à nha!

Hai Hân cười cầu tài:

- Cô Mười muốn sao cũng được.

Hai người vẫn cứ ông bà như hồi nào vậy, cứ nhông nhổng trong làng như còn con nít chứ chưa đủ tuổi lớn. Tuy vậy người làng Ngọc Thạnh vẫn cứ đồn rân cả lên chuyện hứa hôn, người thì nói hai đứa đó hợp rơ ăn ý lấy nhau sẽ thuận vợ thuận chồng, cũng có người lại nói dèm: "cô Mười tánh đàn ông, chắc gì sống hạnh phúc?"...

***

Tháng chạp năm giáp dần, cả làng Ngọc Thạnh râm ran bàn tán chuyện thầy Hai gả cô Mười cho anh Hai Hân con nhà ông Ba Tá. Hổng biết thầy Hai có ép uổng gì không hay chỉ thuyết phục giỏi mà không thấy cô Mười cự lại. Cô Mười vẫn như mọi ngày, chẳng có vẻ gì là sắp về làm dâu nhà ông Ba Tá. Ngày cưới, thầy Hai mặc áo dài xanh đậm chữ thọ, khăn đóng, giày Gia Định... đưa cô Mười sang nhà Ba Tá để làm dâu. Cô Mười mặc áo dài hồng, đội khăn vành vàng có mạng lưới trắng phủ xuống mặt, cũng má phấn môi son nên trông khác hẳn mọi ngày. Bà con trong làng chạy theo coi quá trời, người này chỉ chỏ, người kia chen lấn nhìn cô Mười làm cô dâu. Ai đó nói oang oang:

- Cô Mười mặc áo cô dâu cũng đẹp quá nha!

Tụi con nít bu quanh cứ rần rật chờ pháo nhà ông Ba Tá nổ. Hai Hân đi bên cạnh cô Mười vừa mắc cỡ vừa sung sướng cứ cười cười tùm tỉm, vẻ mặt rất là hãnh diện với mọi người. Tiệc cưới linh đình, kéo dài từ trưa cho tới tận mười giờ đêm, nhạc xập xình rộn cả đầu trên xóm dưới. Hai Hân từ từ nốc cạn rượu mời, rượu phạt, rượu mừng, rượu mớn. Hai Hân tửu lượng có cao nhưng uống cỡ đó thì cũng lè nhè say. Khách khứa chẳng cần biết đêm nay Hai Hân có động phòng nổi hay không, cứ mời lên ly liên tục.

Ba ngày sau Hai Hân lại đưa cô Mười hồi dâu đặng chào và cảm ơn ông Hương Cả, giờ là tía vợ rồi! Cô Mười sau cưới vẫn vậy, gỡ hết áo xống phấn son xuống thì cô dâu lại hiện nguyên là cô Mười, chẳng có chút gì thay đổi, vẫn cứ ông ông bà bà mà chẳng chịu xưng em như người ta. Hai Hân thì giờ cũng có lúc biết kêu cô Mười là em nhưng phần nhiều vẫn là bà, ấy vậy mà chữ bà của Hai Hân nó ngọt lắm nha, nó tình sao ấy. Bà Tư Lượm phàn nàn:

- Con gái con đứa gì mà ăn nói thô quá, hai vợ chồng bay y hệt nhau, sao hổng kêu anh em cho nó tình mà cứ ông ông bà bà như hồi chưa cưới!

Nói thì nói vậy thôi chứ bà Tư Lượm biết cô Mười từ hồi còn con nít. Bà không bằng lòng việc ông Ba Tá hứa làm sui với thầy Hai, tuy nhiên mọi việc trong nhà đều nhất nhất do Ba Tá xếp đặt. Ông đã quyết thì bà Tư Lượm cũng phải chịu thôi. Người ta nói ai có tiền thì người ấy nắm quyền. Bà Tư Lượm về làm vợ Ba Tá cũng là do sự xếp đặt của chính ông. Vợ ông mất sớm, ông thấy nhà Sáu Lầu có cô con gái lớn khá xinh nhưng chưa thấy ai dạm hỏi. Ba Tá nhờ mai mối tới lui vài bận thì Sáu Lầu gả cô Tư Lượm cho Ba Tá. Cô Tư Lượm về làm vợ Ba Tá sướng quá trời, hổng phải làm lụng khổ sở như ở nhà mình. Ba Tá cũng thương Tư Lượm nhưng mọi việc trong nhà Ba Tá quản lý hết.

Bà Tư Lượm cũng không ghét gì cô Mười nhưng mẹ chồng nàng dâu đôi khi cũng có lời qua tiếng lại, Cô Mười thì tánh tình không được dịu dàng chi mấy, thậm chí còn rất ngang ngay sổ thẳng nên bà Tư Lượm cũng không vừa ý. Có lần bà Tư Lượm sai cô Mười đem rổ trứng gà ra chợ bà Bâu bán, cô Mười đi thẳng ra cổng ông Bốn đổ hết cả rổ trứng gà xuống mương rồi về. Bà Tư Lượm hỏi tiền đâu thì cô Mười nói té mương nên trứng trôi hết rồi. Bà Tư Lượm tức tối la lối ầm ĩ khiến Hai Hân biết chuyện:

- Sao em đổ hết trứng gà của má?

- Má biểu đi bán nhưng cục tức chẹn ngang cổ, thở hổng nổi, tui đổ hết rổ trứng xuống cống ông Bốn vậy mà giờ tan cục tức, nhẹ gì đâu á!

Hai Hân cười như mếu:

- Vậy mà sao hồi đó tui thương bà được, thiệt là hổng hiểu nổi?

Cô Mười đáp:

- Hối hận phải hôn? Nếu hết thương thì tui dzìa nhà tía tui!

Hai hân không trả lời mà quay lưng bước đi một mạch.

***

Cuối năm Bính Thìn, Bảy Tiệm trúng mánh, đường bán giá cao lời khẳm luôn. Bảy Tiệm thương cô Mười, cho cô Mười món tiền lớn. Cô Mười ra chợ bà Bâu mua cho bà Tư Lượm xấp lãnh Mỹ A hảo hạng, ông Ba Tá cái mục kỉnh mới, hàng tây chính hiệu, Hai Hân bộ đồ tây vừa vặn đẹp hết sảy. Mấy bà hàng xén chợ bà Bâu khen:

- Cô Mười thô tháo vậy chứ cũng tình nghĩa quá trời, coi người đừng có nhìn bề ngoài à nha!

Ăn ở nhau có mấy mặt con, Hai Hân đổi tánh, từ thô tháo tự dưng yêu đương lãng mạn, cặp bồ với cô Hai Sự, Hai Sự nhan sắc cũng chẳng hơn gì cô Mười nhưng được cái hiền lành và ngọt ngào. Hai Sự là gái quá lứa mà chưa có ai rước nên Hai Hân mới có cơ hội thậm thụt tới lui. Làng xóm cứ xì xào bàn tán, cô Mười cũng nghe phong phanh nhưng không nghĩ rằng Hai Hân có mèo. Thế rồi Hai Sự có bầu. Giờ thì người Làng Ngọc Thạnh, Thanh Huy, Mỹ Điền, Quy Hội, Quán Cẩm... cười nói bàn tán dữ lắm, ai cũng tưởng phen này cô Mười sẽ làm ầm ĩ lên, sẽ đánh ghen... vì tánh cô Mười xưa nay nổi tiếng nóng như lửa rơm. Nào ngờ cô Mười im lặng, chẳng đá động gì, không làm gì cả, ngay cả một lời chửi rủa cũng không. Người ta ngạc nhiên lắm, càng thêm tò mò, càng thêm pha mắm dặm muối vào câu chuyện. Bà Năm Ròm léo nhéo với mấy bà khác trong làng:

- Đến nước này thì ông Phật cũng giận chứ đừng nói chi người, ấy vậy mà sao con Mười nó im ru vậy ta?

Mấy bà bàn tán mổ xẻ câu chuyện, suy đoán lung tung nhưng chẳng ai cắt nghĩa được sao cô Mười im lặng trong khi bản tánh cô Mười rất nóng và thô tháo. Mấy ông sồn sồn trong làng khi uống vài ba xị đế cũng đem chuyện cô Mười ra cười cợt. Ông Bảy Thà nói:

- Tại cô Mười thô tháo nên thằng Hân mới đi tìm người nhẹ nhàng dịu hiền.

Ông Mười Thập ngửa cổ làm cái ót chung rượu, nêu thắc mắc:

- Người như cô Mười lẽ ra sẽ ghen lồng lộn, đánh ghen dữ lắm mới phải, sao đằng này lại im ru vậy cà?

Ông Chín Cửu gắp cái phao câu trầy trật bèn bỏ đũa lấy tay cầm cạp ngon lành, miệng còn dính mỡ nhầy nhụa nói:

- Ở đời nhiều khi thấy vậy nhưng không phải vậy, khi đụng chuyện mới biết bản chất thật con người. Cô Mười thô tháo tưởng tánh đàn ông nào ngờ có máu trượng phu.

Cả chiều nhậu gật gù tán thưởng lời Chín Cửu, cả đám hò dô dô mấy lượt mừng lời nói hay.

***

Mấy tháng sau cô Mười về thưa chuyện với ông Bảy Tiệm, trong mấy anh em thì Bảy Tiệm thương cô Mười nhất. Bảy Thạnh bèn cắt cho cô Mười một mảnh đất vườn để cất nhà. Nhà cất xong, cô Mười và bốn đứa con về đấy ở. Cô Mười theo Bảy tiệm đi buôn đường khắp nơi, mấy năm sau có được món tiền kha khá cô Mười mua một căn nhà ở chợ bà Bâu và mở tiệm chạp phô, từ đó công việc làm ăn ngày càng phất lên.

Cô Mười ly thân ra riêng thì Hai Hân rước cô Hai Sự về sống chung luôn, hai người có thêm mấy mặt con nữa, tuy ly thân nhưng Hai Hân vẫn chạy tới chạy lui chứ không cắt đứt. Cô Mười cũng vui vẻ như thường chứ chẳng điều tiếng gì, nhà cửa khi cần gì cũng kêu Hai Hân về sửa, việc nhà khi cần có mặt đàn ông thì Hai Hân vẫn đứng ra cáng đáng. Cô Mười cũng không hề nặng nhẹ gì với Hai Sự, người trong làng cứ ngỡ có cuộc chiến nhưng chẳng bao giờ thấy, họ cứ nghi ngờ hổng biết cô Mười có toan tính gì trong đầu sao chẳng thấy lộ ra.

Ngày giỗ ông Ba Tá, cô Mười và cả Hai Sự cùng làm mâm cơm cúng, tuyệt nhiên không có lời qua tiếng lại, cũng chẳng ai thấy mặt nặng mày nhẹ bao giờ. Mấy đứa con cô Mười và con cô Hai Sự cũng nhìn nhận anh em và thân mật với nhau khiến người làng cứ mãi bàn tán gia đạo nhà cô Mười ăn ở vậy mà hay.

Người chợ bà Bâu đồn lung tung là Hai Hân lấy vàng của cô Mười đem cho cô Hai Sự. Mấy đứa con cô Mười nghe được nên sanh nghi, thằng Hùng con lớn của cô Mười hỏi cổ:

- Có phải ba lấy vàng của má đem cho dì Hai Sự?

Cô Mười cười cười không xác nhận cũng chẳng bác bỏ:

- Thôi đi con, nước chỗ đầy chảy xuống chỗ cạn cũng là lẽ thường.

Tranh: Đinh Trường Chinh

GIỖ NHÀ ÔNG PHÓ BỘ DI

Tiếng quết lá gai để làm bánh ít cứ thùm thụp vang lên từ nhà từ đường ông phó bộ, cái âm thanh lụp bụp khi chày giã nện vào khối lá gai gần nhuyễn quện với nước đường sền sệt và bột nếp, cả một cối đầy màu xanh đậm đen lại ngời lên bóng nhẫy vì lớp dầu phộng xoa cho đỡ dính chày dính cối. Bánh ít là món không thể thiếu trong những ngày giỗ của từ đường. Bác Ba gái hỏi anh Quý:

- Mỏi tay chưa con? để mẹ thay cho một lát.

Nói xong bác đứng dậy nhận lấy cái chày từ tay anh Quý, từng chày nện xuống rất nhịp nhàng và dứt khoát. Bác Ba đã ngoài sáu mươi nhưng khỏe khoắn và gân guốc lắm. Người đàn bà nhà quê lam lũ làm lụng luôn tay, rất chắc phác thật thà, đừng tưởng đàn bà mà khi dễ. Bác Ba quết bánh ít dẻo dai khó ai bì kịp. Bác còn khuấy chảo bánh hồng mấy ký lô luôn, làm bánh hồng rất khó, phải khuấy liên tục, nếu không là cháy dính ở đáy nồi. Khi bột làm bánh hồng dẻo và đặc lại thì việc khuấy bánh rất nặng, không phải tay nào cũng khuấy nổi. Ngoài bánh ít, bánh hồng còn có bánh thuẫn, bánh in, bánh bò ba tai... mấy bạn dì, con cô con cậu xúm vào phụ với bác, mỗi người làm một việc, dù chẳng có chỉ huy nhưng mọi việc cứ trôi chảy tự nhiên. Bác ba gái là dâu trưởng của ông phó bộ Di, bác quán xuyến nhà cửa trong ngoài rất chu đáo, giỗ quả, tết tư đều một tay bác xếp đặt cả. Bác về làm vợ bác Đông, con trai trưởng của ông phó bộ Di, dưới bác Đông còn có chú Đức và chú Đại. Tân nghe nói thế chứ chưa bao giờ biết chú Đức, chẳng qua là thấy di ảnh ở trên bàn thờ.

***

Tân lon ton theo chân anh Toàn, anh Tánh lên nhà trên lau chùi khám thờ, khám làm bằng gỗ lim dựa lưng vào tường quay mặt ra sân. Khám thờ hai tầng, sáu gian, gian giữa ở trên thờ Phật, hai bên thờ gì thì Tân không biết. Gian giữa dưới thì thờ bài vị tổ tiên, bên phải thờ cha mẹ ông phó bộ, gian trái thờ ông Táo và những vị nào nữa Tân có nghe nói nhưng chẳng nhớ... Bộ lư đồng và cặp chân đèn sáng choang, hổng biết đánh bóng tự lúc nào.

Sáng hăm ba tháng bảy là ngày giỗ cha ông phó bộ, buổi sáng trời trong xanh, nắng vàng ươm rực rỡ trên cánh đồng làng Phước An. Bà con họ hàng đã tụ tập đông đủ ở từ đường. Dưới bếp rộn ràng làm thức ăn và nấu cỗ, đây là ngày giỗ lớn nhất của họ Nguyễn ở tổng An Huy này. Cha ông phó bộ là tộc trưởng của chi họ Nguyễn, theo lời ông phó bộ thì tổ tiên họ Nguyễn xưa vốn ở vùng Châu Hoan tức Thanh Nghệ ngày nay. Tổ mười mấy đời trước theo quân Nguyễn Huệ vào đàng trong khai hoang lập ấp. Thuở ấy cả tổng An Huy còn hoang vu lắm, cho đến tận bây giờ vẫn còn những vùng hoang hóa âm u như gò Đu, gò Sành, gò Miếng... Họ Nguyễn chiếm đa số ở đây, ngoài họ Nguyễn còn có họ Lê, họ Trần, họ Lý và vài họ người hoa như họ Tạ, họ Diệp, họ Khưu...

Mười giờ sáng thì mân cỗ đã bày biện xong, đèn nến sáng lung linh, hoa quả dâng cúng vừa đẹp lại trang nghiêm. Ông phó bộ Duy mặc quần kaki màu vàng nhạt, áo bốn túi kiểu áo đại cán, cài nút tận cổ, cài cả khuy tay áo. Ông phó bộ quỳ dâng hương trước bài vị tổ tiên khấn:

- Cáo yết tổ tiên, con là Nguyễn Duy, hôm nay con cháu trong họ tụ tập về đây, trước tưởng nhớ tổ tiên sau cúng cơm cho tía. Con cháu thành tâm dâng mân cỗ cùng hương đăng hoa quả, kính mong hương linh tổ tiên về thọ thực hưởng hương. Con cháu đê đầu tạ thâm ân tổ tiên, ngưỡng mong tổ tiên phù hộ con cháu khỏe mạnh, an lạc, trường tồn.

Sau khi cắm nén hương vào bát nhang, ông phó bộ lại quỳ trước di ảnh của tía ở phía bên phải :

- Thưa tía, hôm nay con cháu và họ hàng tụ hợp về đây dự ngày kỵ của tía. Con cháu có mân cỗ dâng lên tổ tiên và tía. Kính mong tía hưởng hương thọ thực. Hương linh tía ở đất Phật có linh thiêng xin phù hộ cho con cháu phát triển trường tồn.

Ông phó bộ niêm hương và khấn vái xong lui xuống. Ông bảy Thạnh, ông chín Phi đồng lễ một lượt, cả hai ông đều mặc áo dài chữ thọ trên nền xanh đậm, đội khăn đóng màu đen. Sau hai ông là đến các bà và sau nữa là lớp con cháu vào lễ lạy trước khám thờ ông Cửu Hương, tía của ông phó bộ. Mọi người lễ lạy xong thì các cụ ngồi uống trà, các bà lăng xăng bày biện chờ tàn nén hương mới hạ cổ nhập tiệc.

Bàn lớn giữa nhà là bàn của mấy ông, mấy bác trong họ. Bàn kế dành cho mấy chú và mấy anh trẻ hơn. Phản gỗ là mâm của các bà các cô, giữa nhà bếp trải bốn chiếc chiếu dọn mâm cho tụi con cháu. Ngày giỗ ông Cửu Hương là ngày tụ tập con cháu và họ hàng đông đủ nhất, mọi người ăn uống vui vẻ, những ai có xích mích nhau cũng tạm gác lại để về ăn giỗ với họ hàng. Ông bảy Thạnh, em ông phó bộ Duy cầm cái chén hột mít, ngửa cổ, một tay che miệng và làm cái ót; cả bên khen ông bảy uống sành điệu, nội cái cách bưng ly và cái âm thanh uống ấy khó ai làm đẹp hơn. Người hổng biết uống thấy ông bảy uống tự dưng cũng phát thèm. Ông bảy hỏi:

- Anh sáu, vụ cái rẫy mía đất thổ sao rồi? Có điều đình được gì không?

Ông phó bộ im lặng, ông chín Phi trả lời thay:

- Vậy coi như xong rồi, điều đình gì nữa. Mình chỉ là con sâu cái kiến, nói nữa e họ khép mình tội chống phá chính quyền.

Cậu năm Định bảo:

- Tình hình chung, nào chỉ có gia tộc mình. Bà hai Nhị ở đầu ngõ có mỗi sào ruộng mà họ cũng lấy và buộc vào hợp tác xã. Nhà ông bốn Tứ có mấy công vườn cũng bị phải vào hợp tác xã... nói chung là hễ có tí đất nào cũng phải vào hợp tác hết ráo.

Rẫy mía đất thổ nhà họ Nguyễn lớn mấy mẫu, nằm sau lưng nhà từ đường vốn thuộc quyền của gia đình ông phó bộ. Người ta buộc phải vào hợp tác xã cho dù ông phó bộ có muốn hay không, cả gia tộc không muốn nhưng không thể làm khác, không thể chống lại. Người ta đã quyết rồi, đây là chính sách của chính quyền. Rẫy mía xưa nay có tiếng tăm trong vùng, mỗi mùa mía cho cả chục tấn đường, giờ cả rẫy mía và ruộng vườn đều vào hợp tác xã, thành của chung, nói khác ra thì mất trắng cả! Họ hàng nhiều người trách trã lời ra tiếng vào vụ mất rẫy mía và ruộng vườn. Ông phó bộ trước sau gì cũng im lặng không một lời phân bua, ông lặng lẽ âm thầm chăm chút phần vườn còn lại quanh từ đường mỗi khi từ thị xã trở về.

Thời Pháp thuộc, ông phó bộ làm thư ký ghi chép sổ sách cho ông xã trưởng, chức danh phó bộ bé tí teo nhưng đất lề quê thói, dân vẫn cứ ghép chức vào tên để gọi nên người đời mới gọi ông là ông phó bộ Di. Thật ra thì tên ông là Duy nhưng dân địa phương chẳng chịu uốn lưỡi, cứ nói phang ngang là Di, rồi riết ông thành tên Di, ông phó bộ Di.

***

Năm ấy Pháp thua trận và đình chiến, nhiều thanh niên trong tổng phải đi ra bắc tập kết, ông phó bộ Di cũng nằm trong số đó, riêng hai ông bảy Thạnh và chín Phi thì trốn ở lại; những tưởng đi hai năm thì về như người ta hứa, nào ngờ mút chỉ cà tha luôn, phải đến hai mươi mốt năm sau mới được về lại quê nhà. Ông phó bộ Di đi tập kết bỏ lại bà Tư Thiện với ba thằng con, thằng Đông thì đã có vợ, còn thằng Đức và thằng Đại thì còn đang tuổi ăn tuổi ngủ. Bà Tư Thiện khá trẻ lại có chút nhan sắc nên tụi hội tề trong ấp o ép dữ lắm. Bà khăng khăng cự tuyệt quyết tâm chờ đợi chồng, bà chờ mòn mỏi trong hai mươi mốt năm trường. Khi ông về thì bà đã luống tuổi, thằng Đức thì đã chết vì tai nạn rớt máy bay, nó vốn là phi công của quân đội quốc gia. Thằng Đại vượt biên không biết sống chết ra sao.

Bà Tư Thiện chờ chồng trong hai mươi mốt năm ròng, ngày ông đi tập kết ra bắc bà như chết nửa con người nhưng vẫn nuôi hy vọng. Ngày ông về thì bà chợt mừng nhưng rồi thất vọng não nề, hai mươi mốt năm chờ đợi hy vọng để rồi ngã gục như cây chuối bị một lưỡi dao bén chém phạt sát gốc. Ông phó bộ về mang theo một bà ngoài ấy cùng với mấy đứa con riêng. Ông chỉ về ghé nhà một tí rồi thôi, ông ở nhà tập thể do nhà nước cấp cho ông với bà vợ bắc. Ông phó bộ chẳng bao giờ nói về cuộc sống hai mươi mốt năm ở ngoài ấy, thỉnh thoảng có tiết lộ vài ý nhưng cũng đủ cho người tinh ý nhận biết là rất khốn khó và khổ sở. Khi phong trào hợp tác xã nổ ra, chính quyền buộc ông phó bộ Di phải làm gương cho làng nước. Thật tình mà nói thì ông phó bộ Di có đồng ý hay không đồng ý gì cũng thế. Họ đã lấy đất, ruộng, vườn của tất cả những ai có để lập hợp tác xã, cả nước này chứ đâu mỗi ở tổng An Huy. Cũng vì việc này mà cậu năm Hưng, em bà tư Thiện thường bóng gió:

- Theo người ta mấy chục năm, giờ bị người ta lấy sạch ruộng, rẫy.

Bữa giỗ ông Hương Cửu, hai đứa con của ông phó bộ Di với bà vợ sau cũng có về dự. Họ hàng anh em trong họ đối xử tử tế như con cháu, chẳng có chút chi phân biệt cả. Duy mẹ của chúng thì không thấy về dự bao giờ, có lẽ điều ấy cũng tốt cho cả hai bên, lòng người dù sao cũng có những nỗi đau khó vượt qua. Nếu bà ấy về ăn giỗ ông Hương Cửu thì ăn nói làm sao với bà Tư Thiện đây? Liệu bà vợ bắc có hiểu nỗi đau chờ chồng trong hai mươi mốt năm trường? Hai mươi mốt năm chiến tranh, ly tán, loạn lạc bà tư Thiện vẫn âm thầm hy vọng trong nỗi tuyệt vọng; rồi còn những khác biệt về văn hóa, tư tưởng, quan điểm... có lẽ ông phó bộ không cho bà vợ sau về từ đường trong ngày giỗ ông Hương Cửu là vậy! Có đôi lần hai đứa con ướm hỏi ông phó bộ Di để mẹ chúng về từ đường lễ lạy nhưng ông thoái thác gạt đi.

    Bàn cỗ mấy ông liên tục nâng ly cụng chén, tiếng nói chuyện râm ran. Ông phó bộ tuy cũng vui với anh em con cháu nhưng vẫn giữ nét lặng lẽ, nói chừng mực, ít khi nào ông nói nhiều, dường như trong ông có sự u uất mà không thể thổ lộ ra. Ông phó bộ Di ở thế kẹt, bị trói buộc một cách vô hình, nói thì đụng bên này, làm thì đụng bên kia. Có những vấn đề ông từng cho là lý tưởng và phục vụ mấy mươi năm, giờ sụp đổ tan tành như ảo mộng. Có những điều lúc trước thấy sao cao cả đẹp thế, giờ mới ngã ngửa ra toàn xạo sự, giả trá và tàn bạo quá. Trước khi về nam, ông cứ đau lòng, tâm tư dày vò vì ở trỏng bị kềm kẹp, đói khát, lạc hậu. Nào ngờ về đến nơi mới thấy chính mình mới là kẻ bị kềm kẹp, đói khát và lạc hậu. Ông phó bộ Di thất vọng não nề, hiện thực hoàn toàn trái ngược với những gì mà người ta nhét vào đầu ông cũng như cấy vào óc người dân ngoài ấy trong hai mươi mốt năm nay. Người ta đút vào tai ông, tọng vào miệng ông, ghép vào não ông những lời gì cần phải nói. Ông và mọi người ngoài ấy chỉ có thể nói những gì được cho phép, nghe những gì đã được duyệt qua, xem những gì người ta cho xem. Ông và mọi người cứ sờ soạng mà dắt díu nhau đi. Khi ông về thấy nhà cửa khang trang, mặc dù vợ đơn thân nhưng vẫn chu đáo gọn gàng, họ hàng khá giả, láng giềng sung túc, ti vi, xe máy, sách báo khắp mọi nơi. Nhìn rộng ra nữa thì cả miền nam trù phú, giàu có, văn hóa văn nghệ vô cùng rực rỡ. Ông đã hoa cả mắt khi nhìn thấy phố xá, khách sạn, hiệu buôn, nhà sách, sạp báo… khi về lại miền nam! Có nằm mơ ông cũng không thể nào tưởng tượng nổi như thế này, hồi mà còn ở ngoài ấy. Ông run run cầm những tờ tạp chí, sách báo trên tay mà không tin ở mắt mình, chao ôi cả một rừng sách báo! Ông đã từng đem cái sự thật này kể cho vài đồng nghiệp ngoài ấy và bị bọn họ cho là ông nói điêu, làm gì có chuyện ấy! Bọn họ còn mắng ông: " lão gàn, lão mới về nam mà đã ăn phải bã của bọn đế quốc nảy sinh tư tưởng hữu khuynh". Kể từ đận ấy, ông im lặng, chẳng bao giờ nói lại chuyện này lần nào nữa. Ông chín Phi đọc được chút ít tâm sự của ông nhưng không thể nào biết hết những gì đang diễn ra trong tâm tư ông. Ông chín Phi thương anh, vừa trách vừa an ủi:

- Anh theo họ mấy chục năm mà giờ chẳng được gì, thật ra thì thân phận người dân như con sâu cái kiến, thời cuộc đẩy đưa trôi dạt chứ làm sao quyết định được đời mình. Năm ấy anh đi rồi, ở nhà cũng khổ sở lắm. Bọn hội tề làm khó o ép trăm điều, nhà có người đi tập kết bị ghi sổ đen, bị theo dõi nghiêm ngặt, bị làm tình làm tội nghiệt ngã lắm. Rồi năm pháp nạn xảy ra vô cùng kinh hoàng và đầy máu lửa. Quê mình là vùng xôi đậu, ngày quốc gia đêm Việt Cộng. Em vừa trốn quân dịch lại phải trốn cả mộ quân của Việt Cộng. Dân vùng xôi đậu kẹt giữa hai làn đạn, đêm đêm em và anh năm Hưng, Bảy Thạnh, tám Bửu phải vào thị trấn ngủ nhờ ở nhà cô Mười. Những năm ấy, đàn ông không ai dám ngủ ở nhà, nửa đêm bọn họ tới bịt mắt dắt đi là coi như tiêu, còn những nhà giàu mà bọn họ đến đòi đóng thuế nuôi quân, nếu đóng ít hay từ chối thì cũng kể như đi mò tôm.

Cô Mười đang ngồi ở phản gỗ với các bà, nghe ông chín Phi nói thế bèn nói với lên:

- Thôi anh chín ơi! Đừng nhắc chuyện cũ nữa, cái gì qua thì cho qua luôn đi, nhắc lại hổng được gì, nhiều khi còn sanh rắc rối bên này bên kia.

Bà Tư Ù bưng ly trà đá quất một hơi cạn nửa ly, thủng thẳng nói:

- Hồi nắm uống cô ca đã đời luôn, ăn đồ hộp Mỹ ngon bá cháy, con nít thì uống toàn sữa guigoz của Đại Hàn nên mập úc núc, trắng phìu dễ thương gì đâu á! Giờ thèm một miếng cũng hổng có.

Bà tư Thiện nhỏ nhẹ:

- Thôi chị ơi! Thời thế giờ khác rồi, nhắc lại chi thêm rầu.

Ông sáu Thạnh ở bàn trên nói:

- Chú chín Phi nói làm tui nhớ, hồi ấy mỗi mùa mía làm ra cả chục tấn đường. Ông bá hộ Thì thầu hết, ổng là vựa đường lớn nhất vùng này. Ổng giới thiệu anh em mình ngủ nhờ suốt mấy năm trời ở nhà cô Mười, em ổng trong thị trấn. Tánh cô Mười rộng rãi, hào sảng, đàn bà nhưng tánh tình rất phóng khoáng và đầy bản lãnh.

Ông năm Hưng móm mém trệu trạo gặm cục gân gà, cục gân coi bộ ngon vậy nhưng khó nhá, nhả ra cũng kỳ, nuốt vô cũng không xong. Ông thò tay túi quần rút khăn mù xoa làm bộ lau miệng vuốt râu nhưng thực tình thì tém cục xương trong khăn, đoạn đưa xuống gầm bàn giũ ra. Việc tưởng không ai hay biết, tuy nhiên không qua được mắt ông phó bộ Di, ông ấy cười nhẹ, nói khẽ:

- Chú lịch lãm và điệu đà, người mình trong này có khác.

Chú tư Cẩn, một người láng giềng thân thuộc, lúc trước có đi lính quốc gia một thời gian ngắn, sau bị thương nên giải ngũ sớm. Chú ấy khen:

- Anh năm Hưng lên Sài Gòn ăn học, trốn quân dịch, ảnh cũng là một tay ăn chơi lịch lãm có tiếng. Hồi thằng Đức làm phi công ở Tân Sơn Nhất, hai bác cháu nó nổi tiếng đẹp trai ăn chơi mát trời ông địa luôn. Ca ve vũ trường quen mặt hết ráo.

Nhắc đến thằng Đức, ông phó bộ Di thoáng trầm ngâm, nỗi đau ngầm trong lòng ông khó có ai biết được, chỉ những người sâu sắc nước đời mới có thể nắm bắt phần nào. Ngày ông đi tập kết, thằng Đức mới chín tuổi và thằng Đại mới bảy tuổi. Thằng Đức học giỏi và được tuyển làm phi công, nó thực hiện được ước mơ bay bổng trên bầu trời. Cuộc chiến ngày càng khốc liệt, những chuyến bay đầy nguy hiểm vì đạn pháo, những chuyến bay đổ quân hay tải thương gặp muôn vàn khó khăn chứ không phải những chuyến bay của giấc mộng tuổi thơ. Một lần tham gia bay tải thương từ chiến trường, chiếc máy bay gặp nạn, thằng Đức lẫn những thương binh trên máy bay đều trở thành tử sĩ cả. Bà tư Thiện hay tin vật vã chết đi sống lại mấy lần, nhiều lúc bà muốn liều chết theo con nhưng bản năng sinh tồn đã giữ bà lại. Bà phải sống, bà còn thằng Đại và còn phải gặp lại ông phó bộ Di, mặc dù cái hy vọng mong manh mờ mịt ấy chẳng biết đến bao giờ mới có thể thành hiện thực. Thi thể phi công Đức được đưa về An Huy để an táng. Họ hàng chọn một mảnh đất thổ mộ bên cạnh rẫy mía vốn đã có nhiều mộ phần của gia tộc ông phó bộ Di. Ngày di quan ra huyệt mộ, quan tài phi công Đức lại bị đứt dây rớt ở gần gò Đu. Bà tư Thiện và nhiều người tin là vong linh Đức chọn chỗ này, nên cuối cùng chôn Đức ở đó. Dân địa phương cứ bàn tán hoài, vì tên Đức nên đứt bóng hai lần, lần đầu rớt máy bay, lần sau rớt khỏi đòn khiêng quan tài. Cũng may là nơi rớt quan tài cũng gần với mả tổ nhà họ Nguyễn. Ngày ông phó bộ Di đi tập kết, thằng Đức chín tuổi, ngày ông về nó chỉ còn di ảnh trên bàn thờ. Họ hàng ai cũng trầm trồ khen thằng Đức giống ông phó bộ Di như đúc, mắt, mũi, miệng... cứ như từ một khuôn sáp. Ông phó bộ Di đứng lặng người hàng tiếng đồng hồ trước di ảnh của thằng Đức.

Trò đời trớ trêu như đùa, như bỡn cợt con người ta, cha con máu mủ ruột rà vậy mà bày ra kẻ bên này người bên kia, dù oái oăm như vậy nhưng cũng còn may phước. Thằng Đức không phải lái máy bay chiến đấu nên không phải bỏ bom lên phần phía ba của nó và ông phó bộ Di cũng không phải là lính phòng không nên cũng không phải chĩa cao xạ lên để bắn vào con mình. Âm đức là cái gì khó biết, không thể thấy hay cảm nhận ấy vậy mà nó vận hành âm thầm thật không sao lường được. Ông phó bộ Di ra thăm mộ thằng Đức, ông ngồi bất động bên mộ nó. Làng nước láng giềng có kẻ thắc mắc:

- Ông ấy ngồi bên mộ thằng Đức âu sầu đau khổ, giả sử thằng Đức còn sống và phải đi tù thì ông ấy sẽ như thế nào?

Thằng Đức dù đã về với tổ tiên nhưng phần mộ nó còn đây, xác thân nó hòa với đất mẹ nhưng còn biết rõ ràng nơi nó an nghỉ. Riêng thằng Đại thì bặt tăm, ông phó bộ Di về nam được ba năm thì thằng Đại vượt biên. Nghe phong thanh nó ra cửa Nhơn Lý và đi cùng với một nhóm người trên một ghe đánh cá. Sau đó thì không còn ai biết tin tức gì nữa. Người thì bảo ghe đó bị chìm vì gặp bão biển, cũng có kẻ thì nói ghe gặp hải tặc Thái Lan nên bị giết toàn bộ. Bà tư Thiện không còn nước mắt khóc con, bà khóc hai mươi mốt năm rồi, giờ lệ đã cạn nhưng nỗi đau của bà thì như nước biển, chẳng thế nào vơi.

Bà hận ông, bà nhớ con đời bà sao toàn những bất hạnh sầu thảm, lẽ ra bà phải được sống hạnh phúc bên chồng con. Bà lên chùa Khánh Lâm quỳ gối trước tôn tượng Bồ tát Quán Thế Âm hàng giờ mà chẳng nói một lời, có lời nào, ngôn ngữ nào đủ để tỏ nỗi lòng của bà? Mỗi chiều bà lại đem hương ra mộ đốt cho thằng Đức, đã bao nhiêu năm rồi nhưng bà vẫn làm thế. Sở dĩ bà không lập ảnh thờ thằng Đại là vì vẫn hy vọng nó còn sống, có thể nó lưu lạc chân trời góc bể nào đó và chỉ mất liên lạc mà thôi! Họ hàng có người trách móc bà sao không nhờ ông phó bộ Di tìm cho nó một chân trong chính quyền, nhiều ông đi tập kết về đều xin cho con cháu làm cán bộ cả mà. Bà chẳng thanh minh thanh nga chi cả. Thằng Đại có gặp ông phó bộ Di vài bận nhưng sau đó nó cũng cảm thấy có một khoảng cách vô hình nào đó, rồi nó rủ rỉ với bà tư Thiện về chuyện vượt biên. Bà khóc mấy đêm liền nhưng không ngăn cản nó, dường như bà cũng đồng tình với cái ý nghĩ vượt biên của thằng Đại, tuy nhiên bà mơ hồ nhận ra một cái nguy cơ mất con, lòng bà lại một lần nữa giằng xé dữ dội. Bà không biết ăn nói làm sao hay phải làm việc gì, mãi cho đến khi có tin báo thằng Đại đã xuống tàu thì bà như đổ sụm xuống. Thằng Đại đi vượt biên mà ông phó bộ Di hoàn toàn không biết, mãi sau này tin đồn rộ lên và trong họ có người báo cho ông, lúc này thì đã muộn.

Ông phó bộ Di thi thoảng mới về thăm mộ thằng Đức, ông vẫn tìm mọi cách, liên lạc với những người quen làm ở biên phòng hoặc bên ngoại giao để tìm tin tức thằng Đại nhưng bặt vô âm tín. Ai bảo đàn ông không biết khóc, người trong họ và cả người làng đã từng thấy ông khóc bên mộ thằng Đức nhưng vội vàng gạt lệ và làm mặt lạnh khi nhác thấy bóng người. Ông cứ xoa xoa tấm bia và vỗ về ngôi mộ xi măng cứ như là vỗ về con người bằng xương thịt. Ông phó bộ Di ở ngoài ấy hai mươi mốt năm, cái tư duy và nhìn nhận của ông khá giống người bắc, năm đầu mới về ông cự tuyệt chuyện cúng bái và chống báng thánh thần dữ lắm. Ông thay đổi nhiều trong mấy năm sau này, nhất là từ ngày thằng Đại vượt biên và mất tích. Họ hàng có không ít lời nói ra nói vào: "phải mất sinh mạng con mới thay đổi được cách nhìn".

Ngày ông phó bộ Di trở về nam, người ta chia cho ông một tòa biệt thự ở trong thị xã nhưng ông không nhận. Bản chất thật thà và tính liêm khiết của ông rất cao, ông không giống như những người đồng chí của ông. Ông chỉ nhận một căn phòng của khu tập thể mà thôi. Nhiều người bảo ông sao không xin cho thằng Đại một chân gì đó trong chính quyền, ông gạt phắt đi. Bạn ông, ông hai Thành cùng đi tập kết có dẫn theo thằng con lớn, giờ nó làm giám đốc sở văn hóa, thằng kế làm giám đốc công ty cao su… Họ hàng trách ông phó bộ Di không thương con, quá lý tưởng hóa những giáo điều mà người ta nhồi nhét trong đầu ông. Có lần ông tâm sự với bảy Thạnh:

- Hồi đi tập kết, thằng Đức và thằng Đại còn nhỏ quá nên không thể dắt theo, bởi vậy hai mốt năm ở ngoài ấy dằn vặt và hối hận vì điều này. Giờ về lại thì mới biết vậy mà hay, may là không dắt theo con ra bắc. Đất nước hòa bình rồi, hết chiến tranh, vậy mà thằng Đức thì vĩnh viễn ra đi, thằng Đại thì chẳng còn tông tích. Chú nghĩ thử tôi phải sống như thế nào đây?

- Anh phải biết! tui hổng dám can dự hay nói bất cứ lời gì. Thời thế nó thế, mình cứ như những con cờ trên bàn cờ, cứ mỗi nước đi sai của người chơi thì số phận những con cờ cũng tàn theo cuộc cờ ấy.

***

Giỗ ông Hương Cửu là giỗ lớn của họ Nguyễn ở tổng An Huy, không chỉ họ hàng con cháu mà có cả những chức sắc trong làng cũng đến dự, nhiều vị cũng có dây mơ rễ má họ hàng với ông phó bộ Di. Những người bên họ bà tư Thiện vốn thông gia với nhà ông phó bộ Di thì cũng chẳng ai xa lạ, đều họ hàng gần xa chia nhánh lâu đời. Bà con trong tổng An Huy vốn là họ hàng từ thuở xa xưa vào đây khai hoang lập ấp. Bởi vậy giỗ ông Hương Cửu như thể một buổi cúng đình nho nhỏ vậy.

Ăn giỗ xong, cậu Đôn và cô Viên con của bà vợ bắc lên trước bàn thờ bái yết ông bà lần nữa trước khi ra về. Cô Viên nhìn di ảnh của Đức trên bàn thờ bảo:

- Anh ba giống bố như đúc.

Cậu Đôn thì nói:

- Bố với ông nội cũng y hệt như hai giọt nước.

Tranh: Đinh Trường Chinh

HỌ NHÀ NẾN

Bóng tối mịt mùng bao phủ không gian, bên trong căn phòng lung linh ánh sáng từ ngọn nến tỏa ra, cái viền vàng hình lưỡi mác bọc lấy tim nến đỏ, ánh sáng phá vỡ màn đêm đen kịt ấy. Ngọn lửa nến âm thầm tỏa sáng, càng sáng bao nhiêu thì thân nến lại hao mòn bấy nhiêu. Những giọt lệ nóng hổi chảy dọc thân nến, đọng lại thành những mảng sáp hồng dưới chân. Đêm càng về khuya, thân nến giờ chỉ còn một phần ngắn, nến biết rằng chẳng mấy chốc nữa thôi nó sẽ lụi tàn, thân hoại mạng chung nhưng nến không hề sợ sệt hay hối tiếc. Nến sinh ra là để cháy sáng, có cháy sáng thì đời nến mới có ý nghĩa và đó cũng là lý do để xuất hiện trên cõi đời này, bằng như nến cứ giữ nguyên vẹn thì có khác gì đá cuội vô tri. Khởi thủy từ đời cụ tổ họ nhà nến đã vậy rồi, cứ thế từng đời, từng đời truyền thừa cho đến hôm nay. Công lao của họ nhà nến xưa giờ bút mực nào kể đủ?

Ngày xưa, khi loài người chưa có xăng dầu, ga hay điện. Loài người sống trong sự tối tăm mù mịt của đêm trường. Họ nhà nến xuất hiện và đã đi tiên phong trong việc khai sáng, đem lại văn minh cho loài người. Họ nhà nến lung linh trong suốt những đêm trường từ cổ đại đến trung đại và cả một phần của thời hiện đại. Nến đã giúp người viết sách, đọc sách và làm bao nhiêu việc trên đời. Họ nhà nến tận hiến cúng dường trên bàn thờ Phật, bàn thờ gia tiên. Họ nhà nến đỏ hoe lệ đổ trên đầu áo quan tiễn người về cõi vĩnh hằng. Họ nhà nến lập lòe hoa chúc trong đêm động phòng của những đôi trẻ thành thân. Cái vòng sanh tử khép kín của đời người, nến có mặt từ sanh đến tử, từ tử đến sanh. Nến có mặt để chúc mừng và cũng có mặt ở lúc tiễn đưa.

Căn phòng lặng lẽ tịch mặt, cảnh vật im lìm, thỉnh thoảng tiếng tí tách từ ngọn lửa nến vọng rất khẽ. Ngọn nến hồng trụ giữa màn đêm như một dũng sĩ giác đấu, ánh sáng của nến đẩy lùi lớp lớp vô minh. Thân nến giờ ngắn lắm rồi, chỉ không đầy canh giờ nữa thôi, nến biết đời nó sắp xong, nói lời văn vẻ một chút thì sứ mệnh của nến sắp hoàn mãn rồi. Đời nến sắp đến phút giây chung cuộc, ngọn nến hồng thì thầm với cây nến trẻ được loài người tạo dáng với hình một tiểu thiên thần:

- Ta sẽ mãn phần trong canh giờ này, ta đã cháy hết mình, đã sống một cuộc đời hữu ích mà không phí một phút giây nào. Khi ta tan vào hư không thì chú em hãy thay ta tiếp tục sứ mệnh của họ nhà nến.

Cây nến trẻ ngập ngừng:

- Tôi không muốn hao mòn xác thân, tôi không muốn cháy sáng để rồi tàn lụi như các vị. Tôi mặc kệ bọn người, bọn họ muốn ánh sáng thì tự mà cháy lấy! Thân thể của tôi đẹp tuyệt như thế này, lẽ nào đem đốt cháy đi? Tại sao tôi phải làm cái việc chẳng có lợi gì cho tôi?

- Ai rồi cũng phải chết, xác thân nào cũng phải tan hoại. Nhỏ nhiệm như phù du vi sinh, lớn như sơn hà đại địa rồi cũng phải tan hoại, vì đây là cõi vô thường. Chú em bây giờ còn trẻ đẹp nhưng rồi cũng sẽ đến lúc hoại đi. Chú em không chịu cháy lên, không chịu làm cái việc cần phải làm chú em vẫn cứ bị hoại như thường. Sứ mệnh họ nhà nến là cháy sáng, có cháy sáng thì đời nến chúng ta mới có ý nghĩa, bằng không thì chỉ là cục sáp vô tri.

- Thưa cụ, đành rằng là vậy, nhưng cứ để những cây nến khác làm nhiệm vụ này. Tôi chỉ muốn nằm ở trên kệ này mà thôi. Tôi mặc kệ loài người và cũng chẳng quan tâm đến cái sứ mệnh nghiệt ngã đó. Tôi được cậu chủ cưng như một món đồ quý, thỉnh thoảng cậu chủ nâng niu và ngửi rồi khen thơm quá. Tôi cũng biết họ nhà nến sinh ra là để cháy sáng nhưng cứ xem như tôi là một ngoại lệ đặc biệt chỉ để chưng, chỉ để người đời như cậu chủ ngắm nghía là cũng vui rồi.

- Có sanh thì ắt có tử, tử để rồi sanh, nếu chú em không cháy sáng thì đời chú em chẳng có ý nghĩa gì và cũng chẳng lợi lộc gì cho đời. Sẽ có một lúc nào đó cậu chủ dọn dẹp sẽ đem vất những thứ cũ kỹ, cũng có thể chú em sẽ bị tiêu hao vì vô số lý do như: chuột gặm, nóng chảy, vật nặng đè bẹp...Nếu đời chú bị diệt vì những lý do này thì vô nghĩa quá, lúc đó chú em có hối hận thì cũng muộn rồi!

Ngọn lửa leo lét sắp tàn, thân nến chỉ còn chừng một lóng tay em bé, nói đến đây thì lặng lẽ trầm ngâm. Cây nến thiên thần trẻ cũng im lặng ra vẻ đăm chiêu. Thời gian như ngưng đọng lại, không gian xung quanh ngoài vùng sáng của nến đặc quánh vì màn đêm, chỉ có vùng sáng quanh ngọn nến vô cùng ảo diệu như một vùng cổ tích hiển hiện ở thế gian này. Ở bên gian phòng thờ, lọ nến thơm trước tôn tượng Thế Tôn vẫn ngày đêm tỏa sáng và tỏa hương. Lọ nến cũng chỉ còn phân nửa, cậu chủ thỉnh thoảng đến cắt bớt tim để ngọn lửa không phụt cao. Lọ nến vô cùng hoan hỷ và cung kính cúng dường Thế Tôn, cúng dường chư Phật, chư Bồ Tát, chư hiền thánh ba đời mười phương. Lọ nến nghe trọn cuộc đối đáp của cụ nến và cây nến trẻ bèn cất lời từ tốn:

- Cậu em tuy giờ trẻ đẹp nhưng cái đẹp phù du huyễn hoặc. Cậu em thử nghĩ xem thế gian này có gì là thật đâu, tất cả chỉ là duyên hợp mà thành. Họ nhà nến chúng ta cũng thế, chỉ đơn giản là những nguyên tử paraffin hợp lại, mà đã hợp thì sẽ tan. Cậu em trẻ đẹp nhưng cái xác thân không thật thì cái đẹp thật được sao? Cái đẹp thật và có ý nghĩa chính là ở sự cháy lên, dù cháy lên ở đâu và với mục đích gì. Sứ mệnh chúng ta phải cháy lên, cháy đến phút giây cuối cùng, có như thế chúng ta mới hãnh diện là họ nhà nến.

Cây nến trẻ vẫn khăng khăng:

- Tôi còn trẻ, tôi phải sống để hưởng thụ. Sứ mệnh gì đấy tôi không quan tâm, mai kia già hẳng hay.

Lọ nến thơm trên bàn thờ Phật không nói gì thêm, lặng lẽ tỏa ánh sáng dìu dịu, ngọn lửa liu riu dường như chiêm ngưỡng tôn tượng Thế Tôn đang thiền định, mùi hương Vanilla tỏa nhè nhẹ khắp nhà. Đây là cái mùi thơm mà cậu chủ rất thích. Lọ nến này là sự tiếp nối, trước đó đã từng có những lọ nến thơm mùi cam, chanh, kim ngân, caramel, pineapple, hyacinth… Hiện trên kệ cũng còn rất nhiều những lọ nến khác đang sẵn sàng tiếp nối khi lọ nến vanilla kết thúc. Cậu chủ rất yêu thích nến, đi đâu cũng để tâm sưu tầm nến đem về nhà. Cây nến hình thiên thần trẻ kia cũng chỉ là một trong nhiều loại nến ở trên kệ. Sở dĩ cây nến ấy còn tồn tại là vì có dáng đẹp nên cậu chủ ưu ái để dành lâu hơn, có lẽ cũng vì thế mà cây nến trẻ ấy sanh tâm ngã mạn cống cao, tự phụ cho mình hơn đồng loại, một sự kiêu hãnh đầy vô minh. Cây nến trẻ liếc quanh căn phòng, không chỉ trên kệ này mà còn nhiều chỗ khác nữa, họ nhà nến có mặt rất nhiều. Những lọ nến thơm to nhỏ đủ kiểu cách và màu sắc, những thương hiệu nến từ bình dân đến quý tộc cũng góp đủ mặt, những loại sáp với sắc màu khác nhau tương ứng với mùi thơm mà lọ nến ngậm hương. Rồi lại có những loại nến được đúc khuôn với muôn hình vạn trạng từ hình hoa quả, chim muông, động vật cho đến cả hình dáng của thiên thần trông vô cùng đẹp và sinh động. Họ nhà nến ở trong căn nhà này vốn có xuất xứ từ khắp các quốc trên thế giới, bọn họ sum họp ở đây để chờ ngày tiếp nối cháy sáng. Cây nến trẻ vừa thấy thích thú nhìn họ hàng đông đúc vừa tự phụ cao hơn đồng loại. Cậu chủ thì khỏi phải nói rồi, cậu mê những cây nến này, nâng niu như vật quý. Có đôi khi cây nến trẻ nghĩ thầm;"Những loại nến với hình thù đẹp như vậy, nỡ nào đem thắp sáng để rồi tiêu tan mất, uổng cả cái thân đẹp như thế này!" cây nến trẻ chỉ nghĩ thầm thế thôi chứ chẳng nói ra lời. Nào ngờ cây nến thơm hình trái thơm cười khúc khích, dường như nó có tha tâm thông nên đọc được ý nghĩ nội tâm của Chú nến trẻ kia:

- Chú em lầm rồi, không hề uổng phí tí nào, thậm chí còn ngược lại nữa là khác, có cháy sáng mới là sống, có cháy sáng thì đời ta mới có ý nghĩa, bằng như cứ nằm trơ trơ trên kệ này thì vô vị lắm! Ở đời có những cái chết rực rỡ và cũng có những kiếp sống nhạt nhẽo vô cùng. Họ nhà nến chúng ta có truyền thống sống đẹp chết sáng, tận hiến ánh sáng và cả hương thơm cho đời.

Chú nến trẻ vẫn cứng cỏi:

- Tại sao phải là chúng ta? Tại sao không phải là những kẻ khác? Tại sao chúng ta phải cháy sáng để kẻ khác hưởng ánh sáng? Họ hưởng ánh sáng của chúng ta rồi một lời cảm ơn cũng không có. Tôi không chấp nhận sự bất công, cần phải thay đổi cái lối mặc định này!

Một cây nến trắng mà loài người thường thân mật gọi là bạch lạp, nó khiêm nhường ở giữa những cây nến và hũ nến:

- Mỗi loài có một vị trí và chức năng khác nhau, đã sanh vì nghiệp duyên thì phải sống theo nghiệp duyên. Đến như đá cuội còn có chức năng riêng của nó, nó làm bổn phận của nó mà có hề than trách chi đâu. Họ nhà nến của chúng ta vốn sinh ra là để cháy sáng, đó không chỉ là bổn phận mà còn là vinh dự của chúng ta, có cháy sáng thì ta mới là ta.

Chú nến trẻ cà khịa:

- Tôi thấy chẳng có ai thắp bạch lạp trên bàn thờ Phật hay bàn thờ gia tiên, có chăng ở giáo đường thiên chúa, điều ấy có đúng chăng?

- Chú em nói đúng! Ấy chẳng qua là tập tục thói quen của mọi người, cái quan niệm có khi đúng có khi sai, đó là việc của loài người, còn chức năng của họ nhà nến chúng ta thì như nhau. Nến trắng, nến đỏ, nến vàng hay bất cứ màu sắc nào cũng đều có thể dâng tặng ánh sáng. Bạch lạp xưa từng thắp sáng chốn hoàng cung, trên những bàn tiệc, những lâu đài của giới quý tộc châu Âu. Bạch lạp thắp sáng trong giáo đường thiên chúa, cung hiến ánh sáng lên thiên chúa và các thánh thần, há chẳng phải vinh dự sao?

Chú nến trẻ không biết nói năng gì nữa, bao nhiêu lời lẽ lý luận của chú ta bị bác bỏ. Chú ta đuối lý, trong phút giây này đành im lặng, tuy vẫn còn ấm ức nhưng những lời đầy trí tuệ và tình cảm của anh em nhà nến đã tác động vào tâm tư chú ta. Một cây nến đỏ khác, kiểu dáng truyền thống gầy khẳng khiu, nằm ở tầng dưới của kệ lên tiếng:

- Chú em có tánh phân biệt, hãy mở rộng tầm nhìn một chút, cúng dường hay dâng hiến cũng đều thắp sáng cả, rất thiêng liêng. Như tôi đây, tuy thân phận tầm thường rẻ tiền hơn chú và đồng loại, không có mùi thơm nhưng tôi và tổ tiên từ xưa đến giờ luôn kính tiễn người đi, mỗi khi có người qua đời. Chúng tôi luôn cháy trên đầu áo quan, ngọn lửa nến làm cho người sống an tâm tin tưởng vào sự linh thiêng mầu nhiệm của sự gia hộ độ trì, ngọn nến cháy sáng dẫn đường cho vong linh hay hương linh người chết đi vào một cảnh giới an lành tốt đẹp hơn. Tang lễ không thể thiếu ngọn nến đỏ của chúng tôi, chúng tôi cháy sáng, thân thể tiêu hoại và rồi đời sẽ lãng quên nhưng không hề gì. Chúng tôi đã sống hết mình, đã cháy sáng trọn kiếp nến.

Đến đây thì nhuệ khí của chú nến trẻ đã hạ thấp lắm rồi, không còn dương dương tự đắc như lúc ban đầu, ít nhiều chú ta đã thấm thía bài học của các vị tiền bối lẫn bạn đồng trang lứa. Chú đã thấy cái giá trị thật ở sự cháy sáng chứ không phải nằm chưng trên kệ, tuy nhiên cái tôi vẫn còn to:

- Mình cháy sáng dâng hiến cho người đời mà người đời không biết đến công lao của mình thì dâng hiến làm chi? Thiệt cho mình quá!

Cây nến đỏ cười độ lượng:

- Không hề vô ích, chúng ta cháy sáng mang lại ý nghĩa lớn cho chính chúng ta, người đời biết hay không biết đến là việc của họ. Mình cháy sáng mà cái tâm ta vướng còn có cái cháy sáng, có đối tượng hưởng sáng, có cái sáng để dâng hiến thì xem ra không phải là họ nến rồi!

Một cặp nến to tướng, trên thân đắp nổi rồng phượng theo truyền thống phương đông, loại nến này ít thấy tùy tiện đốt lên, ngày thường chẳng thấy ai xài. Nến này rất đặc biệt, chỉ dùng trong dịp lễ cưới hỏi, nến thắp lên để cáo yết tổ tiên ông bà về việc hôn sự của con cái, sau đó thì người mẹ hoặc người đỡ đầu sẽ cầm cặp nến này dắt đôi trẻ vào căn phòng dành cho việc động phòng, hai ngọn nến này cháy sáng trong đêm thành thân của tân lang và tân nương. Người phương tây không ai biết loại nến này cũng như chức năng của nó. Hai cây nến này cậu chủ sưu tầm cho đủ bộ chứ ngày động phòng hoa chúc của cậu chủ đã qua từ lâu rồi. Cặp nến rồng phụng này nằm đây chúng kiến bao nhiêu thế hệ nhà nến đến rồi đi. Nó nghe cây nến trẻ kia lý sự nên thấy cần phải khai trí cho chú ta một tí:

- Cụ nến đỏ cháy sáng trên đầu áo quan là để tiễn người đi, dùng trong tang lễ nên có thể gọi là tử nến. Còn tôi đây dùng trong ngày lễ cưới thành thân của chú rể và cô dâu nên cũng có thể gọi là sinh nến, vì lễ thành thân là sự kết hợp âm dương, là sự tiếp nối dòng đời. Tử, sinh vốn tương tục, dòng tử sanh bất tận. Họ nhà nến chúng ta vinh dự được cháy sáng trong vòng đời của loài người. Loài người từ sanh đến tử, từ tử đến sanh đều có ngọn nến chứng tri. Cái vòng sanh tử khép tròn, điểm đầu cũng là điểm cuối, mười hai mắc xích trong vòng sanh tử ấy có ai phân biệt được bao giờ, chỉ có những bậc chứng đắc mới phá vỡ được mắc xích của dòng sanh tử. Họ nhà nến chúng ta có mặt trong những thời khắc quan trọng của đời người và họ nhà nến chúng ta cũng nằm trong cái quy luật thành – trụ- hoại- không không khác gì vạn vật muôn loài ở thế gian này! Chú em không thể cưỡng lại, mà cưỡng lại để làm gì? Đời nến phải cháy sáng, không cháy sáng sao gọi là nến được!

Cây nến trẻ tỏ rõ sự hoang mang:

- Nhưng cháy sáng để tàn lụi thì ghê quá!

- Có gì ghê đâu? Khi chúng mình cháy sáng, ánh sáng đẩy lùi bóng đen, ánh sáng hòa ánh sáng, đó là sự hạnh phúc tuyệt vời, những phân tử vật chất của chúng ta sẽ hòa vào không khí. Vật chất cấu tạo nên hình tướng vốn từ những nguyên tử nhỏ nhất, chúng ta tan hoại đi, loài người lại chế ra chúng ta bằng cách tập hợp những phân tử nhỏ nhất. Thấy thì có sanh có tử nhưng thật ra nào có sanh tử chi đâu, chẳng qua là sự biến dạng thay đổi từ hình thức vật chất này sang hình thức vật chất khác mà thôi!

Cụ nến đỏ gầy nhom, cụ vốn là tổ của họ nhà nến, từ xa xưa cụ đã từng giúp loài người thắp sáng đêm trường. Cụ đã hiện diện trong những lồng đèn để chưng hay những lồng đèn để giúp người đi đường trong đêm tối. Cụ giúp loài người vượt qua đêm trường, soi đường cho loài người đi, dù là người ở phương đông hay phương tây. Những đêm trung thu hay những lễ hội nhờ có nến mà trở nên đẹp như huyền thoại. Cụ nến đỏ là hình ảnh mẫu mực, là truyền thống của họ nhà nến. Nãy giờ cụ lắng nghe toàn bộ câu chuyện của chú nến trẻ và những loại nến khác, đợi đến lúc này cụ mới khẽ tằng hắng:

- Họ nhà nến chúng ta gắn bó với loài người từ xa xưa, thời trung cổ là lúc huy hoàng nhất của cả họ, lúc ấy sự hữu dụng của chúng ta lên cao tột đỉnh. Loài người từ đông sang tây ai ai cũng cần nến. Nến thắp trong hoàng cung, giáo đường, chùa chiền, dinh thự cho chí nhà dân thường. Thuở ấy nến là nguồn sáng vô cùng thiết yếu, dùng trong việc tế lễ, sáng tạo nghệ thuật, sinh sống đời thường. Giả sử đêm trường trung cổ mà không có họ nhà nến chúng ta thì cung vua, lâu đài quý tộc hay lều cỏ nhà dân sẽ tối tăm mù mịt có khác chi hang ổ cầm thú. Bởi thế mà trong tâm thức của loài người, hình ảnh họ nhà nến chúng ta rất thiêng liệng lại rất gần gũi thân thương. Loài người còn có tâm linh thì họ sẽ không bao giờ quên chúng ta. Sau này loài người chế ra được dầu, điện thì họ nhà nến chúng ta dần mất vị thế ban đầu, không còn là nguồn sáng quan trọng nữa, tuy nhiên về mặt tâm linh thì ngọn nến chúng ta vẫn có một vai trò thiêng liêng không thể thiếu, cho dù là ở chùa chiền, đền đài, thánh thất hay những buổi lễ nguyện cầu, tưởng niệm...Ngay ở trong nhà dân, chúng ta vẫn trang trọng trên bàn thờ Phật, bàn thờ gia tiên. Ánh điện tuy sáng và tiện lợi nhưng không thể thay thế chúng ta về mặt ý nghĩa tâm linh.

Cụ nến đỏ dứt lời, một cây nến khác cũng giống y hệt cụ, có lẽ cùng từ một khuôn ra. Cây nến tằng hắng nhẹ:

- Các bạn trẻ trưởng thành ở đây, thụ hưởng văn minh phương tây, sử dụng khoa học kỹ thuật tân tiến của phương tây, có lẽ các bạn trẻ không biết gì về phương đông vớ những truyền thống rất huyền diệu. Họ nhà nến chúng ta vốn gắn bó với truyền thống phương đông rất lâu đời. Ở đây còn có một chi nhánh nhỏ họ nhà nến chúng ta, hiện nay vẫn còn tồn tại nhưng rất ít người biết, người phương tây lại càng không biết đến. Xứ Giao Châu ở vùng viễn đông xa xôi ấy, những người anh em nến của chúng ta vốn sinh ra với thân hình to lớn, cứ như những cột Gothic ở đền thờ Pantheon vậy. Những cây nến khổng lồ ấy ngày đêm âm thầm cháy sáng trong những ngôi chùa Miên, cháy liên tục từ năm này qua năm khác. Đây là một điều vô cùng vi diệu, nói ra khó tin nhưng lại là sự thật, Người phương tây chưa từng biết đến, các bạn trẻ của họ nến chúng ta cũng không mấy người biết. Thật vinh dự và tự hào về những người anh em khổng lồ của họ nhà nến.

Cả bọn nến xôn xao hẳn lên, bao nhiêu lời trầm trồ kinh ngạc, những đôi mắt mở to, ngọn lửa của lọ nến thơm trên bàn thờ Phật cháy bừng lên cứ như thế đột ngột bị phấn kích. Cây nến trẻ hình thiên thần lặng cả người, lần đầu trong đời nó được biết ngoài những loại nến thông thường quanh đây, nó còn có người anh em khổng lồ ở tận phương đông xa xôi kia. Nó chưa từng biết mặt và không biết có khi nào được gặp những người anh em ấy không. Nó bâng khuâng, những lời nói của cây nến ấy cứ vọng trong tâm nó. Nó đưa mắt nhìn một lượt những người anh em, những bậc trưởng thượng có mặt ở trong căn phòng này.

Cụ nến đỏ ho khục khặc làm cho ngọn lửa lung lay, ánh sáng in hình những vật dụng trong phòng lên tường, giây lát sau cụ lại tiếp:

- Loài người càng văn mình tân tiến, họ nhà nến chúng ta cũng được thơm lây, ngày xưa quanh đi quẩn lại cũng chỉ là những cây nến hình trụ tròn, giờ thì hình dáng vô cùng đa dạng, đã thế màu sắc cũng đẹp mắt và mùi thơm thì quá tuyệt vời. Loài người chế ra những mùi hương mà ngay cả trong thiên nhiên chưa hề có, hoặc là họ pha trộn nhiều loại hương lại với nhau. Họ nhà nến chúng ta ngày nay phong phú lắm, âu cũng là sự tương tức tương sinh. Họ chế thêm những dòng nến mới, rồi chúng ta lại cháy sáng dâng ánh sáng và hương cho họ. Họ tạo ra chúng ta và chúng ta thì hỗ trợ họ tối đa về mặt tâm linh. Tận hiến vốn là truyền thống xưa nay của họ nhà nến chúng ta. Thời đại hôm nay truyền thống cần có văn minh hiện đại, cả hai kết hợp hài hòa nhau. Hiện đại mà thiếu truyền thống thì vô hồn, truyền thống mà không hiện đại thì cứng nhắc chết khô và lạc điệu mất đi thôi!

Cụ nến dứt lời, một nhóm nến tí hon dùng để cắm trên bánh sinh nhật hát vang ca khúc mừng sinh nhật của chú nến trẻ kia. Chúng cười khúc khích vây quanh cây nến trẻ hình thiên thần, cây nến trẻ cũng hát theo điệp khúc bản nhạc sinh nhật kia. Những hũ nến thơm, những loại nến mang hình thú, những cây nến theo thể thức truyền thống… cùng hoan hỷ tỏa hương dù rằng tim nến chưa được đốt lên. Riêng lọ nến thơm trên bàn thờ Phật cười nhẹ an nhiên như thể nụ cười niêm hoa của Thế Tôn, ngọn lửa liu riu tỏa một vừng sáng mà người ngoài bước vào căn phòng cứ ngỡ hào quang của tôn tượng Phật, mùi hương từ nến loang cả không gian của ngôi nhà.

LẠC TRONG BIỂN THÌ CÔ ĐƠN LẮM

Nằm trong lòng Nhân, Ngân cuộn tròn như chú mèo con, mặt dụi vào ngực để tìm hơi ấm và ngửi mùi thân thể người yêu. Mặt trời lên cao, ánh sáng xuyên qua khung cửa kiếng lớn của căn phòng., không còn ngủ nữa nhưng cả hai luyến tiếc mộng đẹp nên chưa muốn dậy. Với Ngân, đây là những phút giây tuyệt vời nhất của cô, dù đời có bận rộn và mệt thế nào đi nữa nhưng mỗi khi về ngủ với Nhân thì cô thấy đời mới tuyệt vời làm sao. Cô chẳng mong ước gì hơn là hàng đêm nằm trong lòng Nhân là cô mãn nguyện lắm rồi. Nhân và Ngân yêu nhau đã lâu nhưng chưa thấy động tịnh gì đến chuyện trăm năm. Nhân vẫn thường bảo:

- Giấy hôn thú chỉ để hợp thức hóa trên mặt pháp lý, nhẫn cưới là hình thức của người phương Tây. Dân Việt từ ngàn xưa làm gì có chuyện trao nhẫn, ông bà ta bao đời nay có đeo nhẫn đâu mà vẫn ăn đời ở kiếp với nhau, trao nhẫn là người mình học theo văn minh phương Tây đó thôi! Có lẽ khi người Pháp đô hộ nước ta, rồi từ đó du nhập những cái mới vào nước mình. Đeo nhẫn hay không đeo chẳng ảnh hưởng gì đến tình yêu, nhẫn đeo mà lòng không có nhau thì sao bằng không nhẫn mà trong lòng vẫn có hình bóng người mình thương. Đời bây giờ thiếu gì cặp trao nhẫn hôm trước, hôm sau lôi ra toà ly dị.

Ngân biết Nhân nói thật lòng, tánh anh ấy Ngân rõ như lòng bàn tay. Anh ấy vốn thẳng tánh, bộc trực và hơi lập dị. Anh ấy luôn muốn chống lại những thói thường khách sáo, xạo sự của người đời, bởi thế vẫn thường gặp nhiều trở ngại và mích lòng không ít người. Ngân cũng ý thức mình là cô gái đẹp, hiện đại, sống thực tế, tuy vậy cô vẫn lụy tình vì Nhân. Cả hai yêu nhau nhưng vẫn có một ranh giới mơ hồ khó mà diễn tả bằng lời và cũng khó mà đi với nhau đến chung cuộc được. Ngân biết Nhân là tay tài tử rất tài hoa, tốt bụng, sống phóng khoáng không câu nệ hình thức, ghét lối giả tạo và không có khả năng làm ra tiền nhiều như bạn bè. Người như Nhân rất dễ nhận lấy thương đau của cuộc đời. Ngân thương Nhân nhiều nhưng cũng lo cho đời con gái của mình, không lẽ chỉ yêu suông như thế này, đời người con gái chỉ một thời, nếu không tính sớm thì sẽ ra sao đây? Ngân lấy ngón tay rê rê trên ngực Nhân, thỏ thẻ:

- Anh học chơi chứng khoán đi, hoặc mở tiệm gì đó mua bán, kinh doanh… em phụ tiền bạc, thời buổi này sống bằng ngòi bút thì ngóc đầu lên hổng nổi đâu, mình không có tiền đời khi dễ!

Nhân nâng cầm Ngân lên, nhìn vào mắt vô:

- Em với anh yêu nhau lâu rồi, không lẽ em chưa hiểu anh sao? người như anh mà làm ăn thì chỉ có hai đường: một là cụt vốn, hai là phá sản! chứng khoán ư? anh không thích cũng không thể chơi. Sư phụ của anh từng dạy: " Thế gian này không có công việc gì mà chỉ một đêm có thể thành triệu phú, hoặc chỉ một đêm mà thành ăn mày cả. Khi có một người thành triệu phú thì cũng có bao nhiêu người sạch túi, tiền từ người bại chảy vào túi người thắng vậy! Anh biết mình hậu đậu, không tranh đua nổi với đời bởi vậy kkhông dám nói chuyện trăm năm. Tình anh chắc em hiểu sâu đậm như thế nào!

Nói đến đây Nhân im lặng, những còn nhiều điều muốn nói ra nhưng không thể nói được, trừ khi đó là bạn thân cùng giới hoặc là nói trong cuộc trà dư tửu hậu. Nhân xưa nay vẫn tâm niệm: Sống ở đời không nên thọ ơn ai, nhất là đàn bà. Mình thọ ơn mà không làm hài lòng người ta thì khổ lắm, nếu mình ăn chơi đàng điếm thì không nói gì, đằng này mình sống đàng hoàng, tình nghĩa thì cái ơn kia nó trở thành dây thòng lọng trói buộc cuộc đời mình. Thọ ơn đàn bà thì càng tệ hại, Nhân biết Ngân thật lòng, sẵn sàng chia cả số tiền cô ấy có cho anh, nhưng anh nhất quyết không nhận!

Ngân ôm chặt hơn, cạ mặt vào ngực Nhân:

- Viết lách đã khó và nhuận bút không bao nhiêu, đã vậy lắm khi gian nan và nguy hiểm nữa. Nhiều người bị côn đồ, xã hội đen tấn công, nhà cầm quyền đánh đập, bỏ tù, triệt đường sống… Anh có viết thì cũng nên tránh né những đề tài nhạy cảm nhé!

- Đấy không phải là đề tài, người ta viết cũng chẳng phải vì lựa chọn. Em ơi, con chim còn biết kêu tiếng bi thương vì đồng loại, con ngựa còn biết hí tiếng lòng vì tàu ngựa đau, lẽ nào con người không bằng con vật sao? Khi người ta nói lên những thảm cảnh dân oan mất đất, mất nhà, quan lại hống hách, quốc gia bị xà xẻo, kẻ thù truyền kiếp ngày đêm xâm thực…là vì lương tâm, là trách nhiệm của con dân. Họ biết nguy hiểm nhưng vẫn dấn thân, đó là những con người giàu lòng nhân, tràn đầy nhiệt huyết và quả cảm- Nhân nói

- Nhưng anh né tránh những vấn đề đó đi, chuyện để người khác lo- Ngân vẫn cố thuyết phục

- Đến em mà cũng còn nói vậy ư? thật ra anh cũng chẳng lo gì được. Anh chỉ nói tiếng nói của lòng mình, anh chẳng lựa chọn đề tài, cứ tự nhiên thế thôi! Nếu ai cũng bảo:" Để người khác lo" thì rốt cuộc chẳng có ai lo cả, hoặc là đến khi mất cả chẳng còn gì để lo".

Nhân và Ngân không nói gì thêm, cả hai dậy tắm rửa và đi ăm sáng. Quán cà phê Blue Ocean nằm dưới chân núi Tượng, mặt nhìn ra biển, phải nói đây là một quán đẹp nhất ở thành phố biển này. Khách trong quán toàn đại gia, công tử, bọn mánh mung, chân dài và những kẻ có máu mặt của địa phương. Cái điểm chung của bọn họ là nhiều tiền, rất nhiều tiền và nhiều trò kệch cỡm. Nhân và Ngân lựa một cái bàn nhỏ sát ban công, cà phê và thức ăn ở quán này phải nói rất ngon, phục vụ lịch sự và giá tiền cũng mắc hơn những quán khác rất nhiều, âu cũng là lẽ tự nhiên!

Nhân cũng biết Ngân ít nhiều có phần thích bọn người hợm hĩnh kia. Ngân cũng khá giỏi và thành công trong việc kinh doanh. Con người ta ai mà không thích hưởng thụ và được tôn vinh? Vì yêu Nhân nên Ngân hạn chế những cái thú vui ăn chơi với những người trong giới thành đạt ấy. Nhân cũng hiểu và thông cảm cho Ngân, anh thấy giữa hai người có khoảng lặng vô hình. Yêu thì yêu nhưng cái cảm giác cô đơn sâu thẳm trong tâm hồn anh khó mà bày tỏ. Ngân có yêu anh như thế nào đi nữa cũng không sao hiểu hết tâm hồn anh, cái cô biết chỉ là những tính cách bộc lộ bên ngoài. Nhân cũng không phải là người nói giỏi, những lúc cô đơn anh lại lao vào viết, càng cô đơn lại càng viết hay hơn, toàn bộ tâm tư trút hết ra trang giấy, viết như thể quên cả thời gian và thế gian này. Những buổi ngồi ở quán cà phê đông đảo, anh vẫn hý hoáy trên máy tính. Anh như thể trò chuyện với những nhân vật trong truyện của anh. Anh hầu như không nghe hay thấy những người ở xung quanh mình. Bạn bè anh cũng ít, những người bạn thành đạt về kinh tế hay địa vị xã hội thì làm lơ, anh thì cũng không muốn giao tiếp với họ, có gặp thì cũng chỉ chào xã giao thôi. Khoảng cách giữa anh với bọn họ xa diệu vợi, những cái anh cho là hay, đẹp, nhân văn thì bọn họ cười cợt phù phiếm, vô ích; những cái mà bọn họ theo đuổi bằng mọi giá thì anh lại cười khẩy, xem thường. Dần dần mọi người đi theo xu hướng của mình mà thành cách xa. Nhân thì vẫn đi về, chẳng bận lòng việc thưa tình vắng bạn nhưng bọn bạn thành đạt lại chẳng được như thế. Họ kết bè với nhau nhưng thừa cơ là chơi nhau, xỏ nhau thậm chí sẵn sàng hạ nhau vì danh, vì lợi. Cái vẻ hào nhoáng bề ngoài, những lời chót lưỡi đầu môi, những câu khen giả dối... là những điều mà Nhân rất dị ứng. Nhiều lúc Nhân cũng thấy mình có vẻ đi ngược dòng đời, lạc thời đại, thực ra chuyện chữ nghĩa thì thời nào cũng thế thôi. Chữ nghĩa với tiền bạc cứ như nước với lửa, như cực nam và cực bắc của nam châm, càng nhiều chữ thì càng ít tiền. Xưa nay có ai mấy ai sống được bằng chữ nghĩa, người có chữ nghĩa càng nhiều thì càng ưu hoạn, khổ tâm.

Bữa sáng tém gọn và ly cà phê cạn cạn tự bao giờ, Ngân cười cười nhìn Nhân:

- Anh mơ mộng gì đấy, tâm tư thả ngoài sóng nước kia phải không?

Nhân chỉ ra ngoài khơi, trả lời Ngân mà như tự nhủ lòng:

- Em nhìn kìa, biển đẹp biết là bao nhưng lạc trong ấy thì cô đơn lắm, dù vậy chẳng có gã thủy thủ nào bỏ biển cả, một khi bỏ biển lên bờ thì liệu gã thủy thủ kia có còn là gã nữa không?

Ngân không hiểu ý anh:

- Anh xa rời thực tế quá!

Nhân không trả lời, thật khó mà diễn tả cho Ngân hiểu, anh và cô ấy có một khoảng cách vô hình, không nói ra nhưng ai cũng biết vậy. Cái khoảng cách khó san sẻ và cho nhau vì hai cái gốc quá khác biệt nhau. Khi tình còn nồng ấm thì khoảng cách mơ hồ ấy dễ dàng lướt qua, một khi tình đã hạ nhiệt thì khó mà vượt nổi. Thật tình mà nói, Nhân thích cái cảm giác một mình, nỗi cô đơn sâu thẳm trong tâm hồn vừa làm cho đau mà cũng vừa làm cho thống khoái, ngày ngày anh gặm nhấm nỗi cô đơn của mình. Nhân cứ như người khổ dâm vậy, cũng nhờ cái cảm giác cô đơn ấy mà lần lượt từng tác phẩm được trình làng.

Quyển:" Mẹ Thiên Nhiên Tức Tưởi" vừa phát hành ba ngày thì có lệnh thu hồi. Nhà cầm quyền gởi giấy mời anh lên làm việc. Đúng hẹn, Nhân đến địa chỉ mà họ ghi, bước vào phòng là cảm nhận ngay cái không khí nặng nề từ ba bộ mặt sắt lầm lì ngồi đối diện. Ai yếu bóng vía sẽ không khỏi sợ sệt, nét mặt nó thể hiện tâm của con người, người ta bảo:" Trông mặt bắt hình dong" là vậy. Những kẻ mang bộ mặt ấy không thể nào lương thiện được. Nhân còn đang phán đoán thì gã ngồi giữa lên tiếng, có lẽ là tên chỉ huy:

- Anh có biết vì sao chúng tôi mời anh lên đây không?

Tuy thừa biết nhưng anh giả vờ:

- Tôi không biết, tôi chẳng làm gì sai cả!

Gã kế bên:

- Đừng vờ vịt, ông nhận bao nhiêu tiền của bọn phản động nước ngoài để viết cuốn:" Mẹ Thiên Nhiên Tức Tưởi"?

Anh cười to:

- Buồn cười nhỉ? Làm gì có ma nào dư tiền mà cho tôi! Tôi chỉ viết bằng đam mê và lương tâm!

Ả ngồi kế bên phải cười mỉa mai:

- Lương tâm ông đáng giá bao nhiêu?

Anh nói một cách rành rọt

- Lương tâm vô giá, không có tiền bạc nào đánh đổi được! những kẻ bán rẻ lương tâm thì nó là lương tháng.

Gã ngồi giữa gằn giọng:

- Thôi, không nói linh tinh nữa! tại sao ông viết sách bôi nhọ nhà cầm quyền?

- Tôi chẳng bôi nhọ, chẳng nói xấu ai cả!

- Chối hả? nói xong y đẩy cuốn " Mẹ Thiên Nhiên Tức Tưởi" ra bàn

- Tôi chỉ viết sự thật, sự thật vẫn đang hiển hiện hàng ngày: biển chết, sông ngòi ô nhiễm, rừng núi cạo trọc... ai ai cũng biết cả! nhà văn chỉ là tấm gương, hoàn cảnh bên ngoài thế nào thì phản ánh như thế đó, đẹp hay xấu là tại hoàn cảnh chứ không phải tại tấm gương!

Y bớt hằn học nhưng giọng vẫn gay gắt:

- Đó là những sai sót nhỏ, đừng lợi dụng mà bôi xấu nhà cầm quyền!

- Sai sót nhỏ ư? Mẹ thiên nhiên bị bức tử thê thảm, môi trường sống ô nhiễm nghiêm trọng, muôn loài chết, con người cũng bị bao thứ bệnh và tai họa theo, lẽ nào đợi đến khi tuyệt chủng mới xem là lớn ư?

- Y lại bao biện:

- Việc ấy để nhà cầm quyền lo.

- Tôi là một công dân, tôi yêu nước tôi, yêu dân tộc tôi. Tôi lên tiếng vì những nạn nhân thấp cổ bé họng, tôi chỉ muốn mọi người ý thức được sự tồn vong của non nước mình, yêu nước mà có tội à?

Y cười nhạt:

- Dạo này xã hội đen thường chém nhầm, tấn công lầm lẫn lắm đấy!

- Thuế dân lộc nước nuôi bộ máy an ninh, thế bọn họ đâu mà để xã hội đen lộng hành vậy?

Y gầm lên

- Tôi sẽ còng đầu ông!

- Tôi không làm gì sai để phải bị bắt, tôi chỉ nói sự thật!

Thấy tay chỉ huy đánh không hiệu quả, ả ngồi bên bèn xoa:

- Ông cứ viết nhưng né những vấn đề nhạy cảm ấy, hoặc giả ông viết khác một tí cũng chả sao mà lại an toàn. Chúng tôi với ông cũng chẳng có ân oán gì!

- Cảm ơn cô gợi ý, tôi không thể bẻ cong ngòi bút, càng không thể dối gạt lương tâm của mình!

Cuộc thẩm vấn kéo dài suốt buổi nhưng không bắt nạt được anh, càng nói thì càng thua lý. Tên đội trưởng hậm hực

- Hôm nay làm việc thế là đủ, ông có thể về, hy vọng ông biết điều để không phải gặp rắc rối.

Nhân ra về mà lòng không khỏi bực mình, ở đời người ta chỉ thích tâng bốc, dua nịnh. Không ai chịu nghe lời thật cả. Người có chức tước, địa vị thì lại càng thích lời xu nịnh. Nếu ngày xưa có họa:" Ngục văn tự", đôi khi chỉ một vài chữ có thể mất đầu, tru di tam tộc như chơi. Ngày nay thì chỉ không vừa lòng kẻ có quyền thế thì cũng dễ bị đốt sách và mắc họa tù ngục vậy. Chữ nghĩa vốn là trò chơi khó nhọc mà không kém phần nguy hiểm, nếu chỉ viết tán tụng hoặc chuyện tình vu vơ thì vô nghĩa quá, còn một khi viết vì lương tâm thì khá nhiều tai họa chờ chực ở phía trước. Ở những xứ độc tài, kẻ có quyền thế không muốn nghe lời thật, tất cả phải viết theo định hướng và khuôn phép! Nhân thoáng do dự, mình có nên tiếp tục hay không? Nhưng rồi anh lẩm bẩm: "Chữ nghĩa là nghiệp, nó không phải nghề!". Anh cũng mấy lần quăng bút đi, nhưng chữ nghĩa cứ nhảy múa trong đầu, cảnh vật cứ lay động trong tâm nên anh lại cầm bút lên.

Một hôm ngồi một mình ở quán cà phê quen thuộc, anh mở máy tính lên kiểm tra tin nhắn thì nhận được điện thư của Ngân:

" Anh Yêu

Em thật khó khăn mới viết được những lời này. Bọn họ làm áp lực nặng nề lên em và gia đình. Em và mọi người căng thẳng, mỏi mệt quá. Họ cản trở việc làm ăn, thậm chí đe dọa đóng cửa hoặc cho xã hội đen đến phá…

Em yêu anh nhiều lắm nhưng em không thể nào tiếp tục sống được như thế này nữa, giữa em và anh có một khoảng cách quá lớn. Em xin lỗi, em không thể nào tiếp tục, mặc dù em vẫn yêu anh.

Em xin lỗi, hãy thông cảm cho em

Người yêu của anh

Kim Ngân"

Nhân trầm ngâm, không vui cũng chẳng buồn, anh biết sớm muộn gì việc này cũng đến mà thôi, việc bị áp lực của bọn kia chỉ là giọt nước tràn ly. Kim Ngân không có lỗi, nếu anh ở địa vị cô ta thì Nhân cũng làm thế thôi! Nhìn xa xa ngoài khơi, đường chân trời có con thuyền buồm thấp thoáng, trong hồn Nhân có tiếng thì thầm:" Biển đẹp thật, nhưng lạc trong biển thì cô đơn lắm! bỏ biển lên bờ thì gã thủy thủ có còn là gã nữa đâu!"

NGÔI NHÀ THÔNG MINH

Wesley L xin nghỉ phép một tuần để tận hưởng thú vị của cuộc đời, ngày nhận ngôi nhà mới Wesley muốn vợ con mình là người đầu tiên bước chân vào và trải nghiệm những phương tiện hiện đại vô cùng tiện lợi của ngôi nhà. Xe vừa đến cổng, Wesley cất giọng đầy hớn hở và tự hào:

- Mở cửa nào! Hôm nay bà chủ và cậu chủ nhỏ bé sẽ đến ở cùng bạn đấy!

Cửa cổng từ từ mở và phát ra một âm điệu nhã nhặn lịch sự:

- Xin chào ông chủ, bà chủ và cậu chủ! Tôi rất hân hạnh mời ông bà và cậu chủ vào.

Xe lăn bánh vào trong, tiếng máy xịch xịch nhẹ như ru, cổng từ tự khép lại sau khi tiếng máy xe vừa tắt. Bianca và Wesley mở cửa bước xuống, cậu nhóc Stephen L cũng nhanh chóng ra khỏi xe. Cả nhà trố mắt ngạc nhiên nhìn khung cảnh sân vườn xinh đẹp, đẹp hơn những cả sự tưởng tượng. Weslsy bảo:

- Chúng ta vào nhà xem sao, cảnh vườn xem sau

Đoạn Wesley bảo Bianca, em thử ra lệnh để mở cửa.

- Hello, tôi là Bianca, hãy mở cửa đi nào!

Một âm thanh trong trẻo và ngọt ngào từ khung cửa phát ra:

- Xin mời cô Bianca xinh đẹp vào trong, chúng tôi rất hân hạnh khi được phục vụ bà chủ xinh đẹp như cô.

Bianca cười nắc nẻ:

- Khéo miệng ghê vậy.

Cả ba bước vào nhà, thằng bé Stephen L muốn thử xem những tiện ích như lời Wesley nói có đúng không, nó ra lệnh cho cửa của một căn phòng trong nhà:

- Tôi là Stephen L, tôi muốn vào căn phòng này!

Cánh cửa vốn im ỉm kín mít lập tức mở rộng và phát ra tiếng nói:

- Xin chào cậu bé, rất vui lòng được mở cửa cho một người khôi ngô và đẹp trai như cậu

Stephen L sung sướng nhảy cẫng lên, chạy lung tung khắp nhà, thử cái này, xem cái nọ, tọc mạch táy máy cái khác... tất cả đều nhất loạt thực hiện mọi yêu cầu của cậu ta. Wesley và Bianca nhìn thằng bé mà lòng trào dâng hạnh phúc. Anh hôn vợ và trìu mến:

- Chúng ta sẽ sống ở căn nhà này, một căn nhà thông minh và hiện đại nhất, những phương tiện kỹ thuật tân tiến và trí thông minh nhân tạo sẽ phục vụ cho cuộc sống của chúng ta. Chúng ta sẽ thụ hưởng những tuyệt vời nhất của đời sống. Ngôi nhà và tất cả phương tiện, vật dụng đã được lập trình cài đặt âm vực giọng nói của anh, em và thằng Stephen. Nó chỉ tuân lệnh chúng ta, ngoài ra không một ai khác có thể khiến nó hoạt động được. Ngôi nhà cũng được điều khiển bằng trí tuệ nhân tạo AI, sẽ không có tên trộm nào có thể đột nhập được, sự an toàn của chúng ta có thể nói là tuyệt đối.

Bianca nhìn Wesley với ánh mắt tình tứ nhưng đằm thắm, cô yêu Wesley bằng cả trái tim mình, nay về ngôi nhà mới như mơ này, lòng cô càng cảm kích và tự hào về người chồng chung thủy và thông minh rất mực. Bianaca đến bên tủ lạnh, nhỏ nhẹ:

- Cho tôi ly nước

Một cái khay nhỏ xìa ra, trên ấy có một ly thủy tinh sáng choang và nước từ từ rót đầy ly. Tủ lạnh cất giọng lịch sự:

- Xin mời Bianca, hy vọng ly nước mát này sẽ làm cho bà chủ sảng khoái.

Thật hơn cả ước mơ, tủ lạnh hiểu cả ý muốn của Bianca, cô thầm nghĩ một ly nước vừa phải, không quá lạnh và tủ lạnh đã phục vụ đúng theo ý muốn. Bianca lại đi đến khu vực bếp, mắt cô sáng rỡ lên, gian bếp như trong truyện siêu tưởng của những hành tinh nào đó chứ không phải ở thế gian này. Mọi thứ sáng long lanh và đẹp mắt như phòng trưng bày, tất cả đều nằm ngoài sự tưởng tượng của cô ta. Bếp lò cùng phòng ăn rộng rãi, khép kín. Một hệ thống dây chuyền giữa bếp, dụng cụ nấu nướng và tủ nguyên liệu, gia vị kết nối thành một băng chuyền khép kín. Muốn ăn gì thì chỉ cần nói ra yêu cầu mà không cần phải động chân tay. Bianca chợt nhiên nhớ lại món mì xào kiểu Tiều ở Chợ Lớn, cái món ăn ngon bá cháy trong chuyến du lịch mấy năm trước. Nghĩ thế và Bianca thì thầm:

- Tôi muốn thử lại cái món mì xào kiểu Tiều ở chợ Lớn Việt Nam.

Từ hệ thống bếp có một giọng thánh thót:

- Xin bà chủ vui lòng chờ trong mười lăm phút, chúng tôi sẽ thực hiện ngay lập tức!

Trong lúc chờ, Bianca đến ngồi ở sô pha xem ti vi, vừa ngồi xuống thì một giọng nam nhân trầm ấm đầy sức quyến rũ:

- Vô cùng hạnh phúc được nâng niu tấm thân hấp dẫn của cô chủ, hy vọng người đẹp có được những phút giây thoải mái nhất.

Sô pha vừa nói vừa khởi động hệ thống xoa bóp nhè nhẹ và hơi mát từ ghế tỏa ra thấm vào thân thể. Bianca khoan khoái nhắm mắt tận hưởng phút giây an lạc, đoạn cô ta bảo:

- Hãy cho tôi xem lại chương trình AGT đêm qua.

Tiếng khọt khẹt từ ti vi phát ra:

- Chương trình đang sưu và phát lại, xin cô chủ chờ cho giây lát.

Bianca còn chưa mở đôi mắt ra thì chương trình đã có rồi, đây là một chương trình giải trí mà Bianca thích nhất, thông qua chương trình này, những con người có năng khiếu đặc biệt sẽ phát triển tài năng của mình, sẽ trở thành những ngôi sao của kịch nghệ, tạp kỹ, giải trí...Trong đầu Bianca thoáng nghĩ:" Âm treble hơi cao", lập tức ti vi tự điều chỉnh lại sao cho trung hòa với âm bass. Thật không còn từ ngữ nào để mô tả sự hiện đại và tiện lợi như thế này. Bianca mở mắt xem chương trình và lại nghĩ:" Hình ảnh sao không được sắc nét cho lắm, độ phân giải không cao", ý nghĩ còn chưa biến thành lời nói thì màn hình đã trở nên sắc nét cao độ, có thể thấy cả sợi lông măng rung rinh trên má cô gái xuân thì. Bianca hài lòng mà không biết nói sao cho hết ý, chợt ở gian bếp có tiếng vọng:

- Thưa cô chủ xinh đẹp, món mì xào đã sẵn sàng, chúc cô chủ ngon miệng. Bianca xuýt xoa:

- Ngon quá, đẹp quá, mùi vị cũng y hệt như mình muốn!

Năm ấy Bianca với Wesley làm một chuyến du lịch đến Việt Nam, một đất nước xa xôi bên kia bán cầu. Người dẫn tua đã đưa cả hai đến với Sài Gòn, một thành phố một thời được xưng tụng là hòn ngọc viễn đông. Wesley và Bianca bị hấp dẫn bởi những món ăn đường phố và trái cây nhiệt đới, đặc biệt nhất là những món ăn người Hoa ở khu vực Chợ Lớn. Bianca gần như ngày nào cũng ăn mì xào kiểu Tiều. Sau khi về lại Mỹ, cô cũng đi hết các nhà hàng Tàu ở đây nhưng không có một nhà hàng nào làm giống cái dĩa mì xào kiểu Tiều ở Chợ Lớn. Cái mùi vị của dĩa mì xào Tiều Chợ Lớn đi vào trong tâm thức cô, không một nhà hàng Tàu nào ở xứ này có thể làm giống. Hôm nay ở căn nhà mới này, giàn bếp thông minh đã đọc được ý nghĩ và sở thích trong ký ức của cô và đã làm cho cô một dĩa mì như ý. Bianca sung sướng đến ngấn cả lệ, giọt nước mắt hạnh phúc nhất đời. Wesley ngồi nhìn Bianca trìu mến lòng tràn ngập hạnh phúc mãn nguyện. Anh có tất cả những gì mà mọi người vẫn ước mơ, thậm chí còn nhiều hơn cả những mong ước. Cuộc sống với anh giờ toàn màu hồng hạnh phúc, màu xanh hy vọng, màu hoàng kim của công danh sự nghiệp. Wesley giọng đầy yêu thương và tự hào:

- Anh có em như có được một báu vật cuộc đời, anh yêu em nhiều lắm. Em và thằng Stephen là tất cả đời anh. Anh thiết kế ngôi nhà thông minh này cũng vì tình yêu. Ngôi nhà của chúng ta không thể cháy, không thể hư hoại vì mưa nắng, không bị xâm nhập vì kẻ lạ… Nó là ngôi nhà thông minh, khi một khu vực nào đó có khói hay bốc lửa thì lập tức có một màng silicon đặc biệt bung ra để cô lập chỗ ấy, bên trong màng silicon sẽ tiết ra một loại hóa chất khử hết khói và tự động hạ nhiệt đến độ đông lạnh để hóa giải ngọn lửa. Với trí tuệ nhân tạo thì không cần đến hệ thống phun nước như kỹ thuật cũ nữa, hệ thống phun nước vừa bất tiện vừa làm hư hao tài sản. Mái nhà và tường cũng tự xuất ra một loại keo đặc biệt khi có những vết hở hay bị rách vì bất cứ lý do gì…

Anh còn đang ngồi tâm sự, thằng Stephen nãy giờ ở trong phòng của nó, nó như con sóc nâu ngoài sân, nhảy tưng tưng thử hết cái này với cái khác, Nó tăng động đến độ căn nhà phải phát ra cảnh báo:

- Cậu chủ cẩn thận một tí, cậu ra nhiều lệnh cùng một lúc sẽ làm nghẽn mạch!

Khi đêm đã khuya, Wesley và Bianca vào phòng ngủ, đèn phòng khách và các phòng khác tự động tắt, chỉ để lại vài bóng đèn ngủ với ánh sáng dìu dịu, một giai điệu du dương của bản hòa tấu "Giòng sông xanh" đưa hai người vào giấc ngủ êm đềm. Cả hai đều mãn nguyện và nghĩ địa đàng là đây chứ đâu phải xa xôi.

Một ngày kia Wesley bị đau răng dữ dội, cơn đau làm cho anh mặt mày bí xị, không ăn uống gì được nên phải đi đến văn phòng nha sĩ. Ở đấy người ta quyết định cắt gân máu cái răng hư. Wesley vốn nhạy cảm và sợ đau nên yêu cầu chích thuốc tê nhiều hơn một tí. Nha sĩ cười bảo liều lượng có chừng mực chứ không thể theo ý muốn, tuy nhiên vị nha sĩ cam đoan là sẽ không gây đau. Sau khi thuốc tê tác dụng, vị nha sĩ khoan, đục, cạy cục trong miệng mà Wesley hoàn toàn không có cảm giác đau, tuy nhiên nỗi sợ vẫn làm cho Wesley ướt cả lưng áo.

Wesley về đến nhà, thuốc tê vẫn còn tác dụng, hàm sưng vù và cứng nên giọng nói không được bình thường, Hệ thống cửa cổng từ chối:

- Xin lỗi, đây không phải là giọng của ông chủ, tôi không thể thực hiện lệnh này!

Wesley thử lại mấy lần, cổng vẫn không mở, trời thì đổ mưa tầm tã. Wesley điên tiết la hét nhưng không ăn thua gì, anh lấy điện thoại thông minh loay hoay tìm mã khóa mở cổng. Vào đến cửa cũng thế, cửa từ chối mở vì giọng nói của anh khác với âm vực giọng đã lập trình. Wesley lại phải dùng điện thoại thông minh để điều khiển mở cửa, có lẽ đây là lần đầu tiên gặp rắc rối với ngôi nhà thông minh này, sự việc nằm ngoài sự tính toán khi thiết lập hệ điều hành cho ngôi nhà.

Ngày tháng dần qua nhanh, Wesley giờ đã trở thành một ông xếp lớn của công ty công nghệ kỹ thuật cao. Tuổi trung niên nhưng phong độ còn ngon lành hơn cả bọn thanh niên. Wesley lịch lãm và thành đạt nhưng anh sống rất chừng mực. Wesley những tưởng mình đầy bản lãnh sẽ không bao giờ thất bại, tuy nhiên sự đời đôi lúc cũng không theo ý muốn chủ quan của con người. Công ty nhận một cô sinh viên trẻ nóng bỏng vào thực tập, lần đầu tiên tiếp xúc Wesley đã ngây ngất. Wesley thầm nghĩ:" Lẽ ra cô ta phải làm việc ở showbiz mới phải", nghĩ thế chứ không nói ra. Chẳng mấy chốc cô thực tập sinh hớp hồn Wesley, tâm hồn Wesley tràn ngập hình bóng Susan J. Với địa vị, tiền bạc và kinh nghiệm của mình. Wesley chinh phục Susan một cách dễ dàng. Wesley lăn xả vào cuộc tình như người vừa mới biết yêu. Wesley vồ lấy Susan như con hổ đói và cũng chìu chuộng Susan hết mực. Một hôm nhân lúc Bianca vắng nhà, Wesley đã đưa Susan về ngôi nhà hạnh phúc của mình. Wesley và Susan vừa bước vào nhà, hệ thống báo động lập tức kích hoạt:

- Có người lạ xâm nhập, có người lạ xâm nhập!

Wesley giật mình và cười với Susan:

- Nó thấy em lần đầu nên không biết em là người yêu của anh

Wesley bảo ngôi nhà hãy ngưng đi nhưng không được, buộc lòng anh phải dùng điện thoại thông minh tạm thời khóa hệ thống báo động. Wesley và Susan âu yếm trên chiếc giường hạnh phúc mà anh và

Bianca vẫn ngủ lâu nay. Chiếc giường lập tức rung lắc dữ dội và phát ra tiếng kêu chói lói:

- Người này không phải chủ nhân, người này không phải chủ nhân!

Wesley nói thế nào nó vẫn không chịu im, cái giường vẫn rung lắc và liên tục phát ra âm thanh cảnh báo. Wesley dùng mật mã cũng không xong, cái giường vẫn một mực từ chối. Thì ra Bianca đã thay đổi mật mã tự bao giờ mà anh không biết nên không thể điều khiển nó được. Nó chỉ phục vụ Bianca và Wesley, hễ có người khác thì nó phản đối. Wesley bực mình vừa quê độ với Susan, Wesley đưa Susan qua căn phòng khác nhưng những cái giường khác cũng phản đối như cái giường ở phòng ngủ. Cơn hứng tình dâng cao, Wesley và Susan làm tình ngay trên sàn nhà, một lần nữa Wesley cảm thấy sung sướng ngất trời mây, niềm hoan lạc như đưa anh vào cõi địa đàng, thật sự trong thâm tâm Wesley cũng cảm thấy có lỗi với Bianca. Wesley cũng dằn vặt nhưng sự đam mê quá lớn làm cho anh tặc lưỡi nhắm mắt làm liều. Người xưa từng bảo"Anh hùng không qua được ải mỹ nhân" là vậy!

Bianca hoàn toàn không hay biết gì, cô ấy vẫn tin tưởng chồng hết lòng, cô không hề nghĩ Wesley sẽ có ngày phản bội mình vì cô thấy Wesley rất chân tình. Ở bãi biển Atlantic, cô thỏa sức vui đùa trong làn nước biển trong xanh, hưởng những giây phút vui với nhóm bạn học thời trung học. Giấc xế, Bianca xem điệm thoại thì thấy có tin nhắn:" Có người lạ xâm nhập, có người lạ xâm nhập" cô lập tức gọi cho Wesley, Wesley trấn an và bảo không có ai, có lẽ lỗi của hệ thống. Bianca không tin lời giải thích, vì ngôi nhà thông minh vốn không thể có sai lầm, linh tính phụ nữ cho biết có gì đó mờ ám, cơn ghen của cô bắt đầu nổi lên giày vò tâm tư cô. Bianca vội hủy kỳ nghỉ, bỏ nhóm bạn ở đấy và quay về một mình. Bianca kiểm tra dữ liệu qua điện thoại thông minh thì không thấy hoạt động, về đến nhà. Bianca lập tức xem xét mọi thứ thì không thấy có dấu hiệu gì lạ, cô lệnh cho hệ thống ti vi:

- Hãy chiếu lại cảnh trong nhà mấy ngày qua!

Hệ thống ti vi lập tức hoạt động, những con mắt ngầm của ti vi ghi lại cảnh Wesley đưa Susan vào nhà, cảnh chiếc giường rung lắc phản đối, cảnh làm tình nồng cháy của Wesley và Susan trên sàn nhà…

Wesley chết điếng người, anh đã phạm sai lầm chết người. Anh đã tắt hệ thống máy quay hình an ninh nhưng quên béng đi hệ thống ti vi thông minh, chúng cũng có thể ghi nhận bất cứ mọi động tĩnh trong nhà. Hệ thống ti vi thông minh có thể hiểu được lệnh vừa có thể thâu hình như một hệ thống an ninh kép.

Những phương tiện thông minh với trí tuệ nhân tạo đã cho wesley và người thân của anh một cuộc sống tiện ích tối đa đến độ gần như "cầu được ước thấy". Những phương tiện vật chất kỹ thuật cao và trí tuệ thông minh đã cho Wesley và gia đình cảm giác sung sướng như cõi thiên thai… nhưng giờ đây cũng chính phương tiện thông minh và trí tuệ nhân tạo đã vô tình trở thành bằng chứng kết tội anh, đẩy anh và gia đình vào khủng hoảng ngỡ như rơi vào địa ngục. Bianca nức nở, Wesley quỳ xuống xin lỗi, anh bảo anh ta nhất thời mất kiểm soát chứ không có ý phản bội cô.

Bianca chạy vào phòng ngủ đóng sầm cửa lại, cô không muốn nghe bất cứ một lời nào nữa, cô đã tin tưởng bao hiêu thì giờ đổ vỡ bấy nhiêu, niềm tin của Bianca như cái bình pha lê trong suốt đã bị một nhát búa đập vỡ tan. Hình ảnh Wesley cuốn lấy cô gái tóc vàng hì hục trên sàn nhà cứ lởn vởn trong tâm trí cô, cái âm thanh rên rỉ đầy nhục dục mà cô đã từng với Wesley thì giờ lại phát ra từ cô thực tập sinh kia. Bianca nằm sấp trên chiếc giường quen thuộc của mình không thôi nức nở, chiếc giường nhỏ nhẹ an ủi:

- Cô chủ đừng buồn thảm quá, kẻo hại đến sức khỏe! Cô chủ hãy cố trấn tĩnh giữ vững tinh thần nhé!

Ngoài cửa phòng, thằng bé Stephen rụt rè gõ cửa:

- Mẹ, mẹ có sao không?

Nó hỏi đến ba lần Bianca mới bảo cửa mở ra. Stephen chạy vào ôm mẹ:

- Mẹ, mẹ đừng khóc nữa! Ba làm cho mẹ buồn phải không?

Bianca ôm stephen, cô quẹt nước mắt
- Mẹ không sao, con về phòng ngủ đi!

Thằng bé bịn rịn không muốn rời, Bianca phải giục đến ba lần nó mới chịu đi. Những ngày kế tiếp, không khí trong nhà nặng nề và lạnh như lãnh cung. Ngôi nhà thông minh biết gia chủ đang có vấn đề, nó luôn phát ra những lời an ủi nhưng không làm sao hâm nóng lại bầu không khí ấm áp như xưa. Bianca tránh mặt và không nói chuyện với Wesley, cô tính đến việc ly thân, cái cảnh Wesley phủ lấy cô gái tóc vàng lạ kia trong căn nhà thân quen này ám ảnh cô. Nếu trước kia thân thể cường tráng và mùi thân thể của Wesley là dược hương đối với Bianca thì bây giờ nó như độc dược. Bianca căng thẳng không biết làm sao, cô quyết định gọi cho luật sư để tham vấn việc ly hôn nhưng trước mắt cô tạm ly thân. Cũng cùng lúc này, Susan tố Wesley với hệ thống truyền thông và mạng xã hội. Wesley đã chi một khoản tiền rất lớn để Susan im lặng nhưng cô ấy vẫn phá vỡ thỏa thuận. Hệ thống truyền thông làm lớn chuyện, ảnh hưởng nặng nề đến công ty, nhiều giao dịch bị đổ vỡ, giá cổ phiếu rơi tự do, cuối cùng điều tồi tệ nhất đã đến với Wesley. Công ty đơn phương chấm dứt hợp đồng với Wesley và tòa án cũng tống trát đòi ra hầu.

Thằng bé Stephen đi học về, nó âm thầm nằm trong buồng chẳng thiết chơi với những món đồ kỹ thuật cao và những phương tiện thông minh như mọi ngày. Chiếc gương trên tường soi hình chú bé nằm ủ rủ trên giường và phát ra âm thanh nho nhỏ:

- Ơ kìa chú bé, sao mấy nay chú buồn thế? Ngôi nhà thông minh này không làm vừa lòng hay là chú đã chán nó?

Thằng bé bất động không buồn lên tiếng, những người khách bộ hành đi ngang qua khu nhà nổi tiếng này vẫn trầm trồ:

- Ngôi nhà thông minh kia, nó là ước mơ của bao người đấy! Sống trong ấy không khác gì cõi địa đàng.

HUYẾT LẠC HOA

Mùa xuân Nhâm Tý, thành Hạc Hoa tưng bừng khai hội, thiên hạ dập dìu xe ngựa kéo về. Tiếng đồn hội hoa đã lừng danh, người ta bảo rằng ở đấy không thiếu bất cứ loại hoa nào trên thế gian này, thậm chí có những loài mà chưa từng xuất hiện ở bất cứ nơi đâu. Năm nay họ lại kháo nhau có một loài hoa lạ, một loài hoa vừa mới xuất hiện đã làm cho vương tôn công tử, má đào thế nữ, hiệp khách hào hoa cho chí xuất trần đại sĩ cũng mê mẩn tâm thần. Ai ai cũng nói về loài hoa này nhưng thật tình chẳng có mấy ai đã từng tận mắt thấy, mặc dù vậy họ cứ xuýt xoa khen không tiếc lời, nào là cánh mỏng mượt mà như mẫu đơn, hương nhẹ nhàng phảng phất như phấn son khuê phòng, nhụy mong manh như yếu điệu như tơ... Người ta chỉ biết loài hoa ấy do chính tay công tử Đoan Thanh Tú trồng trên núi Chung Dương Xuân.

Thành Hạc Hoa xưa nay vốn là nơi kỳ sơn vĩ thủy, phong cảnh hữu tình, cư dân thuần lương hậu đức, nếp sống êm đềm, nhàn hạ nhưng không kém phần sung túc. Dường như ngày hội hoa đã phá vỡ khung cảnh thanh bình ở đây. Đường xá dập dìu xe ngựa của các đại gia, từng đoàn nam thanh nữ tú tha thướt áo quần trẩy hội, giới bình dân cũng tấp nập du xuân. Người nào cũng háo hức hy vọng sẽ tận mắt thấy được loài hoa lạ mà bấy lâu nay hằng ao ước. Không ít kẻ tỏ ý hoài nghi, thậm chí còn cả quyết đây là trò câu khách của giới kinh doanh phạn gia tửu điếm, mặc dù hoài nghi nhưng tánh hiếu kỳ vẫn thôi thúc bọn họ kéo về thành Hạc Hoa.

***

Phạn điếm Dương Xuân đầy ắp thực khách, thanh có trọc có, nhiều kẻ tỏ vẻ nhiều tiền lắm của, thái độ ngông nghênh chẳng coi ai ra gì. Đặc biệt có một nhóm thực khách khá thô lỗ, bọn họ có vẻ có tiền và có thế lực, bao hết những chỗ ngồi đẹp nhất để ngắm phố phường. Bọn họ ăn nhậu nhồm nhoàm liên tục nâng bát hò dô. Bọn họ cải trang như khách du nhưng nhiều người nhận ra tay Nguyễn Quan, một tổng đàn chủ xứ Bắc Môn, thoạt nhìn thì thấy y nho nhã nhưng qua giao tiếp thì mới biết y cũng chỉ là hạng thất phu, thô tháo. Khi muốn thị uy thì giết người phanh thây giữa chợ, khi cần úy lạo thì y cũng sẵn sàng vung cả núi tiền. Có một điều cũng phải công nhận là dưới thời của y, nhiều quan tham xộ khám hơn bất cứ thời nào. Bọn đàn em của y nhiều kẻ phát ngôn nói năng như người gỗ hay thiếu năng trí tuệ khiến thiên hạ chế giễu dàn trời luôn. Dưới trướng y có nhiều bọn nha trảo sài lang, đặc biệt là tên Nguyễn Tòng, một tên võ biền hồ đồ, hung hăng nhưng kém mưu lược. Sở dĩ tổng đàn chủ dùng hắn cũng chính vì những đặc điểm của hắn ta, võ biền dễ sai xử và dễ thao túng hơn là dùng bọn nho sinh. Cả bọn ăn nhậu đã đời, cuộc rượu chừng như càng lúc càng cao hứng. Tổng đàn chủ nâng bát rượu:

- Mỗ nghe danh hương sắc huyết lạc hoa lâu nay nên sanh lòng ái mộ, vì vậy mà bỏ công đến Hạc Hoa thành. Mỗ sẽ mua cho bằng được với bất cứ giá nào.

Một thủ hạ thân tín bốc thơm:

- Chỉ có tổng đàn chủ mới xứng đáng hưởng huyết lạc hoa

Một tên khác té nước theo mưa:

- Trời sinh huyết lạc hoa để dành cho tổng đàn chủ.

Tay hộ thành Bắc Môn mặt xun xun cười cầu tài:

- Tổng đàn chủ anh minh, thao lược và đức độ bởi thế mới xuất hiện huyết lạc hoa

Nói xong hắn ta bưng bát rượu đến bên cạnh tổng đàn chủ khom lưng xun xoe mời, đoạn hắn ta ra hiệu cho cả bọn cùng chúc mừng tổng đàn chủ. Đám đàn em reo hò hưởng ứng rần rật, tiếng chúc tụng, lời xu nịnh tâng bốc… dâng cao theo hơi men làm ồn ào cả phạn điểm, sau khi no say cả bọn lên đường kéo đến hoa viên. Bọn chúng khệnh khạng nghênh ngang giữa đường trêu chọc đàn bà con gái, tùy tiện bẻ cành hái hoa trong vườn, trông bọn chúng như một đám thổ phỉ, khách du tránh né dạt cả ra, tuy bất bình nhưng không ai dám nói gì. Mọi người sợ phiền lụy vào mình. Quan trấn thủ thành và những viên chức trông coi vườn hoa cũng bức bối lắm nhưng không dám ngăn cản chúng, đảo vài vòng trong vườn mà chẳng thấy huyết lạc hoa đâu cả, tổng đàn chủ khinh khỉnh:

- Hoa thế này mà bảo là hoa xuân à? Có gì đẹp đâu? Không bằng hoa dại trong vườn nhà ta! Chúng mày ba hoa khoác lác để gạt ông à? huyết lạc hoa đâu sao không mang ra cho ta thưởng lãm?

Quan trấn thủ thành bất bình nhưng cố giằn lòng nhẫn nại:

- Thưa tổng đàn chủ, huyết lạc hoa là có thật, hương sắc không loài hoa nào sánh được, chính mắt hạ quan được thấy, có điều du sĩ Đoan Thanh Tú nhất định không chịu đem hoa đến hội xuân.

- Thế hiện giờ huyết lạc hoa ở đâu?

- Trên núi Chung Dương Xuân

- Núi cách đây bao xa?

- Ngoài thành Hạc Hoa, chỉ cách mươi dặm đàng.

- Được rồi, mỗ sẽ lên núi Chung Dương Xuân, mỗ đã muốn thì phải được!

Nói xong tổng đàn chủ kéo lũ lâu la ra cửa thành dò đường để lên núi tìm hoa, bọn chúng đi rồi trả lại sự tươi mát bình yên vốn có của vườn xuân.

***

Chung Dương Xuân vốn không cao lắm, khí hậu ôn hòa, quanh năm cây cối xanh tươi, có đủ kỳ hoa dị thảo. Du sĩ Đoan Thanh Tú đến đây tu tiên đã mười mấy năm rồi, chàng vốn là người Hoa Diêu Châu, một học sinh xuất sắc, đọc nhiều kinh sách, giao du rộng rãi, trọng nghĩa khinh tài, đặc biệt có tánh yêu hoa đến độ thiên hạ kháo nhau:" Mộ hoa đệ nhất du tử". Ngày chàng còn ở trong thành, thừa tự gia tài lớn của cha mẹ để lại, đem bao nhiêu tiền của để sửa soạn hoa viên, sưu tầm muôn hoa, phải nói ở đây là cả một cung trời hoa nơi hạ giới. Vườn hoa của chàng là đệ nhất hoa viên của thành Hạc Hoa này.

Đoan Thanh Tú khôi ngô tuấn tú, có thể nói là bảnh trai nhất vùng, bạn bè cùng trang lứa đều đã lập gia đình cả rồi, có người đã con cái đủ cả nếp tẻ, riêng chàng thì vẫn mãi sống độc thân phong lưu nhàn hạ. Nhiều nhà khá giả trong thành bắn tiếng gả con gái cho nhưng chàng chỉ cười trừ. Có những cô gái xinh đẹp mê chàng đến độ dạn dĩ tánh tình nhưng chàng cũng làm ngơ cả. Thế rồi một năm kia có đoàn khách buôn từ phương xa ghé qua thành bán tơ. Bọn họ trú ngụ ở phạn điếm Lạc Hương, trong đoàn có một cô gái xinh đẹp kiêu kỳ cùng một gã nho sĩ rất tiêu sái. Tuy cùng đi trong đoàn lái buôn nhưng hai người xem ra chẳng có chút gì là dân buôn bán. Trong khi những người trong đoàn bận rộn bán tơ thì hai người này cứ tản bộ trong thành và hỏi thăm đường tìm đến vườn hoa của Đoan Thanh Tú. Hai người ngắm hoa một lát rồi tìm hỏi tông tích của công tử nay nơi đâu. Người quanh vùng cho biết là Đoan Thanh Tú đã lên Chung Dương Xuân tu tiên mười mấy năm rồi. Ngay lập tức hai người quay về phạn điếm lấy lương thảo và tìm đường lên núi. Trước khi đi hai người giao ước với nhóm khách buôn kia là sau một tuần lễ nếu không thấy quay về thì cứ đi trước. Hai người cứ thế thẳng đường lên Chung Dương Xuân, cảnh vật núi non đẹp lạ thường, không khí trong lành, lá thở chim ca làm cho họ quên cả mệt nhọc. Nỗi niềm ao ước được thấy huyết lạc hoa càng làm cho hai người thêm hứng khởi và tiếp sức cho động lực đi đường. Núi bốn bề bát ngát, nhìn lên mây trời lồng lộng, nhìn xuống thành Hạc Hoa như sa bàn trong lòng bàn tay biết đâu sơn cốc của du sĩ mà tìm, ấy vậy mà họ cứ đi. Thế rồi lòng ngay tâm trực cũng được phỉ nguyền. Cả hai gặp được công tử Đoan thanh Tú ngay bên bờ suối nhỏ trước của động Vân Thanh.

Vị nho sĩ cung tay thủ lễ:

- Tôi là khách phương xa, nghe đồn công tử học rộng tài cao, thông kinh quán sử nhưng không chịu thi cử, chỉ ở nhà uống rượu ngắm hoa, nay lên Chung Dương Xuân tu tiên?

- Xin đa tạ sự chiếu cố nho huynh, không dám nhận lời, có thể tại hạ được biết quý danh?

- Tôi cũng là nho sinh, người Vân Long Châu, vì sinh kế nên theo đoàn khách buôn đi từ nam chí bắc, hãy gọi tôi là Lý Khang. Còn đây là cô nương Hồng Hương, một nương tử xinh đẹp nết na nhưng nghĩa hiệp và khí khái.

Cả ba nhìn nhau, dù lần đầu diện kiến nhưng trong lòng dường như có mối hân hoan khởi lên, có lẽ như người đời thường nói:"Đồng thanh tương ứng, đồng khí tương cầu". Đoạn Thanh Tú mời cả hai về sơn cốc đối ẩm. Ba người đàm đạo văn chương lưu loát, thi phú phong lưu, chữ nghĩa uyên áo, luận hoa tuyệt thế, Đã thế lại cùng bàn luận về nhân tình thế thái vô cùng hợp tâm hòa ý. Nậm Hoàng Hoa tửu cất mười mấy năm trước nay mới dụng đúng người, đúng thời, hơi men, khí văn làm cho cả ba người cởi mở tấc lòng. Lý Khang hỏi:

- Nghe nói công tử ở núi đã mười lăm năm và trồng được giống hoa lạ có phải chăng?

Đoạn Thanh Tú cười mỉm, nhìn hai người một thoáng, dường như định lượng hay quán sát tâm của hai vị khách này, đoạn mới từ tốn:

- Quả thật đúng thế, núi Chung Dương Xuân có một loài hoa lạ, thiên hạ chưa ai biết đến, năm xưa có một vị đạo sĩ ghé thăm vườn hoa của đệ trong thành, ông ấy từ từ uống rượu mà không nói một lời, chỉ đến khi sắp từ giã ra đi thì lấy từ trong tay nải ra một cây con rất lạ và bảo:" Trước thì trồng nó trong vườn, sau này, khi mà cây đã cho hoa thì hãy đem lên núi chớ để ở lại thành". Đệ vốn đã ngạc nhiên về hành vi của ông ấy, giờ lại thêm món quà và lời khuyên ấy càng thêm hồ nghi, tuy nhiên đệ vẫn ươm trồng ở vườn nhà. Đệ đã dùng hết sức chăm sóc, bao nhiêu tuyệt kỹ trong nghề đem ra mà cũng không làm sao cho cây hoa ấy phát triển, nó cứ èo uột dở sống dở chết. Đệ lại cất công lên núi quan sát tập tánh của những loài hoa nào có dáng loài tương tự và xem xét thổ nhưỡng... Khổ nỗi, không tìm ra một loại cây thứ hai nào giống nó, có lẽ nó là loài độc nhất. Trong lúc lang thang khắp núi, tình cờ phát hiện ở mé vực, nơi khoáng đãng nhất núi Chung Dương Xuân có một loài hoa lạ. Đệ sững sờ trước cái đẹp không sao tả nổi, đến như quốc hoa mẫu đơn còn kém xa. Cánh mỏng nuột nà như má phấn gái xuân thì, búp hoa như nắm tay gái xuân thì, nhụy hoa như râu rồng, đài hoa như bàn tọa tiên nữ...Tự nhiên hồ nghi có phải tiên hoa này với cây hoa mà lão du sĩ tặng là một loài? Lòng đệ mê mẩn muốn đưa cả cụm về nhà, tuy nhiên trong lòng lại giằng xé vì không muốn hại đến hoa. E rằng đem hoa về thì hoa sẽ lụi tàn vì nơi ấy không phải môi trường sống của hoa, chốn thành đô gò bó đầy hơi người, nơi ấy thiếu khoáng đãng khí trời thanh khiết, nước suối tịnh trong. Đệ đành quay về chứ nhất định không dám đem hoa về. Về đến nhà, nhìn cây hoa èo uột mà chợt nhớ đến chuyện thần chủ mẫu đơn năm xưa, lòng thầm nghĩ:" Thử một lần xem sao". Đệ bèn trích máu đầu ngón tay nhỏ lên cây hoa, ba ngày sau ra thăm vườn thì thấy có một sự lạ, vài chồi non nhú ra, cành lá cây hoa bớt eo sèo ủ rũ. Đệ bèn trích máu lần nữa mớn cho cây, đúng ba ngày nữa thì cây hoa lạ tươi nhuận hẳn lên. Lần thứ ba sau khi trích máu cho cây hoa, thì cây ra nụ bụ bẫm trên cành, lòng đệ vui không sao tả được, không ngờ chuyện dưỡng hoa bằng huyết của thần chủ mẫu đơn năm xưa lại ứng vào hôm nay. Đệ chăm sóc hoa kỹ càng, không để cho bất cứ côn trùng sâu bọ nào có thể bén mảng đến cây hoa. Đến tuần thứ ba, vào một buổi sớm mai, khi những tia nắng đầu tiên chiếu vào vườn thì nụ hoa lạ kia cũng bắt đầu bung cánh, những cánh hoa như tơ trời, thướt tha lại phơn phớt màu hồng phấn, mùi hương thoang thoảng không giống bất cứ thứ hương nào có ở trên đời mà ta đã biết. Dáng hoa y hệt loài hoa đã thấy trên núi Chung Dương Xuân. Vườn hoa nhà đệ vốn đẹp có tiếng xưa nay, vậy mà giờ dường như lu mờ trước bông hoa mới lạ này. Đệ lấy ngón tay vân vê hoa mà như cảm nhận làn da mỹ nữ, khi ngón tay đưa vào trong nụ hoa thì lập tức những cánh hoa khép nhẹ, những

109

nhụy hoa quấn hờ vào ngón tay đệ làm cho đệ cảm nhận như được mút bởi miệng người đẹp chứ không phải đóa hoa. Một làn sóng đê mê từ ngón tay lan tỏa khắp châu thân, thần trí sảng khoái, hưng phấn cao độ, Đệ bèn trích một giọt máu ở ngón tay nhỏ vào bông hoa, đêm ấy lạc vào trong giấc mộng thần tiên, trong cơn mơ hoa đạt thống khoái lạ thường mà cả đời chưa hề trải qua. Ngày hôm sau ra vườn, toàn bộ những đóa hoa trên cây đã biến thành màu đỏ tươi đẹp não nùng, cái đẹp thiên kiều bá mị cuốn hút hồn đệ, toàn bộ dáng cây hoa cứ như thế mỹ nữ hồ ly. Chữ nghĩa văn chương cả đời học được cũng không biết làm sao tả nổi vẻ đẹp của hoa, dĩ nhiên lạ đệ sướng khôn tả, tâm thần bay bổng như mây trắng trên đỉnh Dương Xuân kia, lòng dạ thơ thới hân hoan như nước nước lưng chừng núi, bao nhiêu lông tóc trên người như dựng cả dậy, thậm chí áo mũ đai cân cũng như phất phới theo làn sóng hưng phấn từ trong thân tâm.

  Lúc bấy giờ cha mẹ đệ đã qua đời, đệ vốn có chí xuất trần từ lâu nên bán cả nhà cửa, sau đó lên núi Chung Dương Xuân để học đạo tu tiên. Đệ hiến hoa viên cho thành Hạc Hoa, chỉ mang theo duy nhất huyết lạc hoa. Sở dĩ đệ mang theo vì lòng yêu không thể rời, thứ nữa e rằng người sau sẽ không biết cách chăm hoa và với kiểu cách lạ thường như thế cũng ngại không tốt cho người trong thành. Lời lão du sĩ năm xưa căn vặn giờ đã thấy thành hiện thực. Hoa đẹp và thơm nhưng cái đẹp này ẩn chứa nhiều ma lực mê hoặc ẩn tàng, đệ tin rằng khi nó tăng dạng đột biến hóa thân dụ hoặc thì không biết người có kiềm chế được hay không, bởi thế nên đệ mang theo bên mình. Loài hoa lạ này nhân gian chưa từng biết đến thì lấy gì có tên, chính đệ đặt cho nó là huyết lạc hoa. Từ ngày về Chung Dương Xuân, huyết lạc hoa dường như thuận cơ thiện phát nên cây hoa tươi tốt lạ thường, những bông hoa to gấp bội, hương bay ngát cả không gian bao la của núi này. Mỗi khi cây trổ hoa, đệ vẫn trích máu tươi mớn cho hoa như ngày còn ở thành Hạc Hoa. Đệ ẩn thân trên núi, huyết lạc hoa cũng mai danh với cây cỏ. Chỉ một số ít người có cơ duyên được thấy huyết lạc hoa ở vườn nhà, kể từ khi đệ mang hoa về núi Chung Dương Xuân thì không còn ai có cơ hội thấy huyết lạc hoa nữa. Ấy thế mà không hiểu sao thiên hạ vẫn biết và tiếng đồn về huyết lạc hoa bay khắp thiên hạ. Nhiều người lên núi Chung Dương Xuân để tìm xem hoa, bọn họ làm huyên náo cả núi non nhưng đệ ẩn mình không gặp và không tiếp bất cứ ai. Duy một trường hợp cá biệt là quan trấn thủ thành Nguyễn Vĩnh Thanh thì đệ có gặp y một lần, y đã nhiều lần lên núi tìm đệ nhưng đệ tránh mặt, sau khi nghĩ lại vì y là người có thế lực nhưng có tâm tánh tốt. Y không phải hạng thô lậu, biết trọng nghĩa khinh tài, liên đới nhân luân, cầu thị mỹ thiện, dẫu y chưa đủ khí phách can trường để là hiệp khách nhưng sống trong chốn quan trường vẫn giữ được tâm trong sáng chứ chưa đến nỗi vấy đen, vả lại y cũng là người biết lo cho dân cư trong thành, vì thế đệ mới phá lệ để tiếp y.

Huynh và cô nương biết không, khi y được nhìn thấy huyết lạc hoa trông y buồn cười lắm. Y sững sờ đứng nhìn như trời trồng, vẻ mặt đực ra đầy thảng thốt lạc thần, cái khoảnh khắc phiêu hốt như khắc cốt ghi tâm, y như thể lạc khỏi trần gian. Y bảo không biết dùng lời nào để tả vẻ đẹp của hoa, y bảo trần gian không có hoa này. Huyết lạc hoa là hoa của vườn địa đàng. Y còn nói đời y chưa từng chứng kiến sự diễm lệ dụ hoặc nào như thế này cả, thậm chí y còn cả quyết:" Đời người một lần được thấy và ngửi hương huyết lạc hoa kể cũng đủ mãn nguyện, dẫu chết ngay lập tức cũng không có gì hối tiếc".

***

Mùng bốn xuân nhâm tý, tổng quản Bắc Môn cùng tùy tùng bộ hạ lên Chung Dương Xuân, bọn chúng kéo đi tiền hô hậu ủng ầm ĩ suốt cung đường. Chung Dương Xuân bạt ngàn cây cỏ, vách đá bờ khe quanh quất, vực sâu hang thẳm lưng chừng chẳng biết lối nào mà lần. Bọn chúng cứ men theo lối mòn của dân sơn cước mà đi, chốc chốc cả bọn dừng lại ngó trước nhìn sau, lối chúng đi qua cây gãy cỏ rạp, chim chóc thú rừng cũng im hơi lặng tiếng. Bọn chúng đi từ lúc trời vừa tảng sáng cho đến tận lúc bóng xế mà vẫn chẳng tìm ra được sơn cốc của Đan Thanh Tú, dĩ nhiên càng không biết huyết lạc hoa ở chốn nào. Lúc mới lên núi, tổng quản Bắc Môn hùng hổ quyết phải chiếm đoạt cho bằng được huyết lạc hoa, thậm chí sẵn sàng giết người để cướp hoa, xưa nay quen thói ngông cuồng là vậy, nào ngờ giờ phải bẽ bàng xuống núi về tay không. Y tuyên bố:

- Huyết lạc hoa là trò lường gạt, làm gì có thứ hoa ấy trên đời này!

Dân chúng thành Hạc Hoa nhìn bọn chúng thiểu não cuốn cờ thất thểu quay về mà cười bảo nhau:

- Huyết lạc hoa đâu phải muốn là có!

Tranh Đinh Trường Chinh

NGÀY MAI LÀ MỘT NGÀY KHÁC

Gương mặt thoáng nụ cười nhẹ nhưng lộ vẻ mãn nguyện, khi một làn sóng đê mê lan toả khắp thân thể. Smith Baron cảm nhận có bàn tay ai đó ve vuốt thân thể mình, bàn tay vô hình áp lên má và ôm ấp lấy ngực... Smith Baron trở mình, mở mắt vì tiếng con puppy sủa ăng ẳng bên giường, thoáng thấy bóng mờ mờ như nhân dạng người đang bước về hướng cầu thang. Smith tỉnh ngủ hẳn ra, mở to mắt nhìn, tuy mơ hồ sương khói nhưng anh cũng nhìn ra được hình hài đó là ai, con puppy chạy lại chân cầu thang sủa nhặng xị. Smith vỗ vỗ đầu nó nhưng nó vẫn không ngừng sủa, tự nhiên anh thấy nổi da gà toàn thân, cảm giác rờn rợn. Anh mặc bộ đồ ngủ vào rồi nhè nhẹ lên lầu, mắt chăm chú nhìn theo cái bóng dáng lãng đãng như sương kia. Bỗng nhiên cái bóng dáng ấy quay lại miệng hơi nhếch mép cười và lập tức tan biến vào hư không. Smith trở lại giường ngủ, Stephanie vẫn ngủ say không hề hay biết gì. Anh chui vào chăn ôm chặt lấy cô ấy, bất giác hai giọt lệ rơi, mặc dù cố gắng dỗ lại giấc ngủ nhưng không tài nào ngủ được, bao nhiêu ký ức từ đâu chợt hiện về, tâm tư lăn tăn như những đợt sóng biển.

Mười năm trước, ngày này là ngày cưới của Smith Baron và Stephanie, cũng như bao người khác trên thế gian này, ngày cưới là ngày vui sướng và hạnh phúc lớn nhất của đời người. Smith ngất ngây trong men tình, anh yêu Stephanie nhiều lắm, đêm động phòng là cả một trời hoan lạc, sự thăng hoa tột đỉnh của thể xác lẫn tâm hồn. Ấy vậy ngày hôm sau lại rơi vào một sự đau buồn lớn, bạn bè báo tin Samson J, người bạn thân nhất của hai người bị tai nạn chết sau khi dự tiệc cưới ra về. Hôm tiệc cưới, Samson J trở nên phấn kích lạ thường, anh ta đi chuốc rượu mọi người, uống liên tục rồi hò hát và nhảy nhót. Samson trở nên như một người tăng động, điều này ít thấy xưa nay. Bạn bè nhiều người không hiểu, cứ ngỡ anh ta trở nên hưng phấn vì men rượu. Riêng Smith, Stephanie và một vài người bạn thân thì biết vì sao. Samson J bị kích thích cao độ, anh ta bưng ly rượu đến:

- Chúc mmừng hai bạn, cầu chúc hai bạn trăm năm hạnh phúc, hai chữ S lồng vào nhau đẹp đôi lắm!

Giọng rất tỉnh nhưng ánh mắt không giấu được nỗi đau, vừa thiết tha vừa như van lơn điều gì đó, cái ánh mắt lúc ấy ai nhìn chắc cũng phải ghi nhớ khó mà quên được, thoáng chút xót xa lại như ghen tuông và phẫn hận. Smith nói lời cảm ơn chiếu lệ, tâm tư cũng nao núng nhưng giữ vẻ bình thản. Stephanie trông rạng rỡ và hạnh phúc vô cùng, cô ta mỉn cười cảm ơn nhưng ngầm tỏ vẻ đắc thắng và thỏa mãn:

- Cảm ơn lời chúc mừng của cậu, cậu cũng tính đi chứ, bao giờ thì cho bọn mình uống rượu hồng?

Samson nhếch mép cười, cái nụ cười cố hữu vừa có chút chua chát nhưng ẩn chứa vẻ khinh bạc, trong lòng Samson oán hận Stephanie giật mất người mà cậu ta thương, giờ còn vờ vịt hỏi thăm bao giờ có rượu hồng. Samson đã yêu Smith từ lâu, từng nuôi hy vọng và dệt nhiều mộng đẹp, nào ngờ Stephanie cũng yêu và quyến rũ được Smith... từ đó bao nhiêu ước vọng tan như bọt nước. Bất thần Samson nhìn thẳng vào mắt Stephanie, ánh mắt vô cùng mãnh liệt và dữ dội khiến Stephanie phải né tránh, chỉ phút chốc ánh mắt ấy trở lại bình thường như cũ. Samson J trả lời:

- Rượu hồng ư? có thể nay mai nhưng cũng có thể không bao giờ!

Nói xong cậu ta quay trở lại bàn tiệc, tiếng cụng ly và cười nói ồn ào khắp sảnh đường. Samson uống và ép mọi người nâng ly không ngừng. Thằng Matthew cụng ly với Samson trêu:

- Smith và Stephanie đẹp đôi thật! cậu cũng tranh thủ kiếm người yêu và cưới như họ nhé, bọn tớ chờ đợi!

Samson cười thật to nhưng Matthew vẫn nhận ra được trong tiếng cười không thật, nó chất chứa nỗi niềm thê lương. Samson trả lời mà giống như tự nói với bản thân:

- Người yêu ư? người yêu tớ đã bỏ tớ rồi, còn chuyện tìm người yêu mới thì tớ chưa có ý nghĩ đó!

- Thôi uống đi, đừng nói chuyện ấy làm gì, việc gì đến nó sẽ đến, Matthew có phần ăn năn khi vô tình khêu gợi nỗi đau của bạn, anh ta bèn thúc giục uống và cố làm trò vui cho mọi người trong bàn tiệc cưới. Tụi thằng Andrew, Joshua, con Angela, Maria…đều đồng thanh hô to:

- Vô , vô, trăm phần trăm nhé!

Cả đám ngửa cổ tu cạn ly của mình. Con Liza xì xầm với Julia:

- Tớ học chung với thằng Samson từ hồi phổ thông, tớ biết rõ nó thương thằng Smith. Bọn tớ cũng ngỡ hai đứa nó lấy nhau, không ngờ khi con Stephanie mê thằng Smith và chiếm lấy trái tim của anh ta, xem ra thằng Samson chỉ yêu đơn phương.

Nhiều tiếng thì thầm thậm chí cười nhạo sau lưng rất nhiều. Samson biết nhưng vẫn giả tảng như câm điếc, Tiệc cưới sôi động và vui quá, mọi người nhảy đến hai giờ sáng mới tan. Bạn bè lần lượt ra về, thằng Samson say khướt, nó lái ngược chiều trên xa lộ và bị tai nạn chết ngay tại chỗ. Smith và Stephanie hay tin thì trong lòng đau buồn và sanh ăn năn. Smith ôm lấy Stephanie thì thào:

- Samson chết thảm, thật tội cậu ấy! anh cũng có lỗi trong việc này, nếu anh cư xử tế nhị hơn có lẽ sự thể sẽ không đến nỗi như thế! Trước khi gặp và yêu em, anh đã sống với cậu ấy ở ký túc xá của trường Saint University State. Anh xem cậu ấy như một người em, một người bạn tri kỷ, thậm chí như một người tình. Tất nhiên cậu ấy rất yêu anh, cậu ấy nuôi nhiều hy vọng ở anh. Anh cưới em và cậu ấy bị sốc nặng, đêm qua trong tiệc cưới, cậu ấy cố làm ra vẻ vui vẻ, hưng phấn nhưng thực tình cậu ấy rất đau và cố che giấu. Anh yêu em, cậu ấy ghen nhưng không hề trách móc hay làm bất cứ một hành động nào có thể ảnh hưởng đến tình yêu của anh và em. Cậu ấy hiền lành và hành xử rất mã thượng, đôi khi nghĩ lại anh thấy mình có lỗi và ứng xử không bằng cậu ấy.

Stephanie mắt hoe hoe đỏ, giục mặt vào ngực Smith thủ thỉ:

- Em biết cậu ấy thương anh, chính điều này làm cho em bất an và nhiều lúc sôi lên, có nhiều lần không kiềm chế được nỗi ghen tuông. Em đã xỉ vả và xúc phạm cậu ấy, bây giờ nghĩ lại em cũng thấy hối hận. Nhưng anh phải hiểu rằng, không có ai có thể chấp nhận người khác yêu người yêu của mình. Em cũng vậy thôi, em có thể nhường những thứ khác cho cậu ấy, nhưng tình yêu của em thì không thể! em phải chiến đấu để giữ lấy người mà em yêu. Anh là của em, cậu ấy không thể xen vào được. Phải công nhận cậu ấy đẹp trai như một thiên thần, đôi mắt xanh như nước biển Caribean, tóc vàng ươm như bó lúa mì, đôi môi đỏ mọng còn đẹp hơn những đôi môi tô son của các cô gái, duy có điều bên trong thân thể đó lại là tâm hồn của một cô gái, tiếc cho cậu ấy số phận hẩm hiu và đoản mệnh.

Smith Baron nói:

- Em biết không? Có lần cậu ấy rủ anh đi thánh lễ ở nhà thờ Rock Byzantine, nơi mà cậu ta vẫn thường đi lễ. Hôm ấy linh mục John Mannering giảng:"... Bọn biến thái là cặn bã xã hội, lũ bệnh hoạn gieo rắc tội lỗi, chúng nó làm ô uế đất thánh và thế gian. Chúa trời sẽ đày chúng xuống hoả ngục, bọn chúng phải bị ném đá hoặc lên giàn hoả..."

Anh nghe rất chối tai, ông cha xứ này bảo thủ, thiếu hiểu biết lẫn bác ác. Samson thì sốc nặng, cậu ta không ngờ cha xứ cực đoan đến thế, cậu ta bỏ về và thề sẽ không đến nhà thờ nữa. Sau đó một thời gian thì truyền thông phanh phui và tung ra hồ sơ cha xứ John Manering là một tay ấu dâm, đã xâm hại hàng trăm trẻ trai của nhóm Boy Scout và những trẻ trai ở nhà thờ trong hàng chục năm ròng. Cha xứ còn dùng tiền nhà thờ để bịt miệng nhân chứng, chi xài cho nhữnh chuyến du lịch và tiêu xài cá nhân...Điều này làm cho niềm tin và tâm tình của Samson bị ảnh hưởng nặng nề, suốt hai năm sau đó cậu ta không bước chân đến nhà thờ. Rồi những lần lên mạng, cậu ta gặp những bài giảng của linh mục Byron Ray: "... hãy thương yêu người anh em của ta, không được làm tổn thương dù là thể xác hay tâm hồn người anh em của ta. Tất cả đều là con cái chúa, dù là trọn vẹn hay không trọn vẹn, dù là thánh thiện hay không thánh thiện. Con cái chúa dù là đàn ông hay đàn bà hoặc không phải đàn ông lẫn đàn bà cũng đều là sảm phẩm của chúa, đó là ý chúa! Không ai có quyền chê bai sản phẩm của chúa tạo ra, càng không được phép chế nhạo hay phán xét, kết tội!" từ đó niềm tin trở lại với Samson và Samson đi lễ nhà thờ Holy Purified ở vùng Midtown của cha Byront Ray.

    Ngày đưa tang Samson thật buồn, từng dòng xe dài nối đuôi lặng lẽ chạy qua khu phố, nơi mà Samson sống trước khi bị tai nạn, nhiều người đi bộ hai bên con phố cũng đứng nghiêm bỏ mũ xuống chào người quá cố lần cuối. Ở nghĩa trang, cha Byront Ray đọc kinh lần cuối cho Samson, gia đình và bạn bè đưa tiễn trang nghiêm trong bộ y phục đen. Smith bước đến huyệt mộ đặt lên quan tài một bông hồng đỏ thắm, khi đất được đổ xuống nhiều tiếng nấc nghẹn ngào không sao kiềm chế được nữa. Smith ôm lấy ông bà Jose Tarrest, cha mẹ của Samson:

    - Tôi thành thật chia buồn cùng ông bà, nỗi mất mát này quá lớn, nó không chỉ là niềm đau của ông bà mà là của tất cả mọi người có mặt ở đây. Samson là một chàng trai tốt, một người bạn tuyệt vời. Cậu ấy cũng là một phần tâm hồn và tâm tư của tôi. Cậu ấy về với chúa, mong ông bà đừng quá đau buồn, hãy bảo trọng!

    Ông Jose đáp lời

    - Cảm ơn cậu đã đến dự tang lễ tiến đưa, cảm ơn sự chia sẻ nỗi đau này của chúng tôi, mong cậu hãy tiếp tục cầu nguyện cho con trai chúng tôi.

    Stephanie đứng bên chồng cũng bước ra ôm nhẹ lấy ông bà Jose chia sẻ nỗi đau mất mát. Bọn thằng Joshua, Jacky, Andrew, con Maria, Lisa, Jenny…lần lượt đến ôm ông bà Jose nói lời tạm biệt. Nghĩa trang mùa này xanh biếc cỏ, trên đầu bầu trời xanh thẳm và nắng vẫn vàng ươm, những bó hoa tươi đặt kín mặt mộ phần của Samson.

Kể từ sau cái chết của Samson, Smith thỉnh thoảng ngủ mơ thấy cậu ta nhưng đến đêm hôm nay cảm nhận gần như chạm được nhau. Smith thấy cậu ấy hiển hiện trước mặt rất rõ dù chỉ là khói sương ảo ảnh, trước đó còn có cảm giác bàn tay cậu ta vuốt ve và hơi thở cậu ấy phả vào mặt. Smith không ngủ lại được bèn bước ra ban công, bầu trời đêm lung linh muôn vì sao, phố xá im lìm trong giấc ngủ, những ngọn đèn đường vẫn sáng nối dài đến cuối tầm mắt, những tàng lá cây hai bên phố in xuống mặt đường tạo nên những vùng tranh tối tranh sáng. Bất giác Smith thì thầm:

- Samson, tớ nhớ cậu, không bao giờ quên cậu, cậu là một phần trong đời sống của tớ. Tớ cầu mong cậu ở nơi ấy bình yên. Tớ trân trọng tình cảm của cậu, tớ biết cậu phải chịu đựng nỗi đau quá lớn cả thể xác lẫn tâm hồn, tớ xin lỗi cậu nhưng cậu hãy để cho Stephanie được bình yên nhé! Cô ấy cũng là bạn của cậu cơ mà. Cuộc sống này vốn vô thường và mong manh lắm, biết đâu một ngày nào đó tớ sẽ đến nơi ấy bình yên với cậu.

Từ trên tàng lá cây Gingko, một con đom đóm thật to bay xuống đậu trên vai Smith. Smith xòe bàn tay ra thì nó lại bay đến đậu giữa lòng bàn tay, đôi cánh mỏng tang vỗ chấp chới, ánh sáng xanh biêng biếc chớp chớp thật là ảo diệu. Nó đậu vài phút rồi mới nhẹ nhàng bay đi, Smith nhìn theo cho đến khi đóm sánh xanh mất hút trong màn đêm.

Sáng chủ nhật Smith và Stephanie đến ăn sáng ở quán Intermezzo, một quán đẹp ở vùng Midtown này. Thức ăn ngon, đặc biệt tách cà phê Cappucino rất thơm và beo béo, cà phê được pha đúng phong cách Italyno. Trong quán trang trí những tranh tượng nghệ thuật mang nét đặc trưng của thời phục hưng, vừa có tính khai phá lại vừa một chút hoài cổ. Smith và Stephanie đến đây đã bao nhiêu lần, bao nhiêu tranh trên tường đều nhớ rành rẽ, ấy vậy mà tận hôm nay mới phát hiện ra giữa những bức tranh ấy có treo một câu nói của nàng Scarlet O'Hara: " Tomorrow is another day "

PHẨM GIÁ

Mỗ và mấy ông bạn đang nhậu ở nhà hàng Hương Biển, một nhà hàng hạng sang của thành đô. Cả bàn nhậu đang sung sướng đã đời luôn. Chợt mỗ nhìn thấy một cô gái xinh như diễn viên, tuy mới gặp lần đầu nhưng sao thấy quen quá, còn đang bán tín bán nghi, nửa tin là phải nửa ngờ rằng sai, cái tướng người ấy sao giống quá, tuy nhiên mặt mũi thì lại khang khác. Trong lúc tâm trí mỗ mở ra, lục tung để tìm dữ liệu hay ký ức cũ thì cô ta tiến lại chào, vẫn cái cung cách thân mật và có phần hơi suồng sã:

- Trời, anh Tèo! Hổng nhận ra em sao?
- Ơ, cô là ai? Có phải...
- Đúng rồi, em đây, Mén đây nè!
- Trời đất, Mén đây sao? Sao mà khác quá vậy?
- Thời buổi khác, em cũng phải khác chớ anh!
- Ngày xưa em đen nhẻm, mắt mũi đâu có như vậy! Rồi còn cái dáng cũng đâu phải như thế này.
- Tại em tắm trắng đó, em gom góp mớ tiền đi thẩm mỹ viện đập mặt làm lại toàn bộ, sau đó em còn nâng ngực và bơm mông nữa... Giờ thấy em có đẹp không?
- Đẹp lắm, như mấy diễn viên Hàn Quốc vậy đó.
- Còn anh, làm gì mà cả chục năm nay biệt tăm biệt tích?
- Anh ra nước ngoài làm ăn, giờ em làm nghề gì?

Hỏi thì hỏi vậy chứ mỗ cũng đã nghe bạn bè nói hết cả rồi. Mén giờ không còn là Mén nữa mà là Mitchell, một gái bao hạng sang, chuyên cặp với đại gia hay những tay làm lớn có máu mặt lẫn máu dê. Mỗ còn chưa dứt cơn phân vân thì đã nghe Mén, í quên Mitchell cười thoải mái và không ngờ cổ huych toẹt luôn:

- Em kinh doanh vốn tự có, lấy lại chút ít của dân lộc nước từ đại gia và quan gia. Em biết thiên hạ khinh miệt cái nghề của em và những người như em nhưng xem ra thì nghề của em vẫn còn lương thiện hơn cái bọn bao em. Em chỉ lấy lỗ làm lãi, còn bọn ấy lấy của dân và của quốc gia. Anh thì sao, sống nghề gì?

- Anh làm báo, viết lách, sống bằng nhuận bút.

- Trời! Thời buổi này mà còn làm báo với viết lách, ai đọc? Chữ nghĩa rẻ hơn cám heo anh ơi!

Tự dưng mỗ thấy nóng mặt, cô ta là cái thá gì, làm gái mà bày đặt chê cái nghề cái nghề chữ nghĩa cao quý trí thức? dám xem thường chữ nghĩa, cho dù cô ta có là gái hạng sang hay hạng xoàng cũng thế thôi! Sao dám khi dễ trí thức như vậy? Tuy nhiên ngẫm nghĩ lại thì cô ta nói đúng, nói thật, cái sự thật dù đau đớn nhưng phải chấp nhận: "Thời buổi này chữ nghĩa rẻ hơn cám heo, ai đọc nữa mà viết?". Mỗ lâu nay tự phụ có cả bụng chữ vậy mà giờ ngắn tò te hổng biết dùng lời gì để nói. Cô Mén ngày xưa giờ là Mitchell xáng lại sát bên, cười tươi như hoa, vỗ vỗ má mỗ:

- Anh làm mười năm mới sắm được cái xe cà tàng đời cổ lai hy. Em làm hai năm sắm đượcbiệt phủ, xe hơi đời mới. Em nói cho anh biết, em phải bán thân mới được như vậy, cũng đau đớn và nhục nhã lắm nhưng riết rồi quen. Anh biết không? Xứ mình giờ lao động kiếm tiền nhàn nhã lắm! Có ông quan thanh tra cấp cao chỉ buôn chổi đót, chạy xe ôm, nuôi heo thả nọc vậy mà cất biệt phủ mấy chục tỉ, còn của chìm của nổi hổng biết bao nhiêu mà kể, ổng còn khoe là ổng đếm tiền đến thối cả móng tay.

Mỗ gật gù vì cái vụ này có nghe qua rồi, hổng ngờ cổ là gái bao mà cũng rành thời sự ghê. Mỗ khen cô ta nhưng thực ra là ngầm tự hào về cái thế của mình:

120

- Đó, em thấy chưa! Chữ nghĩa rẻ hơn cám heo nhưng cũng nhờ chữ nghĩa và báo chí mà mọi người mới biết buôn đót, nuôi heo mà giàu đến đếm tiền thối cả móng tay!

Mén cười nắc nẻ:

- Anh dở chèo mũi nhưng giỏi chèo lái, đúng đó anh, cái vụ đó nhờ báo chí mà mọi người biết và cười rần rật luôn. Còn nhiều vụ khác nữa anh ơi, có ông kia làm lớn lắm nhưng thực ra chẳng làm gì cả, lương chừng chục triệu đồng nhưng gia tài cả mấy chục triệu đô, khi báo chí phanh phui ra thì ổng bảo: "Thừa kế, cha mẹ cho". Anh thử nghĩ xem, nhà ổng ba đời bần cố nông, cục đất chọi chim hổng có, mảnh đất cắm dùi cũng không, vậy mà thừa kế cái gì? Cha mẹ cho cục cứt gì?

Tự dưng mỗ thấy đắng nghét nghẹn cả cổ họng, lâu nay vốn xem thường gái bao, té ra họ cũng hiểu biết và có quan hoài đến thế sự đấy chứ! Cái quan trọng là nghề của cô ấy lương thiện hơn bao nhiêu vị làm lớn trong xã hội. Cô ấy chỉ bán thân nuôi miệng chứ chẳng trộm cướp của dân, không đục khoét công quỹ, không cạp đất mà ăn... Cô ấy làm gái thì nói làm gái chứ chẳng như bọn làm lớn chuyên trộm cướp đục khoét mà lại lớn giọng dạy đạo đức. Cô ấy làm gái nhận mình làm gái chứ không như một bầy sâu chuyên đục khoét ăn tàn phá hoại mà cứ tự xưng là rồng, là hổ...

Mitchell cụng ly với mỗ, ngửa cổ tu một hơi cạn ly bia:

- Anh ở xa mới về, hổng biết có hay tin cái vụ chị "Cuồn cuộn" vợ anh Lò Vôi không? Thằng chả đi lính về, trắng tay vàng mắt, hổng có xu teng nào, vậy mà sau một thời gian thì trở thành đại gia đó anh, tài sản tính bằng trăm triệu đô, đất đai không biết bao nhiêu mà kể. Còn mẹ "Cuồn cuộn" đó cứ lên mạng chửi lung tung chẳng chừa ai, thiệt tình mà nói thì cũng nhờ mẻ mà bao nhiêu chuyện gian được phanh phui ra, nào là thần y dỏm chuyên gạt người ăn tiền; bọn làm từ thiện ém tiền cứu trợ; tiền ủng hộ mổ tim cho người nghèo và trẻ em thì bị bà lớn lấy đi mua xe...Con mẹ to gan lắm anh, chửi cả mấy ông bà làm lớn, có lẽ mẻ quá tin vào thế lực chống lưng cũng như tiền rừng bạc bể nên mạnh miệng như vậy, mặc dù đã có dấu hiệu cảnh báo mà mẻ chẳng sợ, cuối cùng thì bị hốt nhập kho. Con mẻ và lũ tiểu yêu dưới trướng quậy tưng mấy năm nay.

Mỗ biết hết cả chứ, mấy vụ này tràn ngập báo chí lẫn mạng xã hội, tuy nhiên mỗ kinh ngạc ở chỗ là nghe được những lời này từ miệng của một cô gái bao, thấy đã cái lỗ nhĩ và tự dưng thương ẻm dễ sợ. Ẻm tuy làm gái nhưng lương tâm trong sáng và sạch sẽ hơn cái đám làm lớn làm láo kia. Ẻm ăn nói bộc trực thô tháo nhưng làm cho lòng người dễ chịu hơn lời điêu toa xạo sự đạo đức giả của những kẻ làm lớn. Ẻm làm cái nghề hổng được xã hội công nhận nhưng việc làm của ẻm không làm hại nước hại dân. Việc ẻm làm tuy thiếu đứng đắn, khiến người đời khinh khi coi thường nhưng ẻm làm thật chứ không làm như mèo mửa nhưng ăn như hạm của các quan gia. Ẻm lấy thân xác làm phương tiện kiếm ăn chứ chẳng ăn thuế dân lộc nước... Lòng mỗ thấy thương và cảm thông với ẻm, trong phút giây cảm kích nên bình tâm ngắm lại ẻm. Ẻm giờ đẹp thật, cứ như ngôi sao điện ảnh hay ca nhạc vậy, mắt to tròn xoe, môi trái tim, mặt chữ V, ngực tròn vun lên, mông diêu ra, eo thóp lại... Công nhận cái công nghệ sửa sắc đẹp ghê gớm thật, vượt qua quyền tạo hóa, có thể biến cú thành tiên, nam thành nữ hoặc nữ thành nam... Tuy biết sắc đẹp của ẻm là giả nhưng mỗ thấy mát con mắt ưng cái bụng. Cái giả của ẻm hổng hại gì ai, hổng như cái giả của quan gia lớn nhỏ, bọn ấy làm giả, nói giả, đạo đức giả, nhân nghĩa giả, bằng cấp giả... chỉ có mỗi cái ăn và phá là thật. Biết cái đẹp của ẻm là giả nhưng lòng mỗ động tâm thật, mỗ thầm nghĩ: "Làm thử một phát xem sao, hổng biết đồ giả ấy có bằng đồ thật chăng?". Mỗ phì cười vì cái ý nghĩ bậy bạ làm cho Mitchell thắc mắc:

- Anh vui gì mà cười vậy?

Mỗ không dám nói thật, dù biết ẻm là gái bao, dù sao thì cái tình bạn thuở thiếu thời học chung trường không cho phép mỗ suồng sã. Mỗ ngu ngơ hỏi:

- Sao em không kiếm một nghề gì đó mà làm?

Mitchell ôm lấy mỗ một cái thật chặt rồi bắt cụng ly, ẻm cười giòn tan:

- Ở xứ mình làm ăn khó lắm anh ơi, không phải ai cũng nuôi heo, chạy xe ôm, buôn đót mà giàu được đâu! Còn làm ăn lương thiện thì khó vô cùng, phải bôi trơn bao nhiêu cửa, phải nộp tiền bảo kê cho xã hội đen, phải cúng cô hồn sống bất cứ khi nào chúng nó xuất hiện, cô hồn chết thì cúng đầu tháng và chỉ là con gà dĩa xôi, cô hồn sống nó ra định mức phải cúng cho nó, cúng không đủ hay không cúng là coi như sập tiệm! Muốn làm ăn khó lắm anh ơi, ăn thì dễ mà làm thì khó, còn như không làm mà ăn thì phải làm lớn, bọn làm lớn cạp đâu cũng ra tiền, kể cả cạp đất. Dân đen như tụi em mà không làm thì cạp đất mà ăn!

Sau bao năm lưu lạc mưu sinh, mỗi người một phận, giờ gặp lại Mén ngày xưa và biết việc cô làm. Mỗ ngầm so sánh việc làm của cổ với việc các quan gia làm lớn nên thấy thương cổ rất nhiều. Người đời khi dễ khinh chê nghề cô ấy làm, mỗ thấy bất công, lẽ ra việc ăn tàn phá hại của quan gia mới đáng khinh bỉ. Người đời mê nên xem thường cổ mà lại xem trọng quan gia. Mỗ cũng chợt thấy thương cho Mén và tủi cho mình khi nhớ lại lời của cổ lúc nãy: "Chữ nghĩa rẻ hơn cám heo, giờ có ai đọc nữa đâu!"

LÂN XÓM CHỢ

Tiếng trống thì thùng vang khắp xóm chợ, xóm chùa, xóm đình... Âm thanh trống lân giục giã đầy hào hứng tỏa đến từng nhà, lọt vào lỗ nhĩ thằng Tí. Tiếng trống kích thích nó, làm cho nó và cơm thật lẹ, đoạn nó chan canh vào chén để húp cho xong, dường như nó nuốt chứ hổng có nhai. Cô Hai nhìn nó rồi đưa mắt cho chú Hai:

- Thường ngày đâu có vậy, nó ăn nhơi nhơi cả buổi hổng hết chén cơm, vậy mà bữa nay nó ăn nhanh như lân ăn bắp cải.

Chú Hai cười, cả nhà cũng cười theo. Thằng Tèo, anh hai của nó tài lanh:

- Nó ăn lẹ để chạy ra ngoài xóm coi múa lân đó!

Thằng Tí quạu:

- Bộ anh hai hổng đi coi hả?

Nói xong nó buông cái chén sạch trơn xuống bàn rồi vội vàng uống ly nước thật to:

- Má, con đi coi múa lân đó nha!

Vừa nói vừa chạy, cô Hai với theo:

- Hổng chờ anh hai đi sao Tí? Đi nhớ về sớm, không được theo đoàn lân đi xa!

Tiếng dạ của thằng Tí mất hút theo bóng nó. Cô Hai bảo:

- Tèo, con đi coi múa lân ngoài xóm nhớ trông chừng em nha, đừng để nó theo lân đi xa đó!

Thằng Tèo cũng vội vàng lao ra khỏi cửa, đuổi theo thằng Tí.

Trời mới đầu hôm mà con nít từ các xóm túa hết ra đường, mà nào chỉ có con nít, thanh niên nam nữ cũng tụ tập tụm năm tụm ba, ai ai cũng bâu quanh đoàn múa lân. Đêm nay mới là đêm mười bốn thôi, nhưng trăng đã tròn vành vạnh to như cái mâm, ánh sáng trăng bàng bạc rải khắp xóm, những cây đuốc lồ ô cháy hừng hực soi ánh lửa vàng pha sắc đỏ soi tỏ mặt người. Tiếng í ới gọi nhau, tiếng bàn tán xôn xao, tiếng trống thì thùng, tiếng chiêng phèng phèng…làm tưng bừng cơ hồ như đêm nay sẽ không ngủ. Đoàn lân xóm chợ xưa nay nổi tiếng nhất quận, ba năm liền đoạt giải nhất. Lân xóm chợ đẹp nhất, oai phong nhất, lân biết chớp mắt, nhép mở hàm. Ông địa cũng đẹp, miệng cười toa toét, ngoài lân và địa ra còn có thêm nhân vật Trư bát Giới để xôm tụ thêm. Anh Hai Luân làm trưởng đoàn lân, anh có tài nghệ múa lân giỏi nhất quận. Anh lại sẵn lòng truyền nghệ cho đàn em, Tụi thằng Mùi, thằng Cảnh, thằng Đức… đều được anh kèm cặp chỉ bảo từng động tác, từng điệu bộ. Anh hai Luân múa Lân giỏi là vậy, nhưng dân các xóm vẫn khoái xem anh làm ông địa hơn. Khi làm ông địa anh không cần độn bụng vì cái bụng anh chang bang như ông địa rồi. Anh thủ vai ông địa thì y như nhập thần vậy, lúc ấy người ta không biết anh nhập vai ông địa hay ông địa hóa thành Hai Luân. Ông địa cười ngả ngớn, phe phẩy quạt mo. Ông địa Hai Luân dập dềnh như người say, khi thì xàng qua bên này khi thì ngả nghiêng bên nọ…Con nít cười bể bụng luôn. Thằng Tí cứ xáp vào vỗ vỗ cái bụng ông địa Hai Luân. Ông địa quạt quạt nó, cười với nó.

Đoàn lân đang múa trước sân đình Vân Hội để làm lễ trước khi xuất quân. Ông từ giữ đình treo một cái bao thơ đỏ để làm lộc cho đoàn lân, ngoài ra còn có mấy cái bắp cải để thưởng cho lân. Ông từ hiền từ thật, ổng treo vừa tầm với chứ không chơi ác treo cao như mấy nhà giàu trong xóm. Năm nào cũng vậy, lân phải trầy trật khó lắm mới ngoạm được cái bao thơ treo cao chót vót ấy.

Đêm mười bốn âm lịch vui ơi là vui, đình Vân Hội như sống dậy những ngày xa xưa, cửa đình mở rộng, đèn cầy cháy sáng lung linh, ngoài sân người cầm đuốc đi lại lăng xăng. Ánh trăng như tơ vàng trải từ không gian xuống mái đình rêu phong cổ kính. Ánh trăng lại như dòng sữa chảy tràn cả xóm chợ, xóm đình, xóm chùa… Ánh trăng xuyên qua tán lá rơi rải rác những mảng sáng loang loáng khắp các con đường trong xóm. Con đường từ đình đi ra gò Yến vốn tối thẩm vì những hàng tre ken dày hai bên, vậy mà dưới ánh trăng trông đẹp và thơ mộng quá chừng. Thường ngày, những đêm tối trời, ít ai dám qua lại con đường này. Dân mấy xóm quanh đình sợ ma, có người còn cả quyết đã thấy ma đánh đu tòn teng trên mấy bụi tre. Ánh trăng dát bạc khắp cánh đồng Ông Tà, đồng Ông Tà nằm ngay trước đình, mỗi khi lúa gặt xong thì cánh đồng trở thành sân chơi của con nít trong xóm. Còn những đêm trăng như đêm nay thì trai gái tụ tập hóng mát, ngồi tâm tình, có nhóm gầy độ nhậu ngoài đồng dưới ánh trăng.

Sau khi bái yết xong, đoàn lân bắt đầu kéo đi múa trong xóm. Tiếng trống của đoàn lân đi tới đâu thì con nít rần rần theo tới đó, cả một đoàn dài cầm đuốc đi trong đêm trăng, có một số khác thì cầm lồng đèn, nào là đèn ngôi sao, đèn bánh ú, đèn cá chép… đủ kiểu, đủ màu sắc. Hễ nhà nào có treo thưởng thì đoàn lân dừng lại để múa. Đoàn lân đến nhà thằng Tí, chú Hai treo nải chuối và bao thơ làm phần thưởng, cửa mở rộng ra. Thằng Tí theo lân chạy vào nhà, nó mừng vui và hãnh diện nói với thằng Tùng, thằng Đẹn, cu Sứt, cu Lọt…:

- Nhà tao năm nào cũng được lân dzô nhà đó nhen! Ba tao nói lân hên lắm, lân tới thì tà ma lui. Lân đem lại may mắn cho nhà nào mà nó dzô.

Thằng Tí còn đang say sưa tám thì thằng Tèo chạy lại:

- Nãy giờ mầy đi đâu mất tiêu, tao tìm mầy khắp nơi mà hổng thấy. Má biểu tao canh chừng mầy, không được theo lân đi xa đó nha!

- Tui biết rồi, mà nãy giờ anh hai đi đâu dzậy?

- Thì tao cũng theo coi múa lân

- Sao tui hổng thấy anh?

- Đông như vầy bộ dễ thấy lắm hả?

Cu Lọt chen vào giữa hai anh em nó:

- Mấy nhà mua bán giàu có ở xóm chợ thường rước lân dzìa múa khai trương, mở hàng để lấy hên. Sáng mai là rằm tháng tám, lân còn lên chùa Bàu Lương lễ nữa đó

Cu Sót lý luận:

- Ba tao nói lân mình khác lân Tàu. Lân Tàu có năm màu theo ngũ hành, lân mình chỉ một lân là đủ rồi. Người Tàu thích múa rồng dài thòn lòn.

Thằng Tí vậy mà lanh, nó có cái nhìn khá sành điệu so với cái tuổi của nó:

- Lân Tàu hổng có ông địa, lân mình có hai ông địa rập rền hai bên. Ông địa hầu lân, ông địa vui tánh và dễ thương gì đâu á!

Thằng Tèo lớn tuổi nhất đám con nít xóm chợ, nó có cái hiểu biết hơn hẳn. Nó hỏi đố:

- Tụi bay có biết tại sao ông địa cái bụng chang bang, cái miệng cười toe toét?

Gần như đồng loạt, cu Tí, cu Sót, cu Đẹn, thằng Đức...đồng biểu môi:

- Ai mà biết!

Thằng Tèo nghênh nghênh cái mặt ra vẻ đàn anh:

- Ba tao nói, địa là đất, đất thì phải rộng rãi to lớn mới chứa được mọi thứ, bởi vậy người ta mới chế ra ông địa cái bụng chang bang như bà bầu, cái miệng cười quá cỡ thợ mộc là để cho người ta vui, đem may mắn đến cho mọi người.

Cả đám con nít hả miệng ra:

- Ờ hớ, ừ hứ... vậy mà hồi nào giờ có biết đâu, cứ ngỡ ông địa nhậu nhiều nên cái bụng chang bang như chú Hai Luân.

Nãy giờ tụi nhóc đang tám, tiếng trống rì rầm thì thụp giữ điệu cho lân say, lân ngủ. Bất chợt trống đập thùng thùng, chiêng đập phèng phèng cao độ, thì ra là đã đến nhịp lân ăn, lân chúc phúc gia chủ và lân cáo từ. Đoàn lân ra khỏi nhà thằng Tí để đi đến những nhà khác có treo thưởng.

Đêm dần về khuya, tiếng trống nghe thanh lạ lùng, tiếng trống khơi dậy sự tịch mịch của cả năm trường ở xóm chợ, xóm chùa, xóm đình… Tiếng trống khuấy động cái trầm lắng của cánh đồng Ông Tà. Tiếng trống vọng vào đình, len lỏi từng ngõ ngách trong thôn xóm, Tiếng trống len trong tâm tư ký ức của thằng Tí, của đám nhóc con và cả tâm tư của bao thế hệ người ở đây. Trong khi ấy ánh trăng đêm mười bốn lại chiếu rõ tâm tư mọi người, dù là chưa phải đêm rằm chính nhưng đôi khi trăng mười bốn lại là trăng đẹp hơn, có nhiều thời gian rỗi hơn để ngắm. Mặt trăng như tấm kiếng khổng lồ từ trên cao hắt ánh sáng dìu dịu xuống xóm làng. Ánh trăng lay động theo nhịp của trống lân. Ánh trăng rập rờn qua tán lá cành cây. Ánh trăng rơi trên những con đường trong thôn tạo thành những vệt sáng dài thăm thẳm, cứ ngỡ như những dòng sông ánh sáng trong đêm trung thu tháng tám. Thằng Tí nắm tay thằng Tèo giựt giựt chỉ mặt trăng:

- Thằng Cuội ở trên ấy chắc buồn lắm phải hôn anh Hai? Nó đâu có được coi múa lân, đâu có lồng đèn hay đuốc để chơi. Nó mà nghe trống lân chắc nó thích lắm ha anh Hai?

Thằng Tèo ra vẻ già dặn kiểu người lớn:

- Ừ, buồn là cái chắc, cung trăng hay cung dzua cũng dzậy thôi, thui thủi một mình buồn chết!

Gần mười một giờ đêm hai anh em Tí và Tèo mới qquay về nhà. Cô Hai và chú Hai rầy nhẹ:

- Đã bảo đừng có theo lân đi xa về khuya, dzậy mà cũng hổng nghe lời. Hai đứa vô rửa ráy lại rồi đi ngủ.

Chú Hai lại nói với cô Hai:

- Trưa mai, đúng ngọ, đoàn lân xóm chợ sẽ múa cúng dường ở chùa Bàu Lương, vừa đúng ngày rằm tháng tám vừa để an vị tôn tượng bồ tát Địa Tạng luôn. Mai cả nhà mình luôn chùa lễ Phật.

Cô Hai trả lời:

- Dạ, em nhớ mà, để sáng mai em nhắc cậu Bảy với má luôn, nếu có đi thì đi chung. Má vẫn lên chùa vào ngày rằm và mùng một, chưa bỏ sót bao giờ.

Cả nhà tắt đèn đi ngủ, ngoài sân ánh trăng ngà đêm mười bốn bao phủ cả không gian, ánh trăng trùm lên sơn hà vạn vật, người và muôn loài chìm vào trong giấc ngủ êm đềm trong không khí thanh bình.

Trong lúc người ta ngủ hay thức dòng đời như dòng sông vẫn trôi mãi không ngừng nghỉ bao giờ, dòng thời gian vô tình như nước chảy mây bay, dòng thiên nhiên thay đổi biến hoại liên miên, dòng tử sanh vẫn tất bật sanh diệt trong mỗi sát na. Xóm chợ ngày nào giờ trở thành một thị trấn nhỏ nhưng khá sầm uất, mua bán rộn ràng. Thằng Tí ngày xưa giờ đã là ba của hai thằng Tí, Tèo mới. Ba má của thằng Tí trước thì giờ đã là ông bà nội ở vào cái tuổi " Cổ lai hy" rồi! Thằng Tí cũng đã là dân thành đô hơn hai mươi mấy năm trời, nó xa cái xóm chợ kể từ khi lên thành trọ học.

Đêm thành đô lặng lẽ im lìm chi lạ, nhiều lúc cứ ngỡ như thành phố ma trong phim " Walking Dead". Thành đô bị phong thành đã mấy tháng qua. Dân chúng điêu đứng, mọi hoạt động kinh tế, xã hội đều dừng lại hết, cuộc sống càng lúc càng túng thiếu. Tình hình như thế này thì trung thu năm nay coi như tiêu. Người lớn thì không nói gì chỉ tội tụi nhóc con không có được cái vui của tuổi thơ. Ti vi đưa tin người nhiễm bệnh, người chết vẫn tăng chứ chưa thấy giảm dù đó là con số không thật. Thành đô vẫn phong tỏa rất ngặt nghèo, nhân viên hành xử vô lý và máy móc như robot, việc sống chết bây giờ quả thật vô thường thấy rõ. Nhiều người mới hôm qua còn đó, vậy mà hôm nay bị cách ly và vài ngày sau lại thấy về trong cái hũ sành đựng nhúm tro. Anh Tí thấy cũng nản và sợ lắm chứ, nhưng vẫn phải hy vọng mà sống, hy vọng dịch bệnh qua nhanh để cuộc sống trở lại bình thường. Anh Tí nói với vợ:

- Tội mấy đứa nhỏ, không có được cái khung cảnh trăng trung thu thanh bình như tụi mình ngày xưa ở dưới quê. Con nít thành đô đâu có biết cái thú chạy theo đoàn lân để nghe trống và xem múa lân. Thành đô cũng có những đoàn lân sư rồng nhưng đó là việc kinh doanh chuyên nghiệp, họ chỉ múa theo hợp đồng làm ăn khai trường mở tiệm hoặc theo những thỏa thuận, giá cả từ vài chục triệu đến trăm triệu như chơi. Thành đô khôing có những đoàn lân tự làm tự diễn và múa một cách đầy hứng khởi, đầy máu văn nghệ như dưới quê những ngày xưa.

Thành đô đêm nay trăng sáng vằng vặc, ánh trăng rơi trên những mái nhà bê tông xám xịt, ánh trăng chưa kịp rơi xuống mặt đường thì đã tan biến vào ánh đèn đường.

Tranh: Đinh Trường Chinh

LÃO TẠ

Mấy nay thiên hạ xì xầm bàn tán về lão Tạ nhưng chẳng ai biết rõ nguồn gốc lão ta. Người thì bảo lão từ phương đông đến, kẻ thì nói lão bên tây qua bởi vì họ thấy phảng phất trong mớ chữ nghĩa của lão có bóng dáng đông lẫn tây. Lắm kẻ còn vẹo mồm nói mân nào cũng có mặt lão, tây đông đề huề, bắc nam lủ khủ, đạo đời nhập nhằng. Tuy nhiên tất cả chỉ là đồn đoán vu vơ, ngay cả cái danh xưng của lão cũng khiến người ta thắc mắc. Họ cứ suy nghĩ linh tinh rồi cho là lão lấy họ làm tên, cũng có thể lão mặc cảm vận đen số đời tàn tạ nên xưng thế, một số ít thì phản bác nói lão ngầm kiêu ngạo, xưng Tạ ý muốn nói rằng ta cũng có trọng lượng chứ chẳng phải tép riu. Ai nói gì thì nói, lão trước sau vẫn im lặng như bị thóc không ừ cũng không cãi. Sở dĩ người ta chú ý đến lão, bàn tán về lão vì gần đây văn đàn xuất hiện nhiều bài viết ký tên Lão Tạ, một cái tên lạ hoắc xưa nay chưa từng thấy hay nghe qua bao giờ, điều này khiến người ta xôn xao tìm hiểu hay tò mò là vậy.

***

Thế rồi năm ấy có một nhóm nhân sĩ đứng ra tổ chức cuộc thi viết văn. Lão Tạ nghe tin lập tức hăm hở nhập cuộc. Lão nhủ thầm:" đây là cơ hội để thiên hạ biết đến ta, phen này thì cá ra biển lớn, rồng bay lên trời, đại bàng băng sơn. Cuối cùng ta cũng có cơ hội để vẩy mực vung cọ cho thỏa chí". Bình sinh bấy lâu nay lão cũng ấm ức vì chưa được chính danh, chưa được dòng chính thống công nhận, bởi vậy lão quyết phen này cho thiên hạ biết tay. Phải nói là lão phấn khởi, hùng tâm tráng khí, cảm xúc trào dâng như thác đổ triều dâng, lòng lâng lâng phơi phới đến nỗi tóc lông dựng đứng cứ như người xưa thường nói:' khí phát xung quan". Cảm xúc mạnh mẽ chấn động tâm hồn, thân thể nổi cả da gà, từ khi nghe cái tin có cuộc thi này thì lão như người được bơm thêm máu, tiếp thêm khí lực và lão trở nên sống động hoạt bát khác hẳn với ngày thường. Thú thật mà nói ngoài việc được múa bút ra thì cái giải thưởng kếch xù kia cũng khiến cho lão phấn kích. Lão đinh ninh sẽ đoạt giải cao để có tiền trang trải chi phí, hoặc làm tí việc thiện, trả ơn nghĩa chỗ này chỗ kia… Lão cũng khá cẩn thận khi đặt mục tiêu, lão áp dụng phương sách: "giải pháp hồ thượng đắc hồ trung, giải pháp hồ trung đắc hồ hạ" vì thế nếu không nhất thì nhì, không nhì thì ba, thậm chí khuyến khích cũng đều tốt. Cứ nghĩ đến cái ngày xướng danh bước lên bục nhận thưởng là lão sướng rêm cả người. Lão thỉnh thoảng lại mỉm cười một mình mà tim đập thì thụp, múa máy tay chân, miệng khẽ ngâm thơ ư ử khiến người ngoài đôi lúc ái ngại cho là lão lậm chữ nghĩa quá nên thần kinh không được bình thường. Vợ con lão ta sau khi biết chuyện thì cũng rất lo cho lão, ra sức khuyên giải lão đừng có mơ mộng hão huyền, lỡ không được giải (mà cái phần không được thì lớn lắm) thì sanh phẫn uất dễ khiến thần kinh thất thường. Mặc cho vợ con can gián, lão vững tin chắc như đinh đóng cột, như cua gạch, như bắp rang. Nhất định sẽ thắng trong cuộc thi này!

Mấy hôm sau, khi nhận được đầy đủ điều lệ cuộc thi thì lão cười khẩy:" thế này thì quá dễ đối với ta, tưởng gì chứ đề tài này thì ta có cả một bụng luôn, chữ nghĩa ta có cả bồ, viết theo yêu cầu này thì còn dễ hơn ăn cơm uống nước". Cuối bảng tin có liệt kê thành phần giám khảo, bất chợt lão run run hai tay, mặt lộ rõ nỗi căng thẳng, bao nhiêu nhiệt huyết tụt xuống đột ngột tựa như người bị hạ huyết áp. Lão lầu bầu trong miệng:"oan gia ngõ hẹp". Lão đang như một cái tách thủy tinh nóng bỏng bỗng nhiên bị dội một gáo nước lạnh, sự nứt vỡ không thể tránh khỏi. Tuy nhiên lão trấn tĩnh lại và tự nói một mình:" người công chính không đến nỗi tệ bạc, văn nhân sòng phẳng thù tư việc công không thể nhập nhằng".

Thế rồi kể từ hôm đó lão dồn hết năng lực và tâm ý vào việc viết. Lão viết miệt mài mỗi ngày, viết cả nơi công sở, hễ trong đầu có ý tứ gì thì, có niệm nào nảy ra thì lập tức viết, viết bất kể mơi chốn và thời gian. Thậm chí nhiều đêm trong mơ lão cũng thấy những nhân vật, nhữngc âu chuyện đầy ắp thế là bật dậy viết lấy viết để chứ sợ để đến sáng thì quên hết. Thực tế đã nhiều lần như thế, lão đã từng nằm mơ thấy chuyện này chuyện kia, thấy những nhân vật đối thoại ồn ào trong cơn mơ. Lão thức dậy nhưng vì lười nên hẹn đến sáng sẽ chép lại, nào ngờ đến sáng thì quên hết ráo, vì thế bây giờ nhân cuộc thi này, hễ nằm mơ thấy chuyện gì hợp đề tài cuộc thi là lập tức ngồi dậy viết liền.

Lão hạ quyết tâm phải thắng bản thân mình, phải thắng cuộc thi này. Cái giải thưởng kia rõ là một động lực rất lớn khiến y tràn trề hy vọng và năng lượng để ngồi dậy viết những giấc mơ.

Ngày tháng trôi qua, thời gian lần lượt từ hiện tại kéo vào quá khứ, bản thảo của lão lại dày thêm lên, tâm ý thênh thang, lòng dạ rỗng rang ngập tràn niềm hy vọng chứa chan. Lão thầm mong đến ngày công bố kết quả cuộc thi. Cứ mỗi ngày đầu của tháng mới, ban tổ chức lại liệt kê tên những người gởi bài cũng như tên tác phẩm dự thi, bao giờ tên Lão Tạ cũng xếp hàng đầu và với số tác phẩm tham dự cuộc thi nhiều nhất. Lão hãnh diện ngất trời, thấy đời đẹp như mơ vì vậy thơ cũng viết ra nhiều vô kể, chưa bao giờ mà lão thấy cuộc sống này mới đáng sống như ngày hôm nay. Người có thấp có cao, có quân tử có tầm thường thì văn chương cũng có năm bảy đường, có hay có dở cũng như thợ có khéo có vụng. Lão cứ như thế mà suy tưởng liên miên bất tận. Lão tin chắc sẽ thắng giải tuy nhiên cũng đủ khiêm tốn và cẩn trọng không dám vỗ ngực xưng tên hay ra vẻ :"chưa đỗ ông nghè đã đe hàng tổng".

Thời gian càng về sau càng gấp rút, tháng ngày như nước chảy mây bay, mặc dù phải bận bịu mưu sinh kiếm sống nhưng hễ rảnh ra giây phút nào là lão viết hoặc vò đầu bứt tóc suy nghĩ để tầm tứ, vắt ý tưởng để chuyển thành chữ nghĩa. Lão một mực nhất định phải thắng cuộc chơi này.

  Thế rồi ngày cuối cùng khóa sổ cũng đến, báo chí truyền thông, mạng xã hội ra rả loan báo danh sách đã chốt lại. Lão Tạ vẫn đứng đầu với số tác phẩm dự thi nhiều nhất và chất lượng khả quan nhất. Suốt thời gian chờ chấm giải, Lão Tạ cứ như người mộng du ngày đêm sống trong mộng tưởng, lúc nào cũng mơ đến ngày xướng tên. Lão Tạ định bụng sẽ đưa vợ con lên kinh để nhận thưởng, tiện thể du hí một chuyến, chẳng mấy khi có cơ hội về kinh. Trong đầu lão vẽ ra một cảnh tượng là sẽ đưa vợ con đi ăn ở một nhà hàng ngon và nổi tiếng nhất, sẽ viếng ngôi chùa có duyên nhưng chưa bao giờ đến trước đây, sẽ mua cho vợ con một bộ đồ thật đẹp, sẽ chuyển một ít tiền trúng thưởng về quê làm từ thiện, sẽ hãnh diện lên mạng xã hội khoe với thiên hạ gần xa. Đời lão sẽ lên hương từ đây, tên tuổi lão sẽ vụt sáng chứ không mù mờ tối tăm nữa, số mệnh sẽ đỏ lên chứ không còn đen đủi như quãng đời đã qua. Càng nghĩ càng thấy vi diệu đến độ khó nghĩ bàn, cứ như cái cách kinh điển Phật nói:" bất khả thuyết, bất khả tư nghị" vậy!

  Vì quá hưng phấn nên lão sanh lẩn thẩn như mắc bệnh tâm thần, vợ con nhiều lần khuyên:"đủ rồi nha!xuống dùm đi cho vợ con nhờ. Đừng có mà hy vọng quá nhỡ hỏng thì sanh ra thất khí sảng thần, lúc bấy giờ lại khổ thân, khổ lây cả vợ con". Lão nào có thèm nghe, thậm chí thầm cười cợt:" đàn bà đái không khỏi ngọn cỏ làm sao biết được chí ta! nói thì nói vậy chứ làm sao hiểu nổi vấn đề", vì thế lão mặc kệ vợ con, lão không chấp và định bụng:" khi ta nhận giải thưởng thì sẽ đường đường chính chính chứ cần gì phải thanh minh thanh nga lúc này"!

  Việc gì đến cũng phải đến, dù có chờ mong hay thờ ơ, thậm chí có làm lơ hay ngẩn ngơ thì ngày công bố giải thưởng cũng đã đến và buổi lễ xướng danh cũng hết sức tưng bừng. Lão hồi hộp tim đập nhanh, khí huyết ngôn nhạo, tâm nao nức chẳng biết làm sao để lắng xuống, tay chân luống cuống, nét mặt thèm muốn hiện rõ ràng. Lão Tạ run run cầm tờ thông báo dò danh sách người trúng thưởng. Người giải nhất không phải tên lão, thế là mặt lão bí xị, tâm trí cuồng quay, mặt đỏ gay. Lão lại loay hoay dò dần xuống dưới, người giải nhì lại là một cái tên lạ hoắc chứ không phải Lão Tạ. Miệng lão lầu bầu:"lẽ nào lại trật?" nhưng rõ ràng đây là sự thật. Lão cảm nhận sự mất mát đau đớn còn hơn té giếng, dẹp tâm sự riêng, lão kiên nhẫn dò tiếp thì thêm phát khiếp vì người giải ba cũng chẳng phải tên Lão Tạ, thật chẳng dễ gì dùng bút tả nỗi lòng lâm ly bi đát, thế này thì không xong nhưng vẫn còn hy vọng sẽ nằm trong vòng khuyến khích.

Tự an ủi như thế để giữ lấy tinh thần đang bấn loạn, trí óc mù mờ loạng choạng, tâm trí hốt hoảng, bàn tay quờ quạng, ngón tay run run sờ soạng mò từng tên người ở khoảng giải an ủi: một, hai, ba, bốn, năm… Cả năm cái tên đều chẳng phải Lão Tạ, lão thấy trời đất tối sầm, người bất chợt sốt hầm hập, bao hy vọng đổ ập, đời chưa bao giờ bầm dập như thế, nỗi lòng lão tựa như những quân cờ đô mi nô cả một dây chuyền đổ vỡ. Lão cố trấn tĩnh định thần để xem tiếp tên mấy mươi người được thưởng đại trà vì tinh thần tham gia cuộc thi, phải nói là có đến một phần ba người trong danh sách dự thi được thưởng nhưng cũng không có tên Lão Tạ. Bấy giờ lão mới sực nhớ lại năm trước khi vừa đọc danh sách giám khảo lão đã thầm kêu:"oan gia ngõ hẹp". Giờ thì lão bần thần, miệng cứ lẩm nhẩm liên tục:"oan gia ngõ hẹp, oan gia ngõ hẹp".

Lão bỏ dở buổi tiệc phát thưởng quay về nhà lên mạng để đọc những tác phẩm trúng giải ấy như thế nào. Điều đầu tiên lão nhận ra ngay một tác phẩm ở giải khuyến khích vi phạm quy chế cuộc thi, tác phẩm ấy đã công bố nhiều năm trước trên các trang mạng lẫn báo giấy, trong khi quy chế chỉ chấp nhận những tác phẩm chưa từng công bố dưới bất cứ hình thức nào. Không biết ban giám khảo vì mù mờ hay vì cả nể mà chấm trúng giải. Cũng ở phần khuyến khích, lão nhận thấy thơ của một vị được giải, phải nói là lão ngã ngửa người ra, trời đất quỷ thần ơi! Thế này mà là thơ? Thế này cũng trúng thưởng được ư? Quả là một sự mỉa mai cho văn chương chữ nghĩa, một sự bôi bác cho hai chữ thơ ca. Người biết thưởng thức nghệ thuật thơ ca dù là ở mức sơ đẳng nhất cũng không thể cho tác phẩm ấy là thơ chứ đừng nói chi đến trúng giải. Lão nghĩ thêm một chặp nữa thì bất ngờ hiểu ra:" tác giả tập thơ ấy là bạn chí cốt của một trong các vị giám khảo, thảo nào...". Cuối cùng xem đến tác phẩm giải nhất, lão thấy có khá nhiều điểm bất hợp lý, thậm chí vô cùng phi lý. Ai đời một đứa bé sáu tuổi ăn chưa nên đọi nói chưa nên lời, vốn từ ngữ còn đơn sơ và tối thiểu, trí óc trẻ thơ non nớt chưa có bất cứ kiến thức gì ấy vậy mà có thể nói rành bát chánh đạo hay những chuyện nhân quả hay tứ đế trong nhà Phật... Không lẽ đứa bé ấy là bồ tát tái sanh hay thần đồng chuyển thế? Tuy nhiên trong tác phẩm ấy không hề có chi tiết này.

Sau khi xem qua, lòng lão ta chẳng phục tí nào, câu "oan gia ngõ hẹp" quả thật có lý chẳng phải mơ hồ gì nữa. Ban đầu lão cũng hụt hẫng thậm chí có ý tự ái nghĩ:"ngay cả mấy mươi người được thưởng đại trà cũng không có tên Lão Tạ thì đủ biết tàn tạ đến nhường nào!". Về sau, khi đã định thần lại thì lão thấy may mắn, rất may mắn vì lòng tự trọng chưa bị tổn thương. Giả sử tên Lão Tạ nằm trong nhóm được thưởng đại trà lên đến một phần ba danh sách dự thi ấy thì lão sẽ còn thấy nhục cỡ nào vì sự thương hại! Trong cái rủi có cái may, trong vận đen còn có chút sáng. Tên Lão Tạ không bị thương hại nằm chung trong số đại trà.

Đôi khi nằm gác tay lên trán lão Tạ tự kiểm nghiệm lại mình. Lão biết bản thân tài hèn sức kém, sở học không bao nhiêu, vốn sống ít ỏi, phước mỏng nghiệp dày đã thế lại vụng về trong ứng xử hàng ngày. Lão Tạ lại có tánh lười, phần nhiều làm việc gì cũng làm nhanh cho xong chứ thiếu sự chính chắn thấu đáo. Ngay cả viết lách cũng thế, lão chỉ xem như trà dư tửu hậu, viết lấy chơi chứ không có tinh thần nghiêm túc. Lão nghiêm túc nhìn nhận bản thân chỉ là người kể chuyện mà chơi, chỉ là viết vu vơ những chuyện trong đời chứ thật sự không có giá trị văn chương. Qua cuộc thi này lão thêm lần nhìn lại bản thân và thấy thêm cái bản lai diện mục của lão. Lão rất trẻ con, háo thắng, mộng hão, chủ quan duy ý chí. Lão cũng nhìn thấy con rắn độc đầy sân hận trong tâm của lão, bình thường thì nó ngủ yên hễ có cơ hội là nó thức tỉnh và dễ dàng phun nọc độc. Lão lại thấy con heo tham ăn trong lòng lão, cứ tham muốn mà không liệu sức mình. Ngay cả con gà mê muội không biết gì cũng hiện diện trong từng phút giây. Lão nhận ra con khỉ chuyền cành bất tận, con ngựa hoang phóng túng liên hồi trong tâm. Lão không đạt được cái mộng hão huyền nhưng lại là bài học hay, nhờ thế mà lão quay về phản chiếu lại tự tâm của mình. Lão vốn không có bất cứ kỳ vọng nào vào việc văn chương chữ nghĩa, đơn giản chỉ là viết chơi để lấp thời gian rảnh rỗi chẳng biết làm gì. Lão biết chữ nghĩa cũng là cái nghiệp, muốn cũng không được mà không muốn cũng không xong.

Trước khi có cuộc thi này thì lão Tạ đã bị vài vị đàn anh tẩy chay biệt giao. Lão thấy khó hiểu và hoàn toàn không biết vì sao. Lão toan hỏi thăm cho ra nhẽ nhưng rồi phẩy tay cho qua, xem như chẳng có việc gì. Bản tánh lão Tạ xưa nay là thế, lão lấy phương châm: "đến không cầu đi không tiến", mọi việc cứ tùy duyên. Điều này lão học được từ lão sư phụ của mình, ngài từng dạy lão:" vô cầu phẩm cách tự nhiên cao, vả lại cầu cũng chẳng được nếu vô duyên, chẳng cầu cũng được nếu hữu duyên". Thật sự từ khi lão vướng vào nghiệp chữ, nhiều lúc lão cô đơn chi lạ. Nhìn những người cựu trào nhất hô bá ứng, ủng hộ lẫn nhau, bọn họ không nhìn xuống lão cũng đã đành. Còn những người tân trào cũng bè phái vây cánh với nhau ghê lắm, lão cũng chẳng nhập bọn với lũ ấy được, có kẻ còn xúi lão xin gia nhập vào cái hội của bọn ấy để được in sách, được nổi danh. Lão cười khẩy chứ chẳng thèm trả lời. Đám bạn học của lão từ nhi đồng cho hết trung học và cả lũ bạn đại học nữa kể cũng đâu có ít, rồi anh em họ hàng cũng thế cứ thấy lão viết lách hay đụng đến chữ nghĩa là tránh lão như tránh tà, bộ nghiệp chữ xấu lắm hay sao ấy? Chưa bao giờ thấy bọn ấy nói một lời hay tỏ một cử chỉ ủng hộ. Lão lấy làm lạ lắm nhưng không sao hiểu được và cũng không thể hỏi, hỏi để mà làm gì? Chính cái sự lơ ấy đã là một thái độ rồi cơ mà! Thế rồi nhân duyên đưa đẩy lão tham gia cuộc thi này, để rồi lão phạm sai lầm khi khởi tâm mong cầu trong cuộc thi chữ nghĩa ẩm ớ vừa qua, may mà lão kịp tỉnh ra nhờ bất đắc, giả sử lão đắc thì đôi khi lại là họa cho chính bản thân lão ta vì chính cái sự đắc hão huyền ấy sẽ làm cho lão mê mờ trong cơn tự sướng, lạc lối trong những lời khen tặng phù phiếm kia và lão sẽ chẳng bao giờ chịu hồi tâm phản tỉnh để nhìn nhận lại chính mình.

Ngày tháng sau cuộc thi cũng trở lại bình thường, lão vẫn ngày ngày đi cày và tiếp tục mơ mộng. Lão biết số phần mình như thế, năng lực mình như thế nên lòng quyết sẽ không tham gia bất cứ cuộc thi nào nữa để khỏi phải sống ảo, để không còn bị phóng tâm chờ đợi cái gọi là công tâm sáng trí hay phép lạ thần thông vốn không có ở trong cuộc sống này.

Tranh Đinh Trường Chinh

MA XÓM ĐÌNH

Từ đường nhà bá hộ Thơ sáng nay rộn ràng rôm rả quá, họ hàng con cháu các nơi tụ họp về đông đảo, tiếng cười nói xôn xao. Ai cũng góp một tay vào việc chuẩn bị mân cỗ để cúng giỗ thầy Hương Cả.

Thầy Hương Cả là một điền chủ giàu có nhất vùng An Long, ruộng đất bao la, đã vậy lại còn giỏi chữ Nho và mát tay bốc thuốc. Thầy Hương Cả mở lớp dạy chữ và bốc thuốc cho dân trong vùng. Dưới thời Pháp thuộc, Nam triều có ban cho thầy Hương Cả hàm bá hộ, khi thầy qua đời, dân khắp nơi vì yêu quý thầy nên gọi con trai thầy bằng cái phẩm hàm ấy chứ thực ra ông Thơ chẳng phải là bá hộ. Từ đường này vốn đã dựng từ hồi thầy Hương Cả còn sống, nó to lớn bề thế nhất quận, toàn gỗ quý, chạm khắc cầu kỳ, kỹ thuật nhà rường pha lẫn kỹ thuật nhà lá mái, bởi vậy mùa đông thì ấm mà mùa hè thì mát. Lẫm lúa của từ đường có thể chứa cả mấy ngàn giạ lúa, vườn tược bao quanh đủ loại trái cây: dừa, xoài, chanh, thơm, mít, ổi, hoành tinh….

Bá hộ Thơ mặc áo dài xanh đậm in chữ thọ, đầu đội khăn đóng, kính cẩn quỳ trước bàn thờ gia tiên, nén hương cao quá đầu, rì rầm khấn:" Thưa tía, hôm nay con cháu tụ họp về đây làm mâm cơm, kính lễ tía, tưởng nhớ tía, trước báo đáp công ơn tía, sau nữa tưởng đến ông bà tổ tiên. Nhờ có ông bà tổ tiên, nhờ có tía mà con cháu mới có ngày hôm nay. Đây chỉ là chút lòng thơm thảo của con cháu dâng lên, kính mong tía thương tưởng. Con cầu xin trời Phật gia hộ cho tía ở cõi Phật, con cũng xin tía sống khôn chết thiêng phù hộ cho con cháu và giòng họ được thạnh vượng dài lâu...". Khấn xong bá hộ Thơ lạy ba lạy, tiếp đó con cháu trong nhà lần lượt lạy trước bàn thờ gia tiên cũng như bàn thờ thầy Hương Cả

  Nén hương tàn, cổ bàn được hạ xuống, bàn quan trọng nhất ở giữa nhà dành cho bá hộ Thơ và mấy cụ già cũng như mấy cụ chức sắc hàng tổng. Mâm thứ hai dọn trên bộ phản gỗ bên hông sân cát, mâm này dành cho bà bá hộ Thơ và mấy bà khác trong họ tộc. Mâm thứ ba trải chiếu dọc theo chái hiên một bên của sân cát, mâm này dành cho tụi con nít cháu chắt. Mọi người ăn uống vui vẻ, nhắc chuyện thầy Hương Cả, kể chuyện vui. Những bữa nấu cổ cho buổi tiệc hay cúng đám không bao giờ thiếu Tư Cần, y giỏi nấu lại có máu hài, bởi thế đám nào cũng mời y cả. Tư Cần mà mở miệng ra thì người ta cười ngặt nghẽo, đôi khi y kể cả chuyện tục nhưng chẳng ai thấy mắc cỡ, bởi vì ai cũng bận cười có để ý chi tiểu tiết. Tư Cần vừa nấu cổ, vừa là hàng xóm láng giềng, tuy cũng có họ hàng với nhà bá hộ Thơ nhưng xa. Y nâng cái ly rượu Bầu Đá mời các cụ xong làm cái ót, nghe rất đã tai. Bá hộ Thơ khen:

  - Chú em uống rượu sanh điệu ghê, người hổng biết uống mà thấy cách uống của chú em cũng phát thèm!

  Tư Cần cảm ơn ông bá hộ Thơ xong, y tằng hắng lấy giọng chuẩn bị kể chuyện, lạ là hôm nay y có vẻ đàng hoàng lắm, không nói tục hay kể chuyện tiếu lâm mà lại đi kể chuyện ma. Y bảo:' Tối qua tui đi soi ếch ở mấy cái đĩa gần đình Ngọc Thạnh, tui bắt cũng khẳm lắm, chợt có một người từ xa đi lại, trông cũng quen quen nhưng không biết rõ, cứ ngỡ ông ấy cũng là người hàng tổng đi soi ếch như mình. Người ấy ngỏ ý muốn coi ếch trong giỏ, tui nói y cứ coi thoải mái. Một lát sau tui thấy hai con ếch đang làm cái trò xà nẹo, tui mừng quá nói to: A, ếch bà, to chà bá luôn, vậy là nay trúng mánh! Tui bắt cả cặp và với lấy cái giỏ để bỏ vô, nào ngờ cái giỏ nhẹ tưng, Tui sanh nghi, hỏi;" ủa ếch của tui đâu hết rồi?" thằng chả đó cũng im lặng, tui nhìn vô giỏ thì thấy bầy nhầy da và xương ếch. Quay lại nhìn thằng cha đó thì thấy lưỡi của chả dài tới rốn và đỏ hỏn, máu còn dính quanh miệng, mùi tanh muốn ói luôn, hai mắt chả chợt lập lòe như đóm lửa. Tui thất kinh hồn vía quăng giỏ và bộ đồ nghề, vắt chân lên cổ chạy thục mạng về nhà. Từ bữa đó đến nay, cả tháng rồi tui hổng dám đi soi ếch nữa"

Tư Cần dứt lời thì Tám Tường, em bá hộ Thơ khẳng định chắc nụi:

- Chú em gặp ma Le rồi, lưỡi nó dài tới rốn là ít đó, có đứa lưỡi dài tới gối luôn. Đình Ngọc Thạnh này linh lắm, hồi nằm nhiều người chết trận mà hổng siêu thoát nên quanh quẩn bên đình. Chú em cũng còn may đó, nếu ma Le nó liếm phải chú thì nguy hiểm lắm, nhẹ thì bệnh hoạn, nặng thì mất mạng như chơi.

Bác Ba Mạnh trệu trạo gặm cái đùi gà, miệng móm sọm, hàm râu lưa thưa giật giật theo, sau khi gỡ được miếng nạc ông góp lời:

- Hổng biết mấy anh còn nhớ ông Bốn Bình không? Chuyện của ổng có người biết người không, do xảy ra đã lâu nên có người quên người nhớ. Riêng qua thì qua nhớ kỹ lắm.

Bá hộ Thơ dường như cũng bị tò mò kích thích nên giục:

- Anh Ba kể lại cho mọi người nghe chơi.

Bác Ba Mạnh cứ rề rà khề khà một lát sau mới nói:

- Bốn Bình là một sâu rượu có hạng của xóm đình, y mở mắt ra súc miệng bằng rượu, tối trước khi lên giường cũng súc miệng bằng rượu, quanh năm suốt tháng lè nhè, đến đỗi người trong xóm đặt câu nói;" Lè nhè như ghè Bốn Bình". Bữa kia y nhậu ở nhà Ba Đệ từ giấc trưa cho đến tối mịt mới tan, ai về nhà nấy. Riêng Bốn Bình vợ con ngóng hoài hổng thấy về, đến mười giờ tối, vợ Bốn Bình sai thằng Lợt xuống nhà Ba Đệ xem ba mầy ở đâu, Thằng Lợt đi một đổi về bảo: "Chú Ba Đệ nói ba về từ hồi chập tối" thế là cả nhà nhốn nháo đốt đuốc đi tìm, Ba Đệ nghe vậy cũng hú mấy anh em bạn nhậu cầm đèn đi tìm Bốn Bình, mọi người lo sợ y trúng gió ngã bờ ngã bụi thì nguy, tuy không nói ra nhưng ai cũng có cùng ý nghĩ:" nếu lỡ Bốn Bình ngã xuống rạch trước đình Ngọc Thạnh thì chắc chết". Ba Đệ trấn an mọi người:" Có lẽ ảnh xỉn nên ngủ vùi bờ bụi nào đó". Những ngọn đuốc của người nhà đi tìm Bốn Bình cứ như cái lưỡi đỏ hỏn liếm vào màn đêm. Tư Sang lia cây đèn bão khắp nơi, vạch từng cụm cây bụi cỏ, xem từng dấu vết trên mặt đất mà tuyệt nhiên chẳng thấy vết tích gì. Đêm càng khuya, hơi sương lạnh thấm vào người nhưng lòng thì lại nóng như lửa đốt. Ai cũng hiểu rằng càng để lâu thì mức độ nguy hiểm cho Bốn Bình càng tăng thêm. Chợt có ai đó góp ý:" Bọn mình thử tìm ở những bụi tre và vườn thao lao bên đình Ngọc Thạnh thử xem, chỗ ấy tuy vắng vẻ, ngược đường về nhà của Bốn Bình nhưng biết đâu chả say rượu đi lạc?". Thật cũng chẳng biết làm gì hơn, mọi người dồn về hướng đình. Ngôi đình im lìm trong bóng đêm, mái đình cong vênh lên như mũi đao, hàng cây thao lao, cây dầu, cây đa... cao lừng lững quanh đình. Đình cổ kính và thâm nghiêm lắm, ban ngày người ta đi qua cũng phải bỏ mũ nón xuống, chẳng ai dám đùa nghịch chứ đừng nói chi bẻ lá chặt cây. Những lúc chạng vạng, trưa tròn bóng nắng chẳng ai dám lai vãng. Giờ đã nửa đêm nhưng mọi người ỷ số đông và có đèn đuốc nên cũng vững dạ, tuy đi thành từng nhóm nhưng Ba Đệ cũng lầm rầm niệm thần chú. Chợt thằng Lợt hét to:"Có người trong bụi tre". Mọi người giật mình, cái sợ lan tỏa thấm vào từng người, tất cả tập trung hết đèn đuốc soi vào bụi tre. Bụi tre dày đặc, con mèo chui không lọt, không hiểu sao con người ta như thế lại lọt được vào trong? Tuy không thấy được mặt mày nhưng qua nhân dáng và quần, vợ con Bốn Bình biết ngay là chồng là cha. Chị vợ khóc tức tưởi:" Ông uống cho cho cố mạng để say xỉn đến nỗi chui vào bụi tre, thật khổ thân tui quá! ". Tre ken dày đặc, gai góc tua tủa không làm sao kéo được Bốn Bình ra. Ba Đệ cử hai người bạn chạy về nhà mang rựa ra chặt bớt tre, trảy bớt cành và gai góc, hì hục đến một giờ sáng mới lôi được thằng chả ra. Mặt mày Bốn Bình xám xịt, miệng đầy cức bò, mắt nhắm nghiền, thần hồn dường như phiêu diêu nên y không còn hay biết gì cả. Mọi người khiêng y về nhà, sau khi móc hết cứt bò ra khỏi miệng y, Ba Đệ lấy rượu rửa ráy cho y xong, đoạn Ba Đệ ra sân đốt nén hương khấn vái rì rầm và hú gọi ba hồn chín vía cho Bốn Bình. Đến mấy ngày sau y mới hoàn hồn lại và nhớ mài mại những chuyện đã xảy ra với y. Y kể:" Sau khi ra khỏi nhà Ba Đệ một quãng đường, y gặp một người tự xưng là Ba Đệ, người ấy nói sợ anh Bốn say té dọc đường nên theo dìu anh Bốn về nhà. Người ấy dắt tui đi, tui thấy khúc đường này sao hổng giống đường về nhà, sợ bị lạc nên hỏi. Người ấy bảo đừng lo, cứ thế người ấy dắt đi...và sau đó thì không biết gì nữa hết"

Kể đến đây Ba Mạnh chiêu một ngụm rượu lấy hưng phấn để nói tiếp:

- Thằng chả bị ma Xó nó dắt đi nhét vào bụi tre, nó còn lấy cứt bò nhét đầy miệng y. Bụi tre ken kín như thế mà thân thể Bốn Bình không bị gai cào xước, ấy là bởi ma Xó nó nhét, nếu người bình thường thì không thể nào vào bụi tre đó được, nếu có cố vào thì cũng bị gai cào rách mặt nát mình.

Những người ăn giỗ nghe thế đều lắc đầu le lưỡi tỏ vẻ sợ. Có người còn bảo:" Tui cũng từng nghe thiên hạ đồn đại ma Xó, nào ngờ thằng chả bị ma Xó nó nhét vào bụi tre, ghê quá!". Bá hộ Thơ thấy bà con họ hàng vui vẻ nên cũng sanh hứng:

- Hồi tui còn nhỏ, tía tui thường đạp xe đi lòng vòng khắp mấy tổng An Sơn, Dương Sơn, Thanh Huy, Quy Hội… Thuở ấy xe đạp hiếm lắm, cả vùng này chỉ mỗi tía tui có thôi. Xe được làm bên Tây nên giá mắc kinh khủng, tía tui bỏ cả mấy tháng tiền huê lợi mới mua được. Vùng này cũng có bá hộ Liên, bá hộ Hân, bá hộ Khiết… nhưng chỉ mỗi tía tui dám sắm xe đạp thôi! Bữa nọ tía tui đi chơi về, đạp xe ngang qua đình Ngọc Thạnh thì trời cũng vừa nhá nhem tối. Tía thấy thằng nhỏ kháu khỉnh đứng bên đường. Tía ngạc nhiên:" Con nhà ai mà giờ này còn đứng ở đây?", vừa nghĩ thế thôi, thằng bé kêu to:" Ông ơi cho con quá giang về ấp An Phước". Tía thấy thằng nhỏ dễ thương, vả lại giờ cũng chạng vạng mà đứng ở đây hổng tốt nên tía bảo nó lên yên xe ông chở về. Thằng bé ngồi phía sau huyên thuyên đủ thứ nhưng tía chẳng nghe hay nhớ được gì. Tía tui kể, không hiểu sao xe thì càng lúc càng nặng. Tía cố sức đạp nhổm cả người lên nhưng một lát thì đuối. Tía cứ ngỡ như chở cả trăm giạ lúa hổng bằng. Tía bèn hỏi:" Con bao nhiêu ký lô mà sao ông thấy nặng quá trời vậy?", không nghe trả lời, tía bèn dừng xe ngoái cổ lại thì thấy một hình nhân vô cùng gớm ghiếc, mặt trắng xát, mắt như hai hòn than hồng, miệng nhe nanh trắng nhởn, lưỡi đỏ lòm...Tía tui hoảng hồn quăng xe đạp chạy bán sống bán chết, về đến nhà tía còn run lập cập, miệng mấp máy nói trong làn hơi ngút ngút:"… Đình, ngoài đình…con ma...". Má tui thấy tía như vậy nên cũng sợ lắm, sai người nhà đốt đuốc đi tìm cái xe đạp của tía. Sau khi hoàn hồn tía mới bảo:" Gặp phải ma Trành, ma Trành là những đứa con nít hay đồng nam đồng nữ vì lý do nào đó mà chết khi chưa kịp trưởng thành. Ma trành hổng làm chết ai nhưng nó phá phách và chọc ghẹo dữ lắm!"

Nghe các cụ mần trên kể chuyện ma hấp dẫn và hồi hộp quá, nhiều người sợ ma nhưng lại cứ thích hóng chuyện ma. Bà Năm Chà, em bạn dì với bá hộ Thơ giọng rổn rảng:

- Hổng biết mấy anh, mấy chị còn nhớ chuyện bà Sáu Bé không? Bả cũng bị ma Trành ghẹo làm hoảng cả hồn vía.

Bà Tư ngồi bên mé trái phản gỗ tay ngoáy trầu miệng chót chét:

- Chị Năm kể nghe chơi, tui cũng có nghe loáng thoáng nhưng không rõ đầu đuôi câu chuyện, ở đây chắc cũng có nhiều người không rõ lắm đâu!

Bà Năm Chà bỏ đũa xuống, bẻ miếng bánh tráng lốp rốp, miệng oang oang:

- Bữa kia, trời vừa mờ mờ sáng. Bà sáu Bé vẫn thường lệ gánh đôi nừng ra chợ bà Bâu, xưa giờ bả thường đi vòng qua lộ, tuy có xa hơn nhưng tránh phải đi qua đình. Trời xui đất khiến thế nào mà buổi rạng đông hôm đó bà lại đi qua đình. Vừa đi vừa niệm thầm thần chú, dù không dám nhìn vào đình nhưng hình bóng ngôi đình vẫn rõ mồn một trong tâm thức. Đi một quãng đường thì bà cảm nhận cái nừng phía sau cứ nhẹ dần, rõ ràng bà chất hàng trong hai cái nừng rất cân phân, đi thêm một đổi nữa thì mất thăng bằng hẳn đi, cái nừng phía trước rơi xuống, đòn gánh bật. Tự dưng bà Sáu bé thấy nổi cả da gà khi nhìn về phía sau, đồ đạc trong nừng bị ai đó lấy rải dọc theo con đường. Bà nhìn thêm lần nữa thì thấy một nhóm con nít đang cười khúc khích đi về hướng sân đình. Bà Sáu đái ra quần, vừa chạy vừa ú ớ la không ra tiếng. Chạy về đến nhà đắp mềm nằm rên hừ hự. Ai hỏi gì cũng hổng nói nên lời, chỉ ngắt quãng từng tiếng:"… ma… ma Trành… đình… ngoài đình..." mấy đứa con bà ra đình gom nhặt đồ đạc gánh về.

Ông Hai Chương vốn là ấp trưởng hồi đàng cựu và cũng có họ hàng với bá hộ Thơ. Hai Chương tuy lớn tuổi hơn nhưng thuộc chi nhỏ nên vẫn phải kêu bá hộ Thơ bằng anh. Hai Chương mời bá hộ Thơ một chung rượu rồi kể:

- Hồi tui còn làm ấp trưởng, mỗi tối tui thường dẫn anh em dân vệ đi tuần để giữ trị an cho ấp, có một lần cả toán đi qua đình Ngọc Thạnh, tụi tui giữ lễ, không dám bất cẩn với mấy vị khuất mày khuất mặt ấy vậy mà vẫn gặp. Hôm ấy chính mắt tui thấy ba cô gái mặc áo dài trắng xát, ngồi vắt vẻo trên cành cây gừa, tóc đen che mặt và dài đến chấm đất. Cả bọn ù té bỏ chạy như ma đuổi, càng chạy thì ba cái bóng ấy càng theo sau, chạy đến xóm giữa đông đúc nhà cửa thì bọn chúng mới tan. Lần đó tui và tụi dân vệ té cả ra quần, đó cũng là lần sợ để đời, còn những lần đi tuần gặp ma Trơi lập lòe thì nhiều nhưng không có sợ như thế. Gặp ma Trơi mà càng chạy thì nó sẽ rượt theo, hễ đứng lại thì nó cũng chững lại. Nếu bà con có gặp ma Trơi thì nhớ giữ bình tĩnh đứng lại, nếu có đèn đuốc thì giơ lên thì tự khắc nó sẽ tan biến đi, còn như hoảng sợ bỏ chạy thì nó sẽ đuổi theo sát sạt sau lưng. Khổ một nỗi là người ta ở đời dễ bị nát thần hồn, gặp ma có mấy ai dám đứng lại bao giờ.

Bá hộ Thơ tiếp lời:

- Chú Chương, tui nghe người ta nói, hễ ai yếu bóng vía thì không thấy ma, ai dạn dĩ mới bị ma hù, vậy mà khi gặp ma ai cũng sảng thần cả! Té ra ở đời khi đụng chuyện mới biết thật giả, cũng như khi gặp ma thì mới biết ai nhát gan, ai dạn dĩ.

Hai Chương gật gù, định nói gì đó nhưng Chín Sanh đã tằng hắng bảo:

- Ông bá hộ Thơ nói có lý lắm! Đụng việc mới biết thật giả, ở đời nhiều khi ma ma Phật Phật khó nhận ra.

Nói xong, Chín Sanh bưng chén đi lại đằng chiếu con nít:

- Các cháu ăn có no không? Ngon không?

Bọn con nít nhao nhao tranh nói ngon. Chín Sanh lên lớp:

- Nay là ngày giỗ thầy Hương Cả, tía của ông bá hộ Thơ. Các cháu ăn cỗ nhớ người, hưởng lộc nhớ ơn. Thầy Hương Cả sống rất tình nghĩa, tốt bụng, cả đời dạy chữ, bốc thuốc cứu người. Các cháu cố gắng ăn học để sau này cũng làm được như thầy Hương Cả.

Bọn trẻ dạ rân, rộn ràng cả nhà từ đường. Chín Sanh hài lòng, quay trở lại bàn các cụ:

- Ma cũng có nhiều loại, có thứ dữ dằn ghê gớm nhưng cũng có loại rất hiền và biết điều. Hồi tía tôi còn sống, ổng có đám đất thổ mộ trồng cây ăn trái, trên ấy có cái mả vô chủ lâu đời. Những mảnh đất xung quanh cũng có mả vô chủ nhưng chủ đất ủi hết để lấy đất trồng cây. Tía tui thì ngược lại, chẳng những không ủi phá mà còn chăm sóc tu bổ và đắp điếm cho đàng hoàng, ngày chạp mả cũng viếng như mả của người trong họ. Thế rồi một hôm tía tui làm vườn, khi nghỉ trưa tía chợp mắt dưới gốc xoài thì thấy bóng người phảng phất khói sương đến vái chào và cảm ơn tía. Cái bóng hình nhân đó còn hứa sẽ hộ vệ cho tất cả người và vật trên mảnh đất của tía. Kể từ đó vườn cây trái của tía tôi luôn luôn tươi tốt sum xuê mà không bị sâu bọ chi cả, trong khi những vườn chung quanh thì bị sâu bọ rầy bệnh liên miên, mặc dù họ phun thuốc sâu liên tục. Sau đó thì những món đồ tía quên hay làm mất bỗng dưng thấy xuất hiện ở chái hiên nhà. Bởi vậy tía dạy tụi tui:" Tuy ma nhưng có tình, có nghĩa, có ơn, có hậu... Còn có nhiều người tuy mặt mày rõ ràng nhưng ăn ở chẳng bằng ma, thậm chí còn đáng sợ hơn cả ma"

Mọi người trong bàn cỗ gật gù tán thưởng lời Chín Sanh. Bà Mười Thập ở bên mân đàn bà nói vọng lên:

- Anh Chín nói phải lắm, nhiều người coi vậy chứ hổng bằng ma, hoặc tệ hơn cả ma, đáng sợ hơn ma! Hổng biết mấy anh sao chứ đàn bà tụi tui cũng từng gặp không ít những con người dễ sợ hơn ma, hình dong tuy đẹp đẽ, mặt mày sáng sủa mà cái tâm tối hù, đen kịt.

Bá hộ Thơ cười:

- Đàn ông, đàn bà gì cũng thế thôi, đã tệ hơn ma, đáng sợ hơn ma thì có mang dáng đàn ông hay đàn bà cũng đều khiến người ta sợ cả!

Ông Tám Tường nối lời:

- Ma cũng có loại chọc phá người, nhưng cơ bản là do người nát thần tánh trước! Sợ ma cũng do mình là phần lớn chứ chẳng phải do ma, người và ma cũng có ranh giới rõ ràng, ít khi nào nhầm lẫn. Còn con người mới đáng để sợ, khó ai biết được bộ mặt thật, chỉ khi nào đụng chuyện thì mới vỡ lẽ ra. Người đáng sợ hơn ma, chỉ có người mới sân hận thù ghét, chỉ có người mới đâm bị thóc thọc bị gạo, dèm pha phỉ báng; cũng chỉ có người mới tham lam tranh đoạt bằng mọi giá và cũng chỉ có người mới chơi đểu, chơi dơ, chơi xấu...Người hại người mới ghê gớm và tàn bạo. Xưa nay bọn mình nghe chuyện ma đã nhiều nhưng chẳng mấy khi thấy ma hại người, cũng chưa từng thấy ai bị thiệt vì ma, chỉ có người mới bị thiệt vì người mà thôi!

Tám Tường dứt lời thì cả bàn trên các cụ vỗ tay rào rào, mâm dưới các bà cũng rần rần hưởng ứng cho là anh Tám nói chí phải. Anh Tám cứ như là người thuyết pháp!

Bà Bảy Thất cất giọng chả chớt hướng về phía con nít:

- Mấy đứa nhỏ đừng có ra sông tắm à nhen! Kẻo không có ngày ma Da kéo cẳng nhận nước đó! Năm rồi thằng cu Văn con bà Sáu Lùn bị ma Da nhận nước chết ngay khúc sông trước nhà đèn. Khúc sông sông bọc lấy làng An Phước, nước sâu sông rộng. Tui từ nhỏ đến giờ nghe đồn đại ma Da ở khúc sông này nhiều lắm. Ma Da cứ lởn vởn chờ người chết thay để được đi đầu thai.

Bà Tám Tường ỏn ẻn bồi thêm:

- Mấy cây gừa bên sông là nơi tụ tập của ma Da, người ta nói những chiều mưa ma Da ngồi đánh đu trên mấy cành gừa xìa ra mặt nước. Tụi con nít trong xóm muốn đi tắm sông phải có người lớn đi theo, mấy anh chị nhớ canh giữ con cháu mình.

Ông Mười Thập biện luận:

- Tui cũng nghe ma Da nhận nước người ta, nhưng có lẽ cũng do mình, có thể người tắm sông bị chuột rút, ra chỗ nước sâu hụt chân, gặp xoáy nước... Tắm sông tuy có nguy hiểm nhưng đó là một cái thú, người quê bao đời nay tắm sông, giờ cấm tụi nhỏ sao được? Tui có ý kiến là người lớn trong làng nên cắm cọc hay giăng phao báo hiệu chỗ nước sâu, chỗ nguy hiểm để người tắm biết. Con nít có tắm sông thì cũng nên có người lớn đi kèm để trông chừng, nếu chỉ vì sợ chết nước mà bỏ tắm sông thì vô lý quá, khác gì có chân mà không dám đi vì sợ gãy! Sông nước trời cho mà hổng hưởng thì uổng!

Nhiều cụ gật gù, bên mâm đàn bà cũng hổng thấy ai phản đối ý kiến ông Mười Thập. Thiệt tình mà nói mấy bà ở đây cũng từng một thời tắm sông khi còn con nít, nhờ vậy mà các bà cũng là tay bơi cự phách cả. Mấy tay công tử thành đô bơi hồ mà gặp các bà thì chỉ có nước bái làm sư tỷ

Chú Tư Cần nãy giờ ngồi bô lô ba la đủ thứ chuyện trên đời nhưng ít ai lắng nghe vì mọi người đang hứng thú nghe và kể chuyện ma. Chú Tư Cần lái đề tài sang hướng khác, đây cũng là biệt tài của chú:

- Tư tui nghe nói trên thành đô đất chật người đông nên dương thạnh âm suy, ma cỏ cũng ít có như dưới quê, quanh đi quẩn lại cũng chỉ có hồn ma bóng quế trong nhà chú Hỏa mà thôi! Thành đô giờ có một loại ma người, đó là ma cô, tụi nó có nhân dạng rõ ràng nhưng ác lắm, chuyên dắt mối mãi dâm, đâm thuê chém mướn, cho vay nặng lãi, đòi nợ xiếc đồ... Với loại ma cô này thì dù là nhát gan hay dạn dĩ cũng đều đau mình với chúng! Ai cũng có thể gặp, bất kể là nam, phụ, lão, ấu; bất kể là ngày hay đêm; bần hèn hay khá giả...

Tiếng cười rần rật trong ngôi từ đường. Ông Hai Chương khen:

- Thằng Tư Cần xưa nay làm quản trò hay tấu hài đều giỏi, nào ngờ nay lại miệng lưỡi lý luận dữ đa, nói có ý nghĩa và rất thực tế! Tuy nhiên ma cô cũng chỉ là bọn tép riu. Thứ ma đáng sợ nhất chính là lũ ma vương đang đè đầu cỡi cổ người dân đấy!

Bá hộ Thơ nháy mắt ra hiệu cho Hai Chương, Hai Chương hiểu ý không nói gì thêm, vì trong bữa giỗ còn có mấy tay chức sắc trong ấp, tuy cũng chỗ họ hàng nhưng ai thờ chủ nấy, đụng đến chủ của họ thì phiền phức lắm. Bá hộ Thơ bước lại gần Tư Cần và vỗ vai:

- Qua nhớ chú em lên thành đô có một lần từ hồi nằm, sao biết rõ vậy?

Tư Cần cười cười:

- Chuyện ma thì con có cả một bụng đây nè! Còn ma cô thì mới biết gần đây thôi, con đâu có ngán ma nào, chỉ ngán có mỗi ma cô.

Tranh: Đinh Cường

MỘNG LÀM VĂN SĨ

Thế là một ngày đẹp trời y bỗng nảy ra ý nghĩ:" Sao mình không thử làm văn sĩ?", nói là làm ngay. Y vội lấy giấy bút và ngồi vào bàn hẳn hoi, Y lại nghĩ:" Phàm làm việc gì cũng phải có lễ, khai trương bá cáo cho thiên hạ biết, huống chi đây là việc quan trọng của đời người và còn ảnh hưởng đến đời sau", nghĩ thế bèn đứng lên chỉnh sửa y phục thẳng thớm trang nghiêm, chải tóc, rửa mặt cho trông dễ coi một tí, đoạn nói lớn

- Tôi tên Mộng Thường Sinh, người đất Mắc Sê, nay tôi khởi sự viết văn, hòng ghi lại những sự kiện lớn nhỏ của đời người, những tâm tình tư tưởng của kiếp nhân sinh. Mộng Thường Sinh này không nệ đề tài lớn hay nhỏ, cao cả hay tầm thường. Tôi cũng không hẳn vì nghệ thuật cũng chẳng hoàn toàn vì nhân sinh. Tôi sẽ dung hòa cả hai thái cực, hy vọng sẽ cho ra những tác phẩm để đời...

Tuyên bố xong y lại ngồi vào bàn viết, vuốt tờ giấy trắng tinh vốn đã thẳng thớm lắm rồi, không thể nào thẳng hơn được nữa, cầm bút lên toan viết ra nhưng lúc ấy đầu óc lại nảy ra câu hỏi:" Mình sẽ bắt đầu bằng ngôn từ gì đây, bình dân hay bác học? Đề tài nào? Chính luận hay phiếm? Nghiêm túc hay trào lộng? Truyện hay tản văn?, giọng bắc hay nam?..." cả ngàn lẻ một câu hỏi quay như những con số lô tô trong lồng. Thường Sinh không tài nào chọn được lời giải nên đặt bút xuống, lòng nhủ thầm:"Thế này thì không xong!phải tĩnh tâm, phải lắng đọng thì mới có thể tập trung viết được. Phàm việc gì cũng phải toàn tâm, toàn ý thì mới thành công. Phải dụng công như thiền sư miên mật, dõng mãnh như võ sĩ giác đấu, kiên trì như người mài gươm đặng phục quốc thì mới có thể sáng tác được và tác phẩm mới hay, lời văn sẽ sắc sảo, ngôn từ bóng bẩy, câu cú rõ ràng, ngữ nghĩa đúng quy tắc...". Sau vài phút tập trung tư tưởng. Y cầm bút lên toan hạ thủ, tiếc thay lòng y lại có khúc mắc nên lẩm bẩm

- Mình thật rõ đểnh đoảng, trước khi khởi sự chưa chịu suy nghĩ chính chắn nên có lắm việc phát sinh. Đã làm văn sĩ thì ắt phải có đề tài nhất định, văn chương chữ nghĩa vốn mênh mông như biển cả, không chọn đề tài thì mình sẽ như con tàu lênh đênh giữa muôn trùng sóng nước, không có đề tài thì tác phẩm viết ra sẽ lạc lõng, rời rạc và nhạt lắm. Chính trị xã hội là một đề tài lớn, tác động đến mọi người và mọi giới trong xã hội. Nó có ảnh hưởng đến sự phát triển của xã hội và quốc gia, thậm chí liên quan đến thế giới… Đề tài chính trị xã hội cũng là đề tài gai góc, rất dễ đụng chạm đến các thế lực chính trị của xã hội đen lẫn xã hội đỏ, dễ gây yêu – ghét trong quần chúng, đặc biệt sẽ tạo ra những làn sóng bênh – chống trong xã hội. Đã có không ít văn sĩ bị búa rìu dư luận phang tới tấp, bị ném đá thô bạo, bị giang hồ xã hội đen lẫn côn đồ xã hội đỏ tấn công, hành hung, truy sát, triệt đường sống… Mình đã quyết dấn thân làm văn sĩ nhưng liệu có đủ bản lãnh để đương đầu chăng?

Lẩm bẩm một mình như thế, nội tâm y có cuộc nội chiến quyết liệt, hoặc là né tránh đề tài này hoặc là can đảm lao vào? Có lẽ sự suy nghĩ đã chín muồi nên y bật đứng dậy hét to

- Hooray! Ta nhất định dấn thân, ta phải đối đầu với cái ác, chiến đầu vì xã hội văn minh và nhân ái, tranh đấu cho dân quyền, dân sinh.

Lòng y đang phấn khích bừng bừng khí thế như một dũng sĩ ra trận, tinh thần hăng hái như chiến binh ở tuyến đầu. Y viết liền một mạch đầy mấy trang giấy, văn chương lai láng, chữ nghĩa tuôn trào ào ào như triều dâng thác đổ. Y viết về nạn quan quyền cướp đất, những nhiễu dân, quỳ gối thờ giặc; nào là nạn tham nhũng như nội tặc; nào là đạo đức phong hóa xã hội suy đồi; giới trẻ lệch lạc lối sống, đam mê hưởng thụ và sống tầm thường; giới showbiz chỉ biết ăn chơi khoe thân, khoe của, làm trò đú đởn, nói xàm... Vấn đề quan trọng và có liên quan đến mộng của y là nạn văn chương chữ nghĩa nhảm nhí, ngôn ngữ lai căng, chính tả và ngữ pháp thì quá tệ hại....Y viết liền một mạch thêm mấy trang giấy cho đến khi mỏi tay, ý tứ vơi bớt mới chịu tạm dừng. Sự đời cái gì lên cao độ thì sẽ xuống thấp, lửa cháy đến đỉnh thì sẽ lụi tàn. Y cũng thế thôi, không thể nằm ngoài quy luật tự nhiên, nhiệt huyết lên đến cao trào tột đỉnh thì hạ nhiệt, sau khi viết được mươi trang thì bắt đầu kẹt ý. Y chột dạ,

- Hay là mình đổi đề tài? Văn chương mà đụng đến chính trị thì mất hay, mất sự trong sáng và cái duyên dáng đẹp đẽ. Văn chương là hiện thân của cái đẹp, không thể để dính với chính trị,và lại đề tài chính trị xã hội đã có các nhà hoạt động xã hội lo, để cho các nhà bất đồng chính kiến viết. Có lẽ mình chỉ viết về tình cảm con người hay những vấn đề liên quan đến tình gia đình, anh em, tình trai gái lứa đôi... Hiện nay đề tài tình yêu đồng tính rất hấp dẫn và là thời thượng. Tình yêu đồng tính cũng là vấn đề nhân văn, mình phải góp phần xóa bỏ những kỳ thị bất công đối với giới đồng tính. Mình phải đánh thức lương tâm con người, đối xử bình đẳng với họ. Họ cũng là con người, có quyền yêu thương như mọi người. Họ thực hiện đầy đủ nghĩa vụ công dân sao không được hưởng đầy đủ quyền lợi của công dân? Đồng tính nam, đồng tính nữ, chuyển giới... luôn chịu sự kỳ thị, phân biệt đối xử thậm chí bị hành hung. Họ có nỗi đau của họ, vì vậy mình phải tranh đấu cho sự công bằng. Nghĩ đến đây y bùi ngùi xúc động bèn xé hết những trang giấy vừa viết về đề tài chính trị xã hội. Y cắm cúi viết lại từ đầu với đề tài tình yêu và giới tính. Y dự định sẽ viết một truyện dài cỡ ba trăm trang, trong đầu y mường tượng ra một mối tình đồng tính rất đẹp và cũng bi thảm kiểu cách như Romeo và Juliet. Y viết:"... Hạo Quân trên sân khấu say xưa hát bài hát:" Vầng trăng thố lộ thay tim tôi". Anh dồn hết tâm tư vào bài hát, sự diễn xuất của anh rất nhập vai, rất thần thái. Giai điệu bài hát vừa nồng nàn, tha thiết lại vừa sâu lắng lay động lòng người. Khán giả bên dưới dường như lặng cả người. Người ca sĩ trên sân khấu như mơ như thực nhưng ánh mắt tràn đầy tình cảm đắm đuối dành cho vị khách ngồi ở hàng ghế danh dự hàng đầu đã bị những ống kính thâu hình ghi nhận và phát lên trên những màn hình khổng lồ. Cả nhà hát dường như ngưng thần trong phút giây này. Bài hát hay, giọng ca trầm ấm truyền cảm, dáng vóc ca sĩ đẹp khiến cho khán giả yêu thích anh vô cùng. Khi Hạo Quân định công khai tình yêu dành cho Hạc Thanh thì bị ông bầu ngăn cấm, ông ấy sợ khán giả phản ứng tẩy chay sẽ làm doanh số thất thu. Hạo Quân cũng lo nghĩ điều này nhiều lắm, nhưng rồi anh cũng thố lộ ra. Nào ngờ khán giả không tẩy chay mà lại còn yêu quý anh hơn, ủng hộ anh còn nồng nhiệt hơn. Mối tình đồng tính của anh và Hạc Thanh đã làm tốn không biết bao nhiêu giấy mực của báo chí xứ này. Hương Cảng chịu ảnh hưởng văn minh Tây Phương nên cái nhìn cũng thông thoáng phóng khoáng. Hạc Thanh là một doanh nhân thành đạt, anh đã dành trọn tình yêu cho Hạo Quân, chăm sóc và nâng đỡ Hạo Quân suốt cả mười năm ròng và anh thệ nguyện sẽ yêu Hạo Quân suốt đời. Hạo Quân mượn bài hát để công khai một cách chính danh và lãng mạn tình yêu của mình đối với Hạc Thanh...". Y viết liền một hơi dài cả mười trang giấy, với cái đà này thì truyện dài ba trăm trang có thể hoàn thành trong tháng sau. Y hy vọng các nhà xuất bản sẽ in ngay lập tức vì đây là đề tài nóng bỏng hiện nay, vả lại đề tài này cũng không đụng chạm gì đến các thế lực chính trị nên các nhà xuất bản thích lắm. Y tin chắc như đinh đóng cột, như cua gạch, như bắp rang tác phẩm của y sẽ bán chạy, sẽ nằm trong nhóm sách ăn khách hàng đầu kiểu như bestseller! Điều này cũng có nghĩa là y sẽ có một khoản nhuận bút không nhỏ. Y sẽ đưa vợ con đi nghỉ mát một tuần bù lại quãng thời gian cắm cúi dồn sức viết lách. Quan trọng là y sẽ chứng minh cho vợ biết bọn viết lách không hề vô tích sự như cô ta vẫn nghĩ. Y sẽ mua một món quà có giá trị tặng cho vợ và bảo rằng:" Đây là quả ngọt của việc viết lách, món quà này từ chữ nghĩa đem lại để anh tặng em".

Nghĩ thế y thấy sung sướng vô cùng, tim đập thình thịch, máu huyết nhộn nhạo chảy rần rần trong huyết quản, tâm ý bay bổng như mây trời. Y không chích xì ke, không hít bạch phiến cũng chẳng chơi thuốc lắc nên không biết cảm giác phê của những món ấy như thế nào, thế mà y cứ nằng nặc bảo cái phê do chữ nghĩa mang lại cũng như thế! Quả thật y đang sống trong những giây phút phê tột đỉnh do ý tưởng về chữ nghĩa mang lại. Khi ngón tay mỏi quá, y dừng lại nghỉ mà ý tưởng cứ phọt ra như đài phun nước, chữ nghĩa múa may như ảo giác, những nhân vật và các tình tiết xuất hiện trước mắt y. Y mơ màng như đang xem một vở tuồng. Những nhân vật mà y dự định tạo ra đang diễn xướng và y ngồi giám sát chúng. Y ngồi ngây cả buổi quên cả đói khát và đi vệ sinh. Y bẻ đốt ngón tay kêu rôm rốp, vặn vẹo người vài phát rồi lại tiếp tục viết. Lúc mới viết y định tháng sau sẽ xong nhưng giờ y chốt hạ là phải xong trong tháng này. Câu chuyện tiếp tục:"... Ca sĩ Hạo Quân như một thiên thần trên sân khấu, một vòng tròn sáng từ trên cao rọi xuống. Hạo Quân di chuyển đến đâu thì vòng tròn ánh sáng di chuyển theo đến đó. Vòng tròn sáng ấy cứ như là bóng trăng, bóng trăng huyền hoặc đầy sức quyến rũ hòa cùng nội dung bài hát làm cho khán giả ngất ngây. Bài hát kết thúc, toàn bộ khán giả đứng dậy vỗ tay như sấm động triều dâng; rất nhiều hoa tươi, gấu bông được ném tới tấp lên sân khấu. Hạc Thanh lên sân khấu với bó hoa hồng đỏ thắm, anh trao cho Hạo Quân và hai người ôm chầm lấy nhau, trao nhau nụ hôn nồng cháy. Ống kính truyền thông quây cận cảnh và phát đi lập tức, khán giả tại nhà hát vỗ tay không ngớt, khán giả truyền hình khắp xứ Hương Cảng, Ma Cao, Đài Loan, Singapore... như dậy sóng với sự kiện này..."

Y viết say sưa suốt ba giờ không ngưng nghỉ, quên cả thời gian và không gian, giờ chỉ có chữ nghĩa và những nhân vật trong truyện với y mà thôi. Y bất chợt giật mình khi nghe tiếng vợ gọi

- Anh, nghỉ tay một tí để ăn cơm, quá bữa hai giờ rồi!

Tiếng vợ làm cho y bừng tỉnh thoát ra khỏi ảo ảnh với những nhân vật trong truyện. Y cụt hứng, dòng tư tưởng bị cắt ngang tựa như cây chuối bị một nhát dao phạt ngang thân. Hình ảnh và lời thoại của những nhân vật tắt ngúm, y chưng hửng đành buông bút và đi ra phòng ăn. Giờ thì y thấy đói bụng và mắc tiểu dễ sợ. Ăn cơm với vợ nhưng y vẫn nghĩ những tình tiết sắp tới của câu chuyện, do cụt hứng nên y cố moi trí óc nhớ mài mại hòng khơi lại nguồn mạch truyện. Thấy y lơ ngơ, vợ y mỉa mai

- Thưa ông văn sĩ, tạm ngừng suy nghĩ lúc ăn cơm kẻo không bệnh đau dạ dày lại tái phát, chữ nghĩa vớ vẩn, thời buổi này mà còn lao tâm khổ tứ mày mò viết lách thì còn gì khờ bằng!

Y cắm cúi ăn không trả lời, vợ y được thể làm tới

- Nếu gái làng chơi nó nhọc thân còn có tiền nuôi thân, bọn văn sĩ cực thân chỉ tổ tốn cơm nhà quà vợ, rõ khổ!

Bị so sánh với gái làng chơi nên sanh tự ái, y xẵng giọng

- Em đừng xía vào chuyện văn chương chữ nghĩa, em chẳng hiểu cái quái gì đâu! Bọn viết lách lắm đứa còn chưa hiểu nổi bản thân thì em sao hiểu nổi? Em đừng có so sánh gái làng chơi với bọn anh, gái làng chơi lấy lỗ làm lãi, bọn viết lách như anh thì chấp nhận lấy lãi làm lỗ. Gái làng chơi tuy có khổ tâm vì bị người đời khinh khi coi thường nhưng thân còn có chút sướng. Bọn văn sĩ thì thân chẳng những không sướng mà tinh thần lại khổ, khổ vì tự khi dễ bản thân mình và khi dễ lẫn nhau; tự cười mình rồi cười cợt lẫn nhau. Nhiều kẻ vừa tự ti lại vừa tự tôn quá khỏi đầu, cứ ngỡ mình nhất thiên hạ theo cái kiểu tự sướng ảo tưởng đầy ngạo mạn và ích kỷ, tỷ như câu nói:"văn mình vợ người" vậy! Bọn họ vừa tự cười mình vô tích sự nhưng mặc khác lại ngông nghênh cho thiên hạ không ai bằng mình. Văn sĩ là bọn thủ dâm tinh thần, là những kẻ khổ dâm, càng khổ càng đau thì càng sướng tợn, sướng đến cực điểm thì phát tiết tinh anh.

Y nói một hơi dài như thế xưa nay chưa từng được nói, nhất là những lúc nói với vợ, bao nhiêu tâm tư dồn nén y xả hết giống như cái nồi áp suất được mở van. Vợ y khựng lại vì ngạc nhiên, ăn ở với nhau bao nhiêu năm nay, có bao giờ thấy chồng mình nói thao thao bất tuyệt, nói một hơi mút chỉ cà tha như thế? Có bao giờ anh ta bộc bạch tâm tư, dốc hết ruột gan ra như vậy? Cô ấy biết chồng đang bị kích thích tăng động nên im lặng không dám nói gì thêm. Bữa cơm dường như nguội lạnh mất hết mùi vị, cả hai lặng yên ăn cho xong.

  Sở dĩ y chọn viết tay mà không viết trên máy vi tính là vì y nghĩ viết tay mới quý. Thời buổi này không ai viết tay cả, mình chịu viết tay là số ít hiếm hoi, mà ở đời cái gì ít thì quý, có khổ mới thành tựu rực rỡ. Viết trên máy vi tính tuy dễ và tiện lợi nhưng mất đi một sản phẩm quý đó là bản thảo. Y còn thầm ảo vọng, biết đâu mình trở thành một văn sĩ nổi tiếng thì bản thảo ấy sẽ là vật vô giá, chẳng những có giá trị cao về mặt tiền bạc mà còn là báu vật tinh thần, sẽ được lưu giữ ở thư viện danh tiếng hoặc trong bộ sưu tập của những nhà sưu tầm vật quý hiếm...Y tận lực viết hai giờ nữa được mười lăm trang, quá mệt nên ngủ gục ngay ở bàn viết. Giấc xế chiều, vợ y xem ti vi thấy tin tức nóng vừa phổ cập bèn la toáng lên

  - Một vụ án mạng kinh hoàng vừa xảy ra tại trung tâm thành phố. Ông Mai Văn Tĩnh, một cán bộ cấp sở vừa bị cướp tài sản và bị giết chết, cán bộ điều tra đang nghi ngờ bạn tình đồng tính của ông ta ra tay. Bấy lâu nay truyền thông vốn nghi ngờ giới tính ông ấy, nhiều lời đồn đại nhưng ông ấy bác bỏ, nay thì sự việc rõ rồi.

  Nghe thế y chột dạ:" Ấy chết! Thế này thì không ổn rồi, mình viết đề tài tình yêu đồng tính nhỡ bạn bè đọc rồi nghi ngờ giới tính của mình thì biết làm sao đây? Tích " sửa dép ruộng dưa" vẫn sờ sờ ra đấy, làm sao mà thanh minh? Ấy là chưa nói gia đình và vợ mình đọc được thì họ lại phàn nàn thì rắc rối to!không được, phải dẹp đề tài này tìm đề tài khác thôi!". Y đứng dậy cầm lấy xấp giấy viết mấy ngày nay đem ra ngoài hiên đốt sạch, ngọn lửa bừng lên trong phút giây thiêu hết công sức mấy ngày liền, một làm khói trắng bay lên để lại trên thềm vết nám cháy đen. Y quay lại phòng viết bóp trán suy nghĩ đề tài khác, không biết có phải vì gặp được ý tưởng thích thú nên reo lên

  - Có lẽ đây là đề tài hay, tôn giáo gắn bó với con người từ thuở xa xưa đến nay, là một phần của cuộc sống, vừa là chỗ dựa tinh thần vừa làm thăng hoa đời sống tâm linh của con người. Tôn giáo hướng con người đến mục đích cao cả: chân – thiện – mỹ – tuệ. Tôn giáo xoa dịu những nỗi đau về mặt tinh thần. Con người mà không có tôn giáo thì đời sống sẽ băng hoại, đạo đức suy đồi, nhân luân phế bỏ… Tuy nhiên tôn giáo cũng có nhiều loại khác nhau, có vài tôn giáo quá cực đoan, kích thích thù hận chém giết hoặc có tôn giáo mê muội làm người ta lạc vào đường tà. Y nhận thấy Phật giáo là ưu việt hơn cả, vừa có đủ trí huệ và tình thương, không buộc người ta phải nhắm mắt tuân theo giáo điều, đã thế còn khuyến khích người ta hãy học hỏi và kiểm nghiệm chứ không tin theo một cách mù quáng. Phật giáo rất khoan dung, dân chủ và hòa bình tuyệt đối không có lên án hay trừng phạt. Ai tin thì theo không tin thì thôi. Phật giáo kêu gọi hiểu biết và yêu thương, không phân chia màu da, sắc tộc, chánh kiến, quan điểm, giới tính… Y quyết định viết một thiên tiểu luận về các tôn giáo, phục vụ tâm linh cũng có ý nghĩa nhân văn cao cả, không cứ gì chính trị xã hội hay tình cảm giới tính. Tôn giáo cũng là một đề tài lớn, một vấn đề gắn bó mật thiết với loài người. Conn người ngoài vật chất còn có tinh thần, tinh thần vô cùng quan trọng, "Tâm bình thế giới bình" hoặc " Nhất thiết duy tâm tạo" cơ mà! Viết về đề tài tôn giáo cũng là phụng sự con người, nghĩ đến đây lòng y thênh thang như đất trời, ý chí cao ngất như Thái sơn, cảm hứng lại dạt dào tuôn như sông suối mùa xuân. Y kiên quyết viết cho xong thiên tiểu luận về tôn giáo chứ không thay đổi đề tài nào nữa. Y tập trung tư tưởng, vận dụng kiến thức và sự hiểu biết của mình viết liền một mạch cho đến khi trời chạng vạng. Những ngày kế tiếp y viết ào ào, viết cấp tập xem ra đề tài này hợp với y. Y nôn nóng viết cho xong thiên tiểu luận, vì y sợ nhỡ có sự việc nào đó bất ngờ xảy ra sẽ làm mất hứng. Lần này xem ra suôn sẻ, y viết về cái hay cái đẹp của tôn giáo nhưng cũng không ngần ngại vạch trần những trò mê tín dị đoan, những phạm luật phá giới của tu sĩ, liệt kê những hành vi mang tính " mượn đạo tạo đời". Y cũng đề cập đến một bộ phận dân chúng mê muội tin những điều phi lý hay a dua theo những trò phù phiếm của những tu sĩ thiếu đức hạnh. Phải công nhận y táo gan dám phê phán quan quyền lũng đoạn tôn giáo, lợi dụng tôn giáo cho mục đích chính trị... Y viết rõ ràng minh bạch những gì mà y biết.

Ngày cuối tuần lại đến, y tạm nghỉ viết một buổi để đưa vợ đi ăn sáng. Quán cafe Mimosa thật đẹp và thức ăn ngon có tiếng, Thực khách toàn nam thanh nữ tú và tất nhiên không thể thiếu những thành phần nhiều tiền lắm của tìm đến. Trong lúc chờ đợi, y nhâm nhi ly cà phê Ý và mở máy tính cá nhân để xem email. Một tin nhắn từ người bạn văn chương lâu năm viết:

- "Này bạn mình ơi, tôi gởi cho bạn cái tin nóng và quan trọng, mong bạn đọc và suy nghĩ cẩn thận. Tôi vừa bị nhà cầm quyền phạt một khoản tiền lớn và thu hồi để hủy toàn bộ số sách mới in. Họ kết tội tôi làm chính trị, bội nhọ quan quyền, bêu xấu những vấn đề chính trị xã hội, phá hoại sự đoàn kết tôn giáo, gây sự hiểu lầm về tôn giáo. Họ kết tội tôi kích động lối sống đồi trụy phương tây bằng cách đòi bình đẳng giới tính, xúi giục lớp trẻ sống lệch lạc giới tính, làm suy yếu tính chiến đấu. Bạn cũng biết đấy, họ lập ra cái hội viết lách để quản lý và định hướng tư tưởng người viết. Họ rình mò kiểm duyệt một cách nghiệt ngã, soi từng câu chữ, vạch lá tìm sâu đến từng ý nghĩ được viết ra, còn rất nhiều điều muốn nói nhưng không tiện viết ra, khi nào có dịp gặp lại mình sẽ nói nhiều hơn.

Bạn mình ơi! Quả thật oan uổng và cay đắng quá! Công trình mình viết mấy tháng trời giờ bị đem đốt bỏ. Làm sao có thể tưởng tượng họ suy diễn được như thế này? Bạn mình hãy cẩn thận, muốn viết gì thì viết, viết nhăng viết cuội, viết bá xàm bá láp, viết những trò ăn chơi đú đởn, khoe của khoe thân... vậy mà an toàn lại còn bán chạy, đừng đụng đến ba đề tài mà tôi vừa bị dính chấu! Kẻo không lại mang họa vào thân. Ở đời muốn làm việc tốt không phải dễ, muốn nói lời thật cũng rất nguy hiểm. Thiên hạ có trăm nghề nhưng đâm đầu vào viết lách là cái nghề khốn khổ nhất, thật ra thì đấy chẳng phải là nghề, nói chính xác là nghiệp chữ của bọn ta. Một lần nữa mình muốn nhắc bạn, hãy tránh ba cái đề tài nhạy cảm và dễ gây nên tai họa ấy!"

Nguyễn Trần Lê

Bạn thân

Đọc xong thư của người bạn y thấy chưng hửng, ly cà phê Ý vốn thơm ngon bỗng dưng đắng chát lạ lùng, bao nhiêu hứng thú và nhiệt huyết viết lách tan như viên đá lạnh bỏ vào ly trà nóng. Mộng văn sĩ xem ra lơ lửng như cộng lông hồng bay trước gió, thế là dự định thiên tiểu luận cũng bay theo làn khói thuốc lá mà y tập tễnh phì phà.

Tranh: Đinh Trường Chinh

MÙA MÍA

Thiên đạp xe hết tốc lực, cái sức một thằng bé mười lăm tuổi đang nhổ giò phát lớn cộng với sự háo hức chờ mấy ngày qua, chẳng mấy chốc là đến nhà nội. Nhà nội Thiện ở quê, cách thị trấn chừng ba cây số, ngôi nhà nằm giữa một vườn cây xanh mát nào là mít, ổi, xoài, chanh, khế… ra khỏi vườn cây là đến rẫy mía phía sau nhà. Rẫy mía mênh mông, mía cao quá đầu người lớn, đứng trước rẫy mía là không còn thấy gì phía trước, rẫy mía như một mê cung trong những câu chuyện cổ tích mà Thiên đã đọc qua.

Mỗi mùa hè về cũng là lúc vào mùa mía, năm nào Thiên cũng xin ba về nội chơi khi nhà nội bước vào mùa ép mía làm đường. Thiên theo mấy người anh họ đi vào rẫy mía, những người anh họ chặt mía còn thiên đi nhặt những tổ chim bị lộ ra khi mía bị chặt. Có nhiều loài chim mía mà Thiên không biết tên, Thiên chỉ biết có chim dồn dộc, chim sa sả, chim se sẻ…mía chặt tới đâu thì chim dáo dác ào ạt bay ra, chúng bỏ cả tổ và chim non. Những bó mía được mang đến chỗ ép mía để nấu đường, máy ép mía được gọi là ông che. Ông che nhà nội Thiên to nhất vùng, được làm bằng gỗ lim, to ơi là to. Ông che gồm một bộ mâm ở dưới, có khoét những rãnh để nước mía ép ra chảy vào một thùng hứng, giữa mân nổi lên một cù lao, trên cù lao có gắn bốn khúc gỗ lim to bằng cái vòng ôm người lớn,, đầu những khúc gỗ được đẽo thành những răng cưa để quay. Những người thợ ép mía dùng hai con bò mắc ách vào, hai con bò sẽ đi vòng tròn quanh ông che và kéo cho bánh xe gỗ quay. Hai người ngồi mỗi bên, một bên đút mía vào che và một bên lấy xác mía đã ép xong. Nước mía ép ra đem đến lò nấu đường cũng gần một bên. Chảo đường to như bồn tắm hình tròn, người ta đào cái hầm và đặt chảo lên, một cửa để nhét củi vào và cửa phía sau để thông hơi và móc tro. Lửa từ cái hầm cháy phừng phừng như hỏa ngục, chảo đường sôi sùng sục, mùi đường tỏa ra bay theo gió thơm ngọt cả một vùng

Anh Thông căn vặn

- Thiên, mầy phải gọi là ông che, không được gọi là cái che hay máy che đấy nhé! Phải lễ độ như ngư dân gọi cá voi là ông vậy!

Thiên thắc mắc tại sao thì anh ấy giải thích

- Nghe nói từ thời cụ tổ xa xưa, dòng họ đã dùng ông che này rồi. Có người cho che ăn mía bất cẩn bị che cán nát tay. Có người cà rỡn mà bị rơi vào chảo đường đang sôi. Bởi vậy từ đời ông cố đã gọi ông che, không ai dám xem thường cả.

Thiên ngẫm nghĩ và cho đó là những tai nạn vì bất cẩn mà thôi nhưng Thiên không cãi lời anh Thông. Thiên mon men đến bên ông che và muốn thử cho che ăn mía. Nội trông thấy la lớn

- Con ra rẫy mía chơi, đừng láng cháng chố người lớn làm việc

- Nội, con muốn thử cho ông che ăn mía

- không được, việc nguy hiểm chứ chẳng phải chuyện chơi.

Bác Ba đang đút mía vào che nghe thế bèn nói

- Ba, không sao đâu, để con chỉ cho thằng Thiên cách làm

Nội không nói gì thêm, bỏ đi đến chố lò đường. Bác Ba bảo Thiên ngồi xuống bên cạnh và lấy mía đút vào cái khe giữa những khúc gỗ đang quay. Tiếng kẽo kẹt của cố che nghiến mía, tiếng nước mía chảy lỏng tỏng từ mân che xuống cái thùng hứng phía dưới làm choThiên thích thú. Bác Ba chú ý cách Thiên đút mía vào che và nói

- Khi cây mía được bánh xe che nghiến vào một phần là buông tay ra và lấy cây mía khác để đút vào khe bên kia, giữ một khoảng cách vừa đủ an toàn để không bị bánh xe che cuốn tay mình.

Thiên làm chừng mươi phút là chán đứng dậy, bác Ba cười to

- Chán rồi phải không? Ra rẫy mía với mấy anh đi lụm chim non đi.

Trước khi đi Thiên múc một gáo nước mía uống ngon lành, nước mía ngọt thanh làm dịu bớt cái nắng hè. Thiên nhìn hai con bò từng bước nặng nề đi vòng tròn để kéo cỗ che mà thương, nó bước đi uể oải miệng nhai không ngừng, hai bên mép bọt trắng xùi ra. Đời con bò là chuỗi ngày cực nhọc âm u, mùa lúa thì cày bừa ngoài đồng, hết mùa thì kéo xe chở đủ thứ nặng nề, mùa mía thì kéo che ròng rã. Ăn thì toàn cỏ dại, rơm khô; chỉ những con bò cái mới đẻ hoặc những con bệnh mới được bồi bổ thêm cháo trắng. Hai con bò kéo che cả buổi mới được mở ách cho nghỉ ngơi để ăn và uống, cùng là kiếp thú nhưng kiếp con bò tội quá, thương gì đâu á!

Giấc xế, bác Ba gái bưng một mâm đậu phộng rang và dừa bào ra, bác lấy gáo dừa múc đường nước đang sôi chế lên mân, chỉ chừng mươi phút sau Thiên và anh em họ có một mâm kẹo đậu phộng dừa. Những người thợ mía cũng ngừng tay nghỉ giải lao bâu lại ăn kẹo đậu phộng dừa, ai cũng tấm tắc khen ngon.

Có lần đám giỗ, bác Ba kể cho Thiên và mấy anh em họ của Thiên nghe về tích của giòng họ

- Họ Nguyễn mình vốn ở vùng Thanh Hóa – Nghệ An. Khi Nguyễn Huệ ra Bắc Hà dẹp loạn xong và trở về nam, cụ tổ họ nhà mình đã đem một nhánh gia tộc đi theo

Hôm tháng chạp Thiên theo ba đi dẫy mả, ba chỉ cho Thiên cái mả to như ngọn đồi ở bên rẫy mía và bảo đó là mả tổ. Mả tổ xây bằng đá ong, ô dước, vôi, có tường bao quanh, phía trước là cái khám nho nhỏ dựng tấm bia và bốn trụ biểu cao vượt đầu người lớn. Mả tổ bị sập một khúc tường bao và hai trụ biểu bị đổ. Bác Ba nói hồi nằm Mỹ bỏ bom xuống căn cứ, có một quả bom to bằng hai người ôm nổ cách đó mấy cây số nhưng vì chấn động quá mạnh nên mả tổ bị sạt một góc như thế

Cả một vùng rộng lớn, đất An, Hội, Sơn, Thạnh… này, hầu hết là người họ Nguyễn và phần lớn đều có họ hàng gần xa với nhau. Họ

Nguyễn bên nội, họ Nguyễn bên ngoại vốn là thông gia, sui gia với nhau nhiều đời, bởi vậy đi đâu cũng thấy họ hàng cả, không bên nội thì cũng bên ngoại, hoặc là cả hai bên.

Ngày đất nước chia đôi, nội bị đi tập kết và có tìm về vùng Thanh – Nghệ để tìm vết tích tổ nhưng không tìm ra. Những tưởng đi hai năm thì về, nào ngờ kéo dài mút chỉ cà tha. Bà nội ở nhà bị hương ấp hội tề o ép quấy nhiễu không ít nhưng vẫn một lòng chờ ông

Ngày nội trở về, bà nội mừng như trẻ lại mươi niên, ông nội rơm rớm nước mắt, những ngày tháng sau đó thì ông dường như u uất, cả ngày lặng lẽ không nói gì cả. Ai có vô tình nhắc chuyện nước non thì ông phủi tay bỏ đi

Ngày giỗ tổ, họ hàng đông đảo. Có người bên ngoại nói khoáy chuyện nội đi tập kết. Bên nội có người đáp trả sanh ra tiếng lại lời qua, tuy chẳng đến nổi ồn ào nhưng dần dần lơ nhau, né nhau, xa nhau. Họ Nguyễn bên nội, họ Nguyễn bên ngoại bao đời nay là họ hàng thông gia với nhau, cùng chung sống ở vùng đất này, giờ vì chuyện thiên hạ đâu đâu mà bỗng dưng lạnh lùng xa nhau. Thiên tuy còn nhỏ nhưng cũng cảm nhận được điều này nên hỏi ba. Ba bảo

- Chuyện người lớn rắc rối lắm, mai kia con lớn lên con sẽ hiểu

Thiên nghe thế thì không hỏi gì nữa, chạy ra sân chơi với những người anh em họ của cả bên nội lẫn bên ngoại

Ngày giỗ ông cao ở từ đường bên ngoại, Thiên theo má về ăn giỗ. Từ đường họ Nguyễn bên ngoại là một ngôi nhà cổ to lớn nhất vùng, rất nhiều phòng ốc kho lắm. Thiên khoái ngồi chơi và trượt trên tấm phản gỗ của ngoại, nó láng như gương và lên nước bóng rất đẹp, thứ nữa là chơi ở cái chỗ giếng trời giữa nhà, mấy con cá hóa long gắn ở đầu máng xối, mỗi khi mưa xuống là nước từ miệng cá xối xả tuôn ra, bên hông nhà có cây khế to hai người ôm, mỗi mùa khế chín, bọn chim két kéo về tranh ăn đánh nhau kêu chí chóe cả góc vườn. Thiên hỏi má

- Chim két ăn khế có trả vàng không?

Má Thiên cười

- Đó là chuyện cổ tích dân gian

Lớn hơn chút nữa, Thiên được gởi lên thành trọ nhà người bà con để đi học. Ở quê, ruộng vườn, rẫy mía, đất hương hỏa từ đường...bên nội, bên ngoại đều bị buộc vào hợp tác xã hết ráo dù cả hai bên đều chẳng ai ký bắt cứ giấy tờ gì. Ruộng bên ngoại, đất bên nội giờ thành của chung của thiên hạ nhưng thiên hạ là ai thì cũng chẳng ai biết. Vì của chung nên chẳng ai làm, có làm cũng làm qua quýt lấy có, từ đó ruộng không còn nhiều lúa như ngày xưa, mặc dù vẫn đất ấy, giống ấy, vẫn con bò ấy kéo cày. Rẫy mía cũng không còn mía, giờ trồng mì, ông che cũng thất nghiệp luôn. Bác Ba lấy tấm vải dù của lính Mỹ ngày xưa nhảy dù phủ lên và để ở nhà kho. Có người bên ngoại trách

- Đi với người ta làm chi để giờ ruộng bị người ta lấy, rẫy mía không còn, ông che bỏ chỏng chơ ở nhà kho?

Nội vốn lặng lẽ bao lâu nay, chưa bao giờ thanh minh hay đính chính điều gì, vậy mà đột nhiên lớn tiếng

- Xã hội nhiễu nhương, hoàn cảnh đưa đẩy, có ai làm chủ được mệnh mình? Mấy người giỏi sao không chọn lấy một con đường?

Tranh: Đinh Cường

NẶNG TỢ NGHÌN CÂN

Cả tuần nay rồi, không viết được một chữ nào, y cảm thấy trong lòng bất an, tinh thần phiêu hốt:" Tâm ta có vấn đề gì chăng? Bút cùn lực cạn? Cảm hứng đã khô kiệt? Tâm hồn chai sạn?". Y Tự hỏi bản thân với một mớ câu hỏi nhưng không trả lời được, cố gắng ngồi vào bàn và tập trung tinh thần để viết bài mới. Y tự hạn định:" Ít ra ta phải viết được hai ngàn chữ, bằng không sẽ không đứng dậy."

Quái lạ thật, cây bút xưa nay quen thuộc, cầm đã bóng loáng lên, nó giúp y viết bao nhiêu là chữ, nó bé chỉ bằng ngón tay út dài cỡ gang tay, mỗi khi cầm lên là thấy sảng khoái và trào dâng cảm xúc. Bàn tay cầm lấy là cảm nhận được bao nhiêu yêu thương, tâm ý từ tim óc thông qua cây bút mà chảy tràn trên giấy. Sao hôm nay bỗng dưng khác lạ quá chừng, cầm cây bút mà ngỡ như cầm búa tạ, nặng nề và thô dễ sợ, nặng đến bải hoải nên y đành buông xuống.

Y chợt liên tưởng đến những chuyện ngày xưa, có dũng sĩ cầm thanh kiếm lên, thanh kiếm nặng tợ nghìn cân. Người dũng sĩ ấy vốn là tay kiệt hiệt, sức địch muôn người, xông pha trận mạc quá nửa đời người, tay đã cầm qua bao nhiêu binh khí, ấy vậy mà không nhấc nổi thanh kiếm này. Lòng y hoang mang, trí y ngờ vực:" Phải chăng điềm bất tường? Hay là có ngụ ý gì của quỷ thần?"

Số là gần đây y nảy ra ý tưởng viết chuyện phong tình, cụ thể là y định viết một quyển dâm thư, trong ấy y sẽ tường thuật cảnh trai gái làm tình, sẽ miêu tả tường tận đến chân tơ kẽ tóc cái cảm giác sung sướng của việc ấy. Y sẽ dùng ngòi bút để lột tả đến từng bước kể từ khi mới khởi ham muốn cho đến khi tiết ra dâm thủy và rên rỉ đến gào toáng lên khi cực đỉnh dâng trào. Mà nào có thế, y còn dự định viết tất cả các dạng làm tình, kỹ thuật làm tình và cũng không ngần ngại viết về các bản dạng giới tính và cách hành dâm của mỗi loại, nào là: Dị tính, đồng tính, lưỡng tính, song tính. Phi giới tính, chuyển giới... Thiên hạ vốn đa dạng, nhân tâm bất đồng, chín người mười ý, sở thích cũng thiên sai vạn biệt, bởi vậy việc hành dâm cũng chẳng ai giống ai.

Kẻ thì thích lãng mạn, tình tứ, nhẹ nhàng; người thì thích hùng hục như giã gạo; cũng có không ít vị lại kết kiểu thô tháo bạo liệt... Vì thế mà loài người có bao nhiêu kiểu hành dâm từ yêu dâm, khổ dâm, bạo dâm, thống dâm, đơn dâm, đa dâm, ngôn dâm, khẩu dâm, thủ dâm...Thiên hạ xưa nay rỉ tai truyền tay nhau " Nhục Bồ Đoàn" của Tàu, "Karma Sutra" của Ấn. Họ bảo nhau có đến ba mươi sáu cách, là kinh điển của những tư thế hành dâm của loài người, đỉnh cao của nghệ thuật dâm. Thực tế thì chẳng mấy ai đủ khả năng để thực hành theo, may ra chỉ có những tay chơi siêu đẳng thượng thừa, còn đại đa số con người trên cõi đời này thì chỉ quanh quẩn với những cách thôngt hường như: mặt đối mặt, úp thìa, nằm, ngồi, chổng, bò, đứng... thế thôi! Tất nhiên là y cũng nằm trong số đông nhân loại này. Y biết thân phận mình chỉ đến đó, cho nên khi viết dâm thư thì ngoài cái kinh nghiệm nghèo nàn ít ỏi đó y sẽ tưởng tượng thêm, thậm chí bắt chước những chiêu trong phim đen cấp ba để mô tả cho nó thêm phần hấp dẫn. Y cũng tính là dăm thêm mắm muối cho nó mặn, tô chút hồng chuốt chút lục để người đọc thấy lãng mạn và hưng phấn

Hành dâm vốn là chuyện cấm kỵ trong xã hội, chí ít là ở những xã hội khép kín, độc tài, lạc hậu. Ở đấy chỉ có giới cầm quyền và bọn thượng lưu thì mặc sức hoang dâm, đa dâm nhưng lại làm ra vẻ đạo đức trong sạch, cấm ngặt dân chúng hưởng dâm, không cho bá tánh được cái quyền dâm bôn như mình. Mà ở đời lạ lắm, càng cấm cản thì nó lại càng kích thích tò mò, càng dễ lây lan lén lút ngoại dâm, hắc dâm, tà dâm, hối dâm... Dâm nó vốn là chuyện thường tình, là bản năng của con người. Con vật cũng dâm nhưng đó đơn thuần là bản năng sinh sản của động vật. Con người thì khác, sinh sản, duy trì dòng giống chỉ là một yếu tố mà yếu tố này thì ngày nay đã không còn quan trọng mấy. Con người tìm đến dâm vì đó là thú vui nhục dục, dâm để hưởng cái sự sung sướng của xác thịt. Con người hiện đại hôm nay lao vào việc khoái dâm, mà càng khát dâm thì càng dâm dữ dội hơn vì chẳng bao giờ thỏa mãn. Người ta tìm đến phim dâm, ảnh dâm, dụng cụ dâm, thuốc kích dâm.... Để hòng tăng khoái cảm, thỏa mãn ý dâm, vọng dâm của mình

Dâm thư ngày nay đã trở nên lạc hậu, chẳng mấy ai bỏ thời giờ để đọc, ngay cả văn chương chính thống còn chẳng ai đọc huống là dâm thư. Y biết rõ, nhận thức hết sức tỉnh táo nhưng y vẫn tiến hành viết dâm thư là bởi vì y bảo:" Phim, ảnh, dụng cụ trợ dâm... chỉ là phần xác rất thô, không thể lột tả được trạng thái tâm lý của kẻ mê dâm, không miêu tả được cái phút giây cực khoái trong tâm ý của khách dâm, ấy là chưa kể những ẩn uất nội tâm của kẻ không thỏa mãn trong dâm sự, những vị bất đắc ý vì dâm tình đem lại...Những cặp vợ chồng dị tính vốn chiếm đại đa số trong dâm tình nhưng cũng có không ít những vấn đề bất cập cần mổ xẻ, tỉ như một người lên đỉnh mà một người thì không bao giờ lên đỉnh, một người tham dâm còn người kia thì chịu đựng... có bao nhiêu vấn đề cần phải viết cho rõ ràng hầu giúp người đi đến hòa dâm với nhau. Còn những cặp đồng tính, lưỡng tính... Bọn họ cũng có vô số chuyện cần phải viết ra, tỉ như quyền bình đẳng, sự kỳ thị, tại sao họ hành dâm với người cùng giới? Họ sẽ hành dâm như thế nào? Cái cảm giác lên đỉnh của bọn họ với người dị tính có gì khác nhau chăng? Thiên hạ cứ kháo nhau là bọn họ dâm còn dữ dội hơn, bạo liệt hơn liệu điều đó có đúng chăng? Có phải bọn họ vì bất đắc ý từ cái gốc mà sanh ra nhiều ẩn uất khiến bọn họ có nhiều kiểu hành dâm táo bạo chăng? Hình như có vị khoa học gia hay bác sĩ nào đó từng phán là người trong giới đồng tính hầu như không có ai liệt dương hay yếu sinh lý cả, bọn họ rất mạnh, rất sung và rất dâm". Còn những người phi giới tính thì họ lại không có như cầu hành dâm, họ nói không với việc dâm là có đúng như thế chăng? Giả sử khi họ hành dâm thì có khác gì với người thường dâm?"

Rồi y còn định viết về chuyện dâm của những người nổi tiếng, chẳng hạn như: Ngôi sao ca nhạc, diễn viên điện ảnh, đại gia, chính khách... với những người có tiếng tăm trong xã hội chỉ cần viết một tí dâm thú của họ là thiên hạ rần rật lên ngay, cũng vì lẽ ấy mà những tạp chí hay tranh ảnh mà có chuyện dâm của họ là bán chạy như tôm tươi.

Y dự định là thế, sẽ viết, viết tất cả những gì y biết về dâm, viết mà không hề che giấu hay dùng phép ẩn dụ chi cả, cứ phơi bày cặn kẽ. Khi mới bắt đầu ý tưởng, y mường tượng ra khung sườn căn bản của dâm thư sẽ như thế này, thế kia và sẽ viết một mạch nhanh chóng thôi! Ấy vậy mà khi ngồi vào bàn thì bao nhiêu trở ngại ùn ùn trỗi lên. Y thật sự chẳng biết bắt đầu như thế nào, từ điểm nào và hoàn cảnh môi trường thuộc dạng nào... Điều này quả là quái lạ, xưa nay có bao giờ đụng phải những trở ngại này! Y vốn viết rất dễ, hễ ngồi xuống là ý tuôn bút chạy cứ như thế viết một mạch hai giờ đồng hồ là xong một truyện ngắn ba ngàn chữ như chơi. Vậy mà giờ này thì cứ khật khù thế nào ấy, ngồi đã lâu mà tâm thần cứ bần thần, ý tưởng cứ nấn ná không sao truyền qua cây bút được, cho đến đỉnh điểm của sự lừng khừng là khi nhấc cây bút lên, cây bút chợt nhiên nặng tợ nghìn cân.

Y vô cùng ngạc nhiên, tâm thần thảng thốt buông xuống, lòng hoang mang cực độ, không biết là phù phép của ma quỷ quấy phá hay thánh tthần quở, cảnh báo? Bấy giờ y nhớ mài mại đâu đó chuyện xưa tích cũ: Rằng người dũng sĩ sức mạnh bạt sơn cử đỉnh, một mình cân cả trăm người ấy vậy mà khi quyết định rút thanh gươm cắm trong tảng đá lại không rút ra được, trong khi một anh lính tốt lại rút ra một cách dễ dàng chẳng cần phải vận công phí sức.! Y không còn nhớ ẩn ý của câu chuyện là gì, cũng như không biết mấu chốt vấn đề của câu chuyện ở chỗ nào? Cái ý nghĩa của thanh kiếm nặng ngàn cân có dụng ý gì? Y đã quên hết ráo rồi!

Y bừng tỉnh, quay lại nhìn cây bút của mình ở trên bàn một lần nữa, vẫn cây bút thân quen hàng ngày, vẫn lớp sơn đen bóng loáng, vẫn dáng bút nhỏ nhắn thanh tú ấy. Bụng bảo dạ:" Ta thử cầm cây bút lần nữa xem sao". Y thò tay định cầm thì chợt hoa cả mắt, cây bút không còn hình dáng của nó như mọi ngày, giờ nó giống như bộ phận sinh thực khí của giống đực, lại vừa giống dụng cụ kích dục ở mấy tiệm sextoy. Y hoang mang cực độ, tâm trí y dường như ngoài thân xác, trong cái khoảnh khắc ma mị huyễn hoặc này y lại thấy cây bút giờ giống sinh thực khí ở đài thờ tháp Chàm, linga ở mấy đền Hindu. Y lập tức xô ghế đứng dậy, dụi dụi mắt mà lẩm bẩm:" Quái lạ! Ta hoa mắt hay hồ ly trêu?"

Vừa phút trước cây bút nặng tựa thanh kiếm nghìn cân nhấc không nổi, phút sau lại biến hóa ra sinh thực khí của đàn ông. Y không dám đụng vào cây bút, đứng nhìn chết trân, sau khoảnh khắc bá mị thiên mê y cũng tự trấn an:" Có phải vì ta định viết dâm thư mà cây bút biến hóa ma mị khôn lường? Có phải vì trong tâm ý có điều chi vướng mắc mà không dám động đến khiến cây bút hóa nặng nghìn cân? Hay là vì dâm ý muốn trải trên trang giấy nên cây bút hóa ra sinh thực khí?..."

Những câu hỏi nghi ngờ, những giả thuyết được đặt ra nhưng tất nhiên là y không tự trả lời được. Y định thần lại và ngồi vào bàn lần thứ ba, lần này y vững tin là có thể bắt đầu viết được rồi. Y giơ tay toan cầm cây bút đen tuyền quen thuộc lên nhưng chưa chạm đến thì vội rụt tay lại, xô ghế nhảy lùi ra, đồng tử giãn nở cực đại, miệng há hốc, trên bàn không phải là cây bút vẫn dùng bấy lâu nay. Nó không còn hình hài của nó, nó giờ mang dáng dấp một thanh trủy thủ nhỏ nhưng sắc và bén ngọt, loại trủy thủ này các thích khách hay yêu nữ thường dùng để đoạt mạng người. Thanh trủy thủ rất đẹp, cái đẹp lạnh sống lưng, rất bén, cắt rời cổ mà nạn nhân không kịp kêu, máu chưa phụt ra. Thanh trủy thủ chẳng mấy khi lộ ra cho người đời thấy, nó thường được giấu trong những tay áo rộng hoặc kẹp trong cuốn thư. Thanh trủy thủ bằng thép sáng xanh, rất đẹp và quý giá. Nó rất kén chủ, với hiệp khách giang hồ thì nó là báu vật để hành hoạt nhưng với kẻ kém đức yếu lực thì lại là vật sát thân tuyệt mệnh! Thanh trủy thủ quý giá là thế, nhưng một khi ra rơi vào tay bọn đồ tể hay kẻ làm bếp thì nó chẳng khác gì con dao thường ở chợ, chỉ là cắt thịt gọt rau củ.

Cây viết đen tuyền hay thanh trủy thủ xanh biếc nằm ở trên bàn? Y đực mặt khờ người đứng nhìn, thân hình bất động tựa như hóa đá. Y không còn biết là thực hay mơ, bao nhiêu năm nay viết lách chưa bao giờ rơi vào cảnh tượng như lúc này.

Tranh: Đinh Cường

NGƯƠI VỜI TA ĐẾN

Bóng tối dày đặc, quánh lại như bùn lầy, cái thứ bùn lầy sền sệt đang nuốt y vào lòng của nó, càng vùng vẫy thì càng lún sâu. Bóng tối lại như luồng sương đen kịt, tràn vào phổi y, y sặc sụa ho và ngạt thở. Y không thể nào la hét được, hả miệng ra thì luồng sương đen tràn vào ào ạt hơn. Màn đêm như vô số tơ bện chặt y, trông y không khác gì một cái kén, trong cái màn đêm ấy, bất chợt y lại thấy lơ lửng như bay trong không trung, cố mở mắt xem sự thể thế nào thì thấy vô số hình nhân nam nữ loã thể. Những hình nhân chập chờn vây quanh y, chúng vờn quanh và vươn những cái tay dài như sợi tơ quấn lấy thân thể y, lại giống như những xúc tu bám chặt vào thân y. Y giẫy giụa quằn quại nhưng không làm sao thoát ra được. Y muốn hét toáng lên nhưng không gian đông đặc trong miệng, không hét được nhưng y nghe rõ mồm một giọng cười đắc ý đầy ma quái:

- Anh ta không thể thoát khỏi tay bọn ngươi! Anh ta hoàn toàn chịu sự khống chế của bọn ngươi, dù bọn ngươi có làm lơ thì anh ta cũng sẽ quỳ dưới chân để mà xin chút khoái lạc, mỗi khi thân xác anh ta lên cơn giày vò vì thèm khát, tâm can nung nấu cháy bỏng.

Những hình nhân nam nữ loã thể lơ lửng trong không gian đen đặc tối om cười rúc rích:

- Thưa dâm thần chủ, ngài đã khuất phục vô số con người ở thế gian này, xưa nay ngài vẫn luôn luôn thắng thế. Bọn người kia hoàn toàn nằm dưới sự khống chế của ngài, gã du tử kia cũng không là ngoại lệ, tuy y có ý muốn thoát khỏi sự khống chế của ngài nhưng y không có đủ bản lãnh, cái bản năng thèm khát dục lạc vẫn âm ỉ cháy trong tâm và dày vò thân xác. Gã ấy cố gắng tự phản tỉnh và tìm con đường vượt thoát nhưng mỗi lần gã ta tiến lên một bước thì lại lùi hai bước, vươn lên một nấc thì rơi xuống hai nấc. Gã ta tiết dục để thăng tiến nhưng bản năng khát dục làm cho gã ta thoái lui là vậy, gã ta càng vùng vẫy, tâm tư tranh đấu giữa thanh cao và dục lạc. Gã ta đau khổ nhưng thống khoái chìm vào vũng lầy dục cảm. Bọn em thỉnh thoảng vẫn cho y hưởng tí khoái lạc đủ để y mong muốn thèm khát trong khắc khoải. Bọn em không cho gã ta thoả mãn để mà trói buộc gã trong sự sai xử của ngài.

Dâm thần cười khùng khục trong cổ họng, giọng hả hê:

- Các ngươi khá lắm! cứ như thế mà làm, tuyệt đối không cho gã ta được thỏa mãn, một khi thoả mãn thì gã ta sẽ không còn phục tùng ta. Nhục cảm, khoái lạc là bửu bối, là tuyệt chiêu của ta, chỉ có ngón tuyệt chiêu này mới trói buộc được loài người, bọn người ngoan ngoãn vâng lời ta, tự nguyện chịu sự sai khiến của ta. Ta không có sức mạnh vô địch như thần hủy diệt, cũng không có quyền năng tuyệt đối của thần chết, nhưng ta có sức mạnh mềm. Ta không hò hét lớn tiếng, cũnh không đe nẹt ai. Ta chỉ cười mỉm nhẹ nhàng nhưng loài người quỵ lụy xin chết dưới chân ta. Không có kẻ nào cưỡng nổi sự quyến rũ sai xử của ta, bọn họ nhiều khi còn tự buộc số phận của họ vào ta, thậm chí ta xua đuổi họ cũng chẳng rời, cam chịu đời đời nằm dưới sự điều động của ta. Thế gian này cũng có một số ít, rất ít dám coi thường ta, nhạo báng ta, khi dễ ta... đó là mấy vị sa môn vâng lời ông Cồ Đàm, hành theo chánh pháp của Cồ Đàm. Những vị ấy hoàn toàn tự tại thong dong, ngón nghề điêu luyện cùng bảo bối của ta vô tác dụng. Có đôi khi ta cũng rù quyến được vài vị sa môn phá giới, lừa thầy, phản bạn nhưng chỉ là những kẻ thiểu số không đáng là bao. Bọn ngươi hãy nhớ lấy, đừng có đụng đến những vị sa môn chân chánh, kẻo mà mang hoạ.

Những hình nhân nam nữ loã thể lơ lửng trong bóng đêm đen đặc, chúng chớp loé những đóm lửa xanh, đỏ, tím, vàng… trông đẹp mắt và đầy sức dụ hoặc mai quái, mắt môi chúng quả thật gợi cảm, tấm thân thật hấp dẫn. Chúng cất tiếng ca ngọt dịu và những lời âu yếm đầy sức cuốn hút, những âm thanh gợi dục gợi cảm làm cho con người mê đắm, tất nhiên gã du tử kia cũng không là ngoại lệ. Gã ấy còn có phần lậm sâu hơn, vì gã vốn có tính nghệ sĩ, sống phóng khoáng và luỵ tình. Những hình nhân trông mướt mát thơm tho, tràn trề gợi cảm. Cả bọn lả lơi làm trò đú đởn với dâm thần, dâm thần ngồi trên giường, chăn gối lụa là êm ái, đang lim dim tận hưởng sự phục dịch, thỉnh thoảng dâm thần lại mân mê và xoay xoay chiếc nhẫn bảo bối "Dục lạc khoái nhuyến lực", đây là một bửu bối cực kỳ hiệu nghiệm. Dâm thần dùng nó để khiển dụng con người, mỗi khi dâm thần ban ơn cho ai thì y chạm nhẹ chiếc nhẫn vào cổ kẻ ấy, tức thì kẻ đó mê mệt hưởng khoái lạc và phục tùng dâm thần một cách tuyệt đối, những lúc ấy thì bản lĩnh, công phu, danh dự… chỉ là thứ bỏ đi.

Y còn đang chòi đạp tìm cách vượt ra khỏi cái màn đêm đặc quánh thì chợt cảm nhận có bàn tay rất đẹp cầm chiếc nhẫn chạm nhẹ vào cổ y, một cơn sóng khoái cảm đê mê xuyên suốt người y. Lập tức y thấy mình trồi hẳn lên trên vũng lầy mà mới phút trước y còn đang chìm xuống, cái làn sóng sung sướng làm cho y quên ngay cái cảm giác đang ngạt thở vì chìm dần trong vũng lầy. Y trở nên sung mãn và tăng động, y đeo bám lưu luyến với những hình nhân loã thể kia, ra sức mơn trớn, cợt nhã và có vẻ tâm tư thích ý cực độ. Tiếng cười đầy nhục dục khoái lạc của những hình nhân ấy càng làm cho y điên đảo. Y giở hết những ngón nghề chơi có được để làm thoả mãn những hình nhân loã thể kia và cũng chính làm thoả mãn cho bản thân y. Y như con thiêu thân lao vào ngọn đèn, vừa hưởng lạc vừa khoe cái tôi đang phát huy cực đại, hòng lấy tiếng là dân chơi điệu nghệ.

Còn đang lâng lâng bởi nụ hôn, Y chợt cảm nhận có cú đập và lay mạnh, mở mắt ra thấy trời còn tối đen. Vợ y nằm cạnh bên ngái ngủ cằm ràm:

- Ban ngày cứ vào mấy trang web đen xem phim sắc dục, đêm nằm mơ bậy bạ, ú ớ không thành lời, giãy đạp quờ quạng lung tung.

Y nằm im, định thần lại, giấc mơ quái dị nhưng chẳng lạ, không phải lần đầu y mơ như thế, đã nhiều lần rồi nhưng mỗi lần mỗi khác, sự việc biến tướng và hình ảnh mạnh mẽ đậm mê đắm hơn. Y tự nhủ phải dút ra khỏi cái vòng luẩn quẩn này, những hình ảnh nam nữ loã thể, những âm thanh nhục dục khoái lạc cứ lởn vởn trong tâm trí, thật đúng như lời dâm thần nhắc nhở bọn đàn em trong mơ:"… tuyệt đối không cho gã ta cũng như bọn người được thỏa mãn, thỉnh thoảng cho bọn họ hưởng một tí để cơn nghiện càng sâu hơn, có thế mới giữ được chúng trong vòng cương toả của ta, chịu sự sai khiến của ta. Chúng phải muôn đời là nô lệ cho ta, quyền năng của ta tuy mềm nhưng buộc chúng chặt hơn bất cứ thứ trói buộc nào có ở trên đời…"

Mắt mở thao láo nhìn vào bóng tối, y chợt rùng mình vì lời dâm thần trong mơ. Vợ y trở mình, mắt nhắm mắt mở, giọng khào khào ngái ngủ:

- Honey! ngủ không được hả? có phải đang hứng? ngủ đi, mai phải dậy đi làm sớm, cuối tuần thong thả hơn nhé!

Y nằm im, không trả lời, tâm trí y đang miên man với sự thiệt hơn, phải trái, chánh tà…Y biết vào mấy trang web đen xem phim ái dục là không tốt, nhưng y chưa thể dứt ra được, gần như mỗi tuần y đều mò vào để xem, tuần nào không xem thì bứt rứt khó chịu trong người, cứ y như những kẻ nghiện xì ke mà thiếu thuốc vậy. Xem xong thì lại hối hận, hụt hẫng…" sao mà dơ dáy, bẩn thiểu quá!". Y xoá hết những dấu vết còn lưu trên máy cá nhân, khổ nỗi không thể xoá được những lần truy cập trên trang web chủ hay những máy chủ cung cấp dịch vụ. Vì thế nhà mạng biết rõ những thông tin cá nhân, những sở thích truy cập, bọn chúng tung vô số những quảng cáo và phim ảnh về xu hướng mà y thích truy cập. Cũng vì trang web đen mà những virus độc hại xâm nhập làm cho đứng máy, thế là y lại mò mẫn dọn rác, diệt virus và cài đặt lại. Cái vòng lẩn quẩn đã bao lần nhưng vẫn cứ lập đi lập lại. Y đã bao lần tự hứa với bản thân:" Mình sẽ không vào những trang web đen nữa, mất thời gian, máy bị dính virus và tai hại cho tâm ý". hứa rồi lại phạm, phạm xong lại hứa, cứ như thế không biết đã bao lần. Y thấm thía lời của dâm thần dạy bọn tay chân thủ hạ. Y thấy mình bị trói buộc và điều khiển bởi dâm thần và lũ đàn em của dâm thần, cả thân và tâm đều bị dâm thần sai xử mà không có cách chi cưỡng lại, thế này thì cũng sẽ sớm trở thành thủ hạ của dâm thần mất thôi! Y nhớ đâu đó trong kinh Pháp Cú có dạy:" Ái tình dục lạc như nước muối, càng uống càng khát" hoặc là: " Hưởng dục lạc cũng giống như liếm giọt mật trên lưỡi dao bén." Y cũng võ vẽ tập quán thân bất tịnh:" Rõ ràng hàng ngày thân này tiết ra bao nhiêu chất dơ hôi hám, mắt có ghèn, tai có ráy, mũi có cứt mũi, miệng có bợn nhơ, hàng triệu lỗ chân lông tiết mồ hôi, hạ thân tiết ra phấn niếu…Một ngày không tắm rửa thì hôi hám không ai chịu nổi, từ đó mới biết bên trong bao nhiêu là máu mủ, là cái đãy da hôi thối." biết vậy nhưng đụng đến cái bề ngoài da thịt quyến rũ, ánh mắt đa tình, giọng cười ngọt lịm, cái xúc chạm êm ái…là lại quên ngay, là lại chẳng nhớ đó chỉ là giả hợp của tứ đại. Dẫu có đẹp như hoa hậu, thanh lịch như quý ông nhưng một khi tắt thở thì đố ai dám ôm ấp nữa. Cái đẹp bề ngoài cũng còn tùy thuộc vào sự nhìn nhận của mỗi loài. Có cái đẹp cà răng căng tai của những thổ dân thì lại xa lạ, mông muội với người thành phố, người hiện đại. Có cái đẹp mềm mại, thướt tha của phương đông thì lại kkhác với cái đẹp to cao, mạnh mê của phương tây…tất cả lệ thuộc ở truyền thống văn hoá, tập quán địa phương mà ra. Nhìn sâu xa hơn thì đó là sự mê mờ của sáu căn, huyễn hoặc của sáu trần, mê lầm của sáu thức thôi!

Càng nghĩ y càng thấy tỉnh ra, mai phải đi làm sớm nên y quyết không nghĩ lung tung nữa, dỗ lại giấc ngủ. May là y cũng thuộc loại người dễ ngủ, dù đang trò chuyện hay đang làm việc gì không cần biết, hễ ngả lưng xuống là ngủ ngay, chỉ trừ những lúc tâm tư xáo trộn hay tâm ý xao động mạnh.

Y chập chờn chìm vào giấc ngủ, dâm thần và những hình nhân nam nữ loã thể kia lại hiện ra, chúng dở trò mơn trớn, bỡn cợt, vuốt ve dụ khị. Dâm thần nhếch mép cười rất dâm đãng, đầy vẻ khiêu gợi:

- Ngươi không muốn làm quyến thuộc của ta? Ngươi muốn thoát khỏi vòng tay ta? đừng dại dột như thế! người đời ai mà không ham muốn khoái lạc do ta ban cho, một mai thoát khỏi tay ta liệu ngươi có sống nổi nếu không có khoái lạc?

Nói xong y lại cười khanh khách đầy vẻ đắc ý, tự tin. Khoát tay choNhững hình nhân nam nữ loã thể vây quanh y, chúng cười tình và ra sức kích thích các giác quan khoái lạc của y. Trong bọn chúng có đứa thì thầm:

- Bọn em mang lại khoái lạc và cảm giác thăng hoa cho anh, sao anh lại muốn vượt thoát? những gì bọn em làm cho anh, chìu chuộng anh, muốn anh cũng trở thành quyến thuộc của dâm thần như bọn em. Sao anh không nhập với bọn em? Làm người mà không hưởng nhục cảm thì làm người để làm gì? liệu không có nhục cảm thì con người có tồn tại không?

Bọn chúng nói đúng, nhục cảm khoái lạc, sự tham ái, sự thèm khát dục vọng… là nguyên nhân của tái sanh, luân hồi bất tận.

Bấy giờ dâm thần ghé sát tai y cười dấm dẳng, khiêu khích và thách thức:

- Nói cho công bằng thì chính ngươi vời ta đến, ngươi tìm

đến ta, nghĩ tưởng về ta chứ nào phải ta đến tìm ngươi. Ngươi và loài người quỵ lụy xin khoái lạc ở ta, những hình ảnh nam nữ loã thể kia là do ngươi chiêu cảm lấy, hoàn toàn không phải lỗi của ta. Ta đã đến thì đừng hòng ta bỏ đi dễ dàng! Ta sẽ theo ngươi cho đến sức cùng lực kiệt, ngươi có chết rồi tái sanh ta vẫn không rời ngươi.

Dâm thần và lũ hình nhân loã thể còn đang đắc thắng, bất chợt biến mất, không gian tĩnh mịch như chưa từng có mặt của bọn chúng. Một vị thần mặc giáp trụ, tay cầm kim cang xử xuất hiện:

- Địa thần! sao ngài lại để cho dâm thần và quyến thuộc của y đến cuộc đất này? nơi này có thờ tôn tượng Như Lai kia mà! Bọn chúng đến làm mất tôn nghiêm, ảnh hưởng đến phong khí của con người nơi đây!

Thì ra là thần hộ pháp, địa thần bước ra, dáng vẻ phốp pháp tốt tướng:

- Ngài không biết đấy thôi, địa thần tôi đã cho canh gác cẩn mật, vả lại cuộc đất này đã được kiết giới và hộ giới bởi chính ngài, một khi đã kiết giới thì không một ai có thể xâm nhập được, cho dù quỷ mị võng lượng…Sở dĩ dâm thần và quyến thuộc của y đến được là vì cậu chủ rước bọn họ đến đấy! chính cậu chủ đưa cho bọn họ mật khẩu, mật ngữ nên bọn họ đi qua được kiết giới, nếu không có mật khẩu của cậu chủ thì bọn họ có ba đầu sáu tay cũng không vào được. Cậu chủ và bọn họ có giao tình với nhau, cậu ta bị bọn họ rủ quến, quyến dụ bằng dục lạc đã lâu, giờ cậu chủ bị ràng buộc chịu sự sai xử của bọn họ. Cậu chủ vô tình thành quyến thuộc với bọn họ, cậu chủ phải tự tỉnh ra, tự cứu lấy mình. Tôi với ngài chỉ hộ vệ vòng ngoài, không thể xen vào tâm của cậu chủ để đánh thức, cũng không thể lôi cậu ấy trở lại con đường sáng, con đường tỉnh thức. Cậu ấy phải thoát ra và tự đi bằng đôi chân của mình.

Y thật sự phân vân, tiến thoái lưỡng nan giữa hai con đường. Sức hút của dâm thần và lũ hình nhân loã thể vẫn mạnh mẽ và hấp dẫn nhưng sự tỉnh thức cũng thôi thúc quyết liệt không kém, Sự thanh cao thăng hoa trên con đường sáng là lý tưởng của bao người bao đời nay, rất chân chánh và thánh thiện. Y còn ngơ ngác đứng giữa con đường, chưa biết tiến thoái làm sao thì tiếng chuông báo thức reo một hồi dài. Vợ y gọi:

- Dậy đi làm anh ơi! trời gần sáng rồi.

Tranh: Đinh Cường

ONUSA

Nó lử đừ lừ đừ quạt nhẹ cái vây, sức yếu quá không còn đủ mạnh để bơi ngược dòng hải lưu, có lúc nó nổi phập phều mặc cho con nước đưa đẩy, cái tấm lưng của nó dập dềnh trên mặt nước, bụng quặn đau kinh khủng, cơn đau triền miên kéo dài hai tháng nay. Nó không thiết gì ăn nữa, xung quanh nó những đàn cá hồi, cá he, tôm krill đông đặc như đám mây đen vần vũ. Bình thường thì nó đã há cái mồm to tướng ra cho nước ào ào chảy vào, mang theo bao nhiêu tôm cá, sau đó nó ngậm mồm lại, nước được phun ra qua kẽ răng, còn lũ tôm cá thì lọt xuống bao tử. Giờ thì nó mặc kệ, nó không còn sức để ăn và linh cảm sắp rời bỏ đại dương rồi. Nó sinh ra và lớn lên ở đây, nó đã làm bá chủ đại dương mười lăm năm nay. Cư dân biển cả lẫn bọn ngư phủ đều kêu nó là nữ hoàng của đại dương. Nhiều kẻ quên cả tên của nó là Mauora, họ chỉ quen gọi nó là " The queen of the ocean". Quả thật nó là nữ hoàng của biển cả này, chỉ một cú quạt đuôi hay quăng mình của nó đủ làm kinh động ầm ầm một vùng biển cả. Nước mắt nó chảy ra hòa lẫn nước đại dương. Nó biết nó đang từ giã cõi đời vào cái thời kỳ sung mãn của vòng đời. Những cơn đau của cái bụng đã hành hạ lâu nay làm cho nó kiệt sức. Nó tiếc nuối và lo lắng cho hai đứa con còn nhỏ. Thằng Onusa và con Ohara vẫn bơi kè kè bên hông, hai đứa còn non nớt, vẫn còn uống những giòng sữa cuối cùng mà nó tiết ra. Mauora thều thào

- Mẹ yêu hai con nhưng mẹ không còn ở bên hai con bao lâu nữa đâu. Mẹ đi rồi, hai con hãy nhớ lời này: Đừng bao giờ rời xa vùng nước lạnh và hãy tránh xa những con tàu, những con tàu to lớn hơn cả mẹ nhưng rất nguy hiểm.

Onusa và Ohara thút thít

- Con yêu mẹ, mẹ đừng bỏ con đi!

Nước mắt Mauora chảy những giọt cuối cùng, mắt nó mờ dần, nó cố gắng lần cuối phọt những giòng sữa cạn kiệt vào miệng của Onusa và Ohara. Giọng nó ngút ngút ngắt quãng

- Mẹ yêu hai con...con...

Lời chưa dứt thì hơi thở cuối cùng đã tắt, lỗ thở trên đỉnh đầu phụt lên một làn hơi yếu ớt tạo ra một tí hơi nước rồi tắt lịm. Onusa và Ohara bơi vòng quanh xác mẹ nó mấy ngày liền, sau khi hai đứa biết chắc rằng mẹ chúng nó đã chết, từ đó chúng mới chịu bơi đi. Hai đứa bơi lòng vòng những ngày sau đó với cái bụng trống rỗng, không còn giọt sữa nào. Chúng nó đói, bản năng sinh tồn khiến nó biết cách đi tìm những đàn tôm krill, đấy là món khoái khẩu của dòng tộc nhà chúng. Khi thấy đàn tôm, hai đứa bắt chước mẹ nó, hả cái mồn thật to để cho nước biển lẫn tôm krill chảy ào ào vào họng. Bữa săn đầu đời không tệ chút nào, cái bụng của chúng tạm no, chẳng mấy chốc chúng biết cách sinh tồn giữa đại dương mênh mông này. Những ngày sau nữa chúng bơi dần xa hơn chốn cũ để tìm những đàn tôm kirll khác, gặp những con sứa biển đẹp tha thướt chúng cũng nuốt ngon lành.

Một ngày kia hai đứa quá say sưa nên lạc đến một vùng biển lạ, lập tức những con cá khổng lồ như mẹ nó bơi đến ngăn chặn và xua đuổi. Hai đứa đã xâm phạm lãnh hải của những con cá voi khác. Lúc ấy hai đứa thấy một con cá voi con, có lẽ cũng trạc tuổi chúng, con cá voi con ấy bơi đến khoảng giữa mẹ nó và hai đứa

- Mẹ ơi, hai đứa kia dễ thương mà mẹ, để tụi nó chơi với con!

Con cá voi mẹ lắc đầu quầy quậy

- Không được! Chúng ở lại đây thì chúng ta không đủ thức ăn!

Con cá voi con không cần mẹ nó đồng ý, nó bơi sáp lại Onusa và Ohara. Nó quạt đuôi quẩy nước vào hai đứa tỏ vẻ thân thiện

- Các cậu tên gì? Tớ là Muosa, mẹ tớ tên Rouda và ba tớ là Tuoga

Onusa trả lời

- Tớ là Onusa và em gái tớ là Ohara. Mẹ tớ bị đau bụng mới chết tuần rồi, giờ bọn tớ không có mẹ

Muosa mủi lòng

- Thật buồn cho các cậu, hay là các cậu ở lại đây với gia đình tớ?

Không đợi hai đứa trả lời, Muosa bơi lại bên mẹ nó thủ thỉ

- Mẹ ơi, hai đứa nó mới mất mẹ, hãy để hai đứa nó ở lại làm bạn với con!

Rouda và Tuoga ngần ngừ, thân mình lắc lư trong làn nước mà không nói gì. Muosa reo lên

- Vậy là ba mẹ đồng ý hén!

Muosa lập tức quay lại với Onusa và Ohara, bọn chúng vui đùa ầm ào, tung mình lên hư không và rơi đùng đùng xuống nước. Chúng quẩy đuôi, đập nước ầm ầm, những cơn sóng do chúng tạo nên phá vỡ sự yên lặng của đại dương. Chúng tíu tít như đã quen tự thuở nào. Rouda và Tuoga nhìn chúng trìu mến, không còn ý nghĩ xua đuổi hai đứa nữa. Rouda bảo Tuoga

- Con nít quả thật ngây thơ và trong trắng, chúng đến với nhau tự nhiên, chẳng có khúc mắc và mưu tính như bọn chúng ta.

Rouda và Tuoga bơi rộng vòng ngoài, dường như có ý bảo vệ và cũng tạo khoảng cách thoải mái cho bọn trẻ vui đùa

Sau mấy mùa băng tan trên biển, cả ba chúng nó phổng phao ra, chúng lớn nhanh như thổi. Onusa giờ tuấn tú dõng mãnh như ba của nó ngày xưa. Mẹ nó từng kể ba nó là một chiến binh vĩ đại của đại dương, là niềm kiêu hãnh của họ nhà cá voi. Một lần kia, khi ba nó phát hiện con tàu khổng lồ có treo mảnh vải trắng với hình tròn đỏ ở giữa. Ba nó rít lên báo động cho mẹ nó và những con cá voi khác hãy lặn thật sâu. Lúc đó nó vừa tượng hình trong bụng mẹ. Ba nó bơi nghếu nghện trước con tàu đó, phụt những vòi nước thật cao để dụ con tàu đi xa khỏi bầy cá voi. Ba nó đã trả giá bằng mạng sống để cứu mẹ con nó và những con cá voi khác. Con tàu có mảnh vải trắng với vòng tròn đỏ đã kéo ba nó lên boong tàu để xẻ thịt. Ohara và Muosa thì ra dáng xuân thì như mẹ của chúng. Dường như Onusa đã đem lòng yêu Muosa, tuy nó chưa đủ trưởng thành nhưng đã tỏ ra dáng vẻ của một chiến binh biển cả và khí độ của một chúa tể đại dương. Muosa thưa với Rouda

- Chúng con đã lớn, mẹ cho phép chúng con chu du một chuyến nhé? Chúng con muốn khám phá những vùng biển mới!

Cả Rouda và Tuoga trìu mến nhìn ba đứa gật đầu. Rouda căn vặn

- Các con hãy lên đường học hỏi để mở rộng tầm nhìn. Các con không thể ở mãi nơi này, nhưng các con cần nhớ rằng: Đừng bao giờ rời xa những vùng nước lạnh, tránh thật xa những con tàu đồ sộ trên mặt biển. Những con tàu ấy có cái lưới dài và rộng kinh khủng, chúng sẽ kéo các con lên trên ấy để sát hại. Chúng có những mũi lao to lớn phóng ra cắm ngập vào thân chúng ta, hễ thấy bóng dáng chúng là lập tức bơi thật xa, lặn thật sâu!

Onusa giật mình, những lời này sao giống hệt những gì mẹ nó trăn trối trước lúc chết. Onusa và Muosa lập tức vẫy đuôi bơi đi. Riêng Ohara thì ở lại, nó giờ đã thành mẹ kế của Muosa rồi. Onusa và Muosa bơi từ bình minh cho đến hoàng hôn, rồi hoàng hôn lại đến bình minh, ngày nối tiếp ngày, dặm dài đại dương bao la mở ra những khung cảnh mới lạ. Hai đứa gặp những cư dân biển cả xa lạ mà trước giờ ở vùng biển lạnh chưa hề thấy, thỉnh thoảng hai đứa ngoi lên thấy núi thẳm rừng xanh khác xa với những tuyết sơn băng đảo của quê hương chúng. Hai đứa thấy đói nhưng ở đây tuyệt nhiên không thấy một con tôm krill hay con cá hồi nào cả, bù lại cơ man nào là cá mòi, cá trích, cá đối... và vô số các loại khác nữa. Những đàn cá đông đặc lên đến cả vạn con, những loại cá này quây quần như những cụm mây rồi tản ra như làn khói. Onusa và Muosa không cần tốn sức, chúng chỉ cần há miệng ra thì bao nhiêu là thức ăn theo dòng nước chảy vào. Hai đứa mải mê với cảnh vật mới lạ mà quên mất lời dặn dò của các bà mẹ. Chúng đã đi quá xa, đã đến vùng biển ấm. Ban đầu chúng thoảng chút lo lắng, nhưng cảnh vật đẹp đẽ làm cho chúng quên mau chóng. Cả hai sung sướng với vùng đại dương nước ấm này. Dáng vóc của Onusa và Muosa kỳ vĩ to lớn, đủ để lũ cá mập vốn hung hăn dữ tợn và phàm ăn cũng phải sợ mà lảng ra xa.

Một con rùa già dường như đuối sức, mặc cho thân hình dập dềnh bên chúng. Onusa thấy hành vi của con rùa già sao giống mẹ nó những ngày bị đau bụng sắp chết. Rùa già thấy con cá voi quan sát mình nên cất giọng thều thào

- Tôi là Lohuka, tôi đã bảy mươi lăm tuổi rồi. Họ nhà tôi sống ở vùng biển này đã bao đời, chúng tôi thích ăn những con cá mại, rong biển và lũ sứa biển. Ấy thế mà gần đây họ hàng nhà tôi nhiều người bị đau bụng đến chết vì nuốt sứa biển, đã có rất nhiều kẻ chết, thật không hiểu tại sao! Tôi cũng vậy, bụng tôi đau kinh khủng sau khi nuốt sứa biển. Tôi không còn cảm giác đói, không thể ăn nuốt gì nữa, sức kiệt dần, có lẽ tôi sẽ chết nay mai thôi! Các bạn đừng nuốt lũ sứa biển ấy nữa, kẻo không lại đau bụng đến chết đấy!

Onusa chột dạ, ông ấy sao giống hệt mẹ mình, nuốt những con sứa biển và đau bụng đến chết, những con sứa biển giờ sao mà đầy đặc ở đại dương. Onusa còn nghĩ ngợi thì rùa Lohuka tiếp tục thều thào

- Bọn người trên bờ bỏ vào đại dương vô số rác và những tấm lưới giống như rong biển. Họ hàng tôi và những cư dân biển cả bị vướng vào cổ mà chết ngạt

Rùa già Lohuka chưa dứt lời thì bỗng nhiên xuất hiện một bầy cá heo, chúng nó nô đùa ầm ĩ, thi nhau tung mình nhào lộn trong không trung. Một con cá heo lân la lại gần Onusa, nó nghe rùa Lohuka nói thế bèn góp lời

- Tôi là Potunga, bọn tôi sống ở vùng biển ấm, bọn tôi cũng thích bơi vào gần bờ. Ngày trước gần bờ thức ăn nhiều lắm, nhưng giờ cũng cạn kiệt rồi, vả lại biển gần bờ rất nguy hiểm, nhiều cạm bẫy nào là lưới, cần câu, đăng, đó… Có những vùng biển gần bờ giờ bị bọn người trên bờ xả những thứ nước độc hại, có loại đen ngòm, có loại vàng nhờ nhợ, có loại đỏ lòm…mùi những thứ nước ấy rất kinh khủng. Cư dân biển gần bờ tiếp xúc các loại nước ấy chết sạch ráo. Họ hàng và bạn bè tôi cũng chết khá nhiều vì thứ nước ấy. Nếu chúng ta uống hay bơi trong nước ấy thì sẽ bị lở loét, có kẻ thì chết ngay lập tức nhưng cũng có kẻ lây lất sống dở chết dở.

Onusa và Muosa rùng mình kinh sợ, chúng không ngờ loài người trên bờ độc ác như thế, những thứ nước và rác độc dễ sợ thật. Thân thể chúng chỉ có những mảng hàu và hà bám đủ khó chịu huống chi là chẳng may bị lở loét vì những thứ nước ấy. Con rùa già một lần nữa lấy hết sức tàn lực kiệt để cảnh báo

- Các bạn cá heo, cá voi và các loài khác hãy cẩn thận! Đừng nuốt những con sứa, tránh mấy tấm rong biển và những vùng nước đổi màu ấy, kẻo không thì chết cả đám!

Nói xong lời này. Rùa già Lohuka tắt thở, xác nó nửa chìm nửa nổi trong làn nước biển, sóng gió đẩy đưa cho đến khi tấp vào bờ.

Năm ấy, sau khi the Queen of the ocean chết, xác nó trương phình cứ như một hòn đảo nhỏ giữa biển khơi, sóng nước và gió đẩy đưa cho đến khi mắc cạn ở một vùng biển nhiệt đới. Ngư dân làng chài Nhơn Hải đang đánh cá ngoài khơi trông thấy, họ kêu gọi các tàu hiệp sức kéo xác Mauora vào bờ. Làng chài Nhơn Hải xôn xao hẳn lên, người người đổ ra xem ông lụy, tiếng ông lụy đồn nhanh như gió thổi. Dân chài các làng khác cũng đổ về. Anh Hai Hưng, một bạn đi biển tỏ vẻ ngạc nhiên, lớn tiếng nói to với mọi người đang bâu quanh

- Ông lụy, ông lụy! Tôi chưa từng thấy ông nào to như ông này!

Cụ Bảy Bình, một tay đi biển lão luyện có thâm niên gần cả đời người cũng không ngớt lời

- Tui đi biển từ khi mới mười lăm tuổi, giờ đã bảy mươi lăm rồi. Tui từng nhiều lần thấy ông lụy, nhưng chưa lần nào thấy ông to chà bá như thế!

Cả làng lập tức cúng tế ông, họ bàn bạc và quyết định sau khi ông rũ xương, đem cốt ông thờ tạm ở Hải lăng, sau sẽ xây một cái lăng mới to lớn cho tương xứng với bộ xương của ông này!

Khi ông được kéo vào bờ, Người của chính quyền sở tại và viện hải dương cũng có mặt. Họ bảo phải để cho họ giảo nghiệm tìm xem lý do cá voi chết. Ban đầu dân làng chài phản đối, nhưng sau khi nghe lời thuyết phục của vị viện trưởng và sức ép của nhà cầm quyền họ mới chịu để cho các nhà khoa học thực hiện giảo nghiệm. Nhiều ngư dân phụ họ xẻ thịt cá voi, các nhà khoa học mổ bao tử cá voi và mọi người kinh ngạc khi thấy có cả trăm ký lô túi nylon, rác thải nhựa, lưới đánh cá... trong bao tử của nó. Các nhà khoa học của viện hải dương viết báo cáo khoa học;

" Con cá voi Mauora chết vì đói, vì đau bụng. Nó đã nuốt cả trăm ký lô rác thải nhựa, rác thải sinh hoạt lẫn rác thải công nghiệp. Con cá voi này và cũng như những cư dân biển cả khác, chúng tưởng những cái túi nylon là sứa biển, những tấm lưới đánh cá là rong biển. Chúng nuốt vào và chúng bị đau bụng, khi nuốt quá nhiều rác nhựa chúng sẽ không còn ăn gì được nữa vì thế mà kiệt sức và chết đói. Đời sống tự nhiên của đại dương đang bị nguy hiểm, nhiều loài có khả năng tuyệt chủng, rác thải và hóa chất độc hại đang ngày đêm tuồn thẳng vào đại dương. Chúng ta phải hành động, cứu lấy đại dương!..."

Onusa và Muosa tiếp tục cuộc hành trình của chúng, càng bơi xa hơn càng khám phá thêm những điều mới lạ, những vùng biển mà trước giờ chúng chưa từng nghe mẹ chúng nói đến. Cho đến một hôm cả hai gặp phải một con quái vật to thù lù ở giữa lòng đại dương, vùng nước tối lờ mờ. Con quái vật còn to hơn chúng rất nhiều, nó phát ra tiếng kêu rì rầm, có lúc thì lại rít lên xoen xoét như xoáy vào đầu, những âm thanh thay đổi liên tục. Onusa và Muosa mới đầu định bơi thật gần tính tiếp cận với con quái vật ấy, nhưng âm thanh của nó làm cho cả hai phải lảng ra. Con quái vật vẫn lù lù tiến tới, tiếng kêu con quái vậy làm cho Onusa và Muosa buốt cả óc, cả hai trở nên giận dữ cực độ. Chúng nó quay cuồng hoảng loạn, âm thanh con quái vật làm cho cả hai choáng váng, chúng nó nhắm mắt bơi loạn hướng, không còn khả năng định hướng nữa, cái khả năng định hướng như cha mẹ và tổ tiên của chúng tự nhiên biến mất. Onusa và Muosa cứ thế bơi cho đến rã rời kiệt sức, chúng muốn quay trở về vùng biển lạnh nhưng giờ không còn biết hướng nào mà bơi, chúng cứ bơi cho đến khi không còn bơi được vì sa vào một vùng biển ấm và cạn cợt. Cả hai nằm thoi thóp, Onusa vỗ về Muosa nhưng lòng của nó cũng hoang mang tột độ. Nó không ngờ lại kết thúc cuộc đời ở vùng biển ấm này. Nó hối hận vì đã không nghe lời nó trăn trối của mẹ nó, không nhớ lời mẹ Ruoda căn vặn trước lúc viễn du. Nước mắt nó chảy ra và lịm đi

Khi nó mở mắt tỉnh dậy thì có cảm giác cả thân mình nó bị lôi ngược. Nó cố vùng vẫy nhưng cái đuôi có sợi dây buộc. Nó nhướng mắt nhìn về sau thì thấy hai con tàu màu xanh với những sọc đỏ chạy dọc hai bên lườn đang kéo nó ra khơi. Muosa cũng được hai con tàu khác lôi ngược ra xa. Khi cả thân mình to lớn của nó vẫy vùng dễ dàng trong làn nước biển thì sợi dây buộc ở đuôi được tháo ra. Nó ngoái đầu lại kêu "hoop hoop hoop" liên hồi. Nó không biết nói tiếng của loài người, nó cảm ơn những con tàu đã kéo nó về biển sâu bằng âm thanh của nó. Cả hai sung sướng lấy đuôi quạt nước tung tóe như giã biệt những con tàu. Onusa và Muosa ra đến vùng nước sâu hụp xuống rồi cùng trồi lên, phụt hai cột nước thật cao sau đó mới bơi đi.

Tranh: Đinh Trường Chinh

QUÂN CỜ

An leo lên từng bậc cấp, mặc dù đã quen với đôi giày bốt nhưng vẫn cảm nhận cái nặng nề của nó, đã thế cái ba lô trên lưng đủ thứ vật dụng cá nhân, bộ áo rằn ri, cái nón sắt... tất cả góp phần trì níu bước chân. An thấy sự nóng bức từ bên trong, sự bức bối khó chịu của quân trang nhưng làm người lính thì không thể nào khác được. Nay được bữa thả trại sau những này huấn nhục, thật ra thì mấy mươi bậc cấp chẳng nhằm nhò gì so với những thử thách trong quân trường. An ngước lên nhìn thấy pho tượng Phật tổ từ bi nhìn xuống, pho tượng đẹp quá, cứ như khối mây trắng của trời xanh tụ lại, đã quen mắt rồi nhưng mỗi lần nhìn pho tượng này lòng An vẫn trào lên cảm xúc mãnh liệt. An thầm nghĩ đây là pho tượng Phật tổ đẹp nhất của quê hương mình.

Lên đến chân bệ tượng, An tháo nón sắt và ba lô để đấy, đoạn quỳ xuống thành tâm khấn nguyện:

- Con thành tâm đảnh lễ Thế Tôn, cầu xin Thế Tôn và chư Phật từ bi gia hộ cho con, những ngày tháng sắp tới phải ra trận, cuộc chiến ngày một khốc liệt, súng đạn vô tình... Thời buổi chinh chiến điêu linh. Con và bao người khác đâu có muốn vào lính cầm súng, chỉ muốn sống đời bình an nhưng đời nghiệt ngã quá, giờ không cầm súng cũng không được!

An nghẹn lời, chưa biết nói những gì nữa nên cứ quỳ như thế mà chiêm ngưỡng kim thân Phật tổ. Đỉnh đồi gió lộng, những cơn gió từ biển thổi vào làm mát dịu và dễ chịu. Những cơn gió mang lời khẩn thầm của An bay khắp bốn phương trời. Lòng An cảm nhận sự thư thái và niềm tin khơi dậy, những lo sợ và những suy nghĩ bi quan cũng vơi đi nhiều.

Vợ An vừa sanh thằng cu thứ hai thì An phải đi quân dịch vì lệnh tổng động viên. An vốn hiền lành chơn chất và rất đẹp trai, có thể nói nét đẹp lãng tử và ăn ảnh của An còn hơn cả những tài tử Hồng Kông. An xuống thị trấn trọ học và gặp Thảo, Thảo là con gái bà chủ nhà nơi An trọ, lạ gì trai gái phải lòng nhau. Bà chủ cũng chìu, gả con gái cho và An ở rể luôn. Từ nhỏ đến lớn, An có bao giờ làm việc gì gây nguy hại cho người và vật đâu, giờ tự nhiên vào lính phải cầm súng để bắn giết nhau làm sao An không khỏi kinh sợ chứ? Tuy nhà nghèo nhưng An như một công tử: Trắng trẻo, đẹp trai, chữ viết đẹp như rồng bay phụng múa, biết làm thơ, đánh đàn guitar... Phải nói những ngày ở quân trường cứ như là địa ngục trần gian đối với An, có không ít lần An khóc và tưởng như chịu không nổi nữa, nhưng rồi cũng phải cố để vượt qua chứ không thì bị tống vào quân lao, lúc ấy thì còn thê thảm hơn.

Cuộc chiến càng ngày càng tồi tệ, quân bắc cộng tràn vào tấn công bất kể ngày đêm, bom đạn tơi bời, khói lửa ngút trời, những trận pháo kích chẳng phân biệt chùa chiền, bệnh xá, trường học... cả miền nam chìm trong lửa đạn, mạng người rất mong manh, sống chết trong đường tơ kẽ tóc. An vẫn quỳ đấy, dòng tâm tư miên man không dứt. An lại thì thầm:

- Con đâu biết giặc là ai, giờ buộc con cầm súng giết người thì con biết làm sao đây? Nay mai ra trận, nếu con không bắn họ thì họ bắn con. Con không muốn giết người, dù đó là giặc, giờ con bị buộc vào lính thì phải bắn giết, phải sát sanh. Mạng người quý lắm, thân người khó được, lính hai bên bị lùa vào cuộc chiến này thì phải làm sao đây? Khi còn thở thì có bên này bên kia, một khi hết thở thì cái xác vô tri kia của bên nào cũng thế thôi! Cái xác tứ đại đất, nước, gió, lửa đâu có còn nghĩa lý gì chuyện bắc hay nam.

Lời thì thầm của An bị cắt ngang bởi một tiếng nổ long trời lở đất, đứng lên nhìn về hướng nội đô thấy một cột khói bốc cao, có lẽ một cơ sở nào đó vừa bị giật mìn. An xốc ba lô lên lưng, đội nón sắt đi xuống đồi để trở về đơn vị.

An mở mắt ra thấy mình đang nằm trên giường bệnh của nhà thương, toàn thân trần như nhộng, được phủ bởi một tấm vải trắng tinh. Đưa mắt nhìn quanh thấy đầy nhóc những bệnh binh như mình, rất nhiều người còn nằm trên những cái giường xếp nhà binh vì nhà thương không còn giường. Thương binh từ các chiến trường vẫn ào ạt tải về. An cảm nhận sự đau đớn ê ẩm toàn thân, mỏi quá, muốn trở mình một tí nhưng không sao làm được, hễ cựa là đau thấu tận óc. An cố hồi tưởng lại chuyện gì đã xảy ra.

An và những đồng đội được điều chuyển từ quân trường Đồng Đế về Bình Định. Đêm hôm trước An và tiểu đội đi tuần quanh đầm Thị Nại, một vùng đầm phá nước xà hai, nơi này có nhiều kẻ nhảy núi, quân du kích đêm đêm kéo vào nội đô và các thị trấn gần quấy nhiễu dữ lắm. Vùng này là vùng xôi đậu, ngày quốc gia đêm việt cộng. Dân chúng qaunh vùng khổ sở vô cùng. Ban ngày làm ăn buôn bán mưu sinh nhưng đêm về thì vào thị trấn ngủ nhờ, không ai dám ngủ ở nhà cả, nhất là thanh niên và hạng trung niên. An và cả tiểu đội cẩn thận từng bước chân, bất ngờ một quả pháo cối từ đâu chụp xuống, thế rồi An không biết gì nữa cho đến khi mở mắt ra thì thấy nằm ở đây. Mãi mấy ngày sau An mới biết thằng Nhiên bị đạn cối cắt mất một giò, thằng Lượng bị thổi bay mất nửa mặt và vĩnh viễn nằm lại bên đầm, thằng Quân và An thì bị miếng găm vào bụng, mất máu nhiều nhưng bác sĩ giải phẫu giỏi đã giữ lại mạng sống cho cả hai thằng.

Nằm tên giường bệnh, An nhớ vợ con quay quắt, nhớ mẹ đang ở trên quê giờ không biết ra sao. An rơm rớm nước mắt. An bị đi quân dịch, cầm súng chống lại những kẻ xâm nhập từ phương bắc, những kẻ đang phá nát trị an và cuộc sống bình thường của người dân. An cũng biết cuộc chiến này là chính nghĩa nhưng sao vô vọng quá, không biết ngày nào sẽ kết thúc, tương lai hoàn toàn mờ mịt chẳng thấy lối ra, mạng sống người dân cũng như người lính đều rất bất ngờ. An nhớ lần đụng trận đầu tiên, An chẳng biết đó là du kích hay quân bắc cộng, cứ bóp cò nhả hết băng đạn mà cũng chẳng biết có trúng mục tiêu hay không. Đâu chỉ mỗi An, sau này thằng Khiêm, thằng Tân và hầu như cả bọn cũng đều thú nhận như thế. Tội nghiệp thằng Khiêm, vừa cưới vợ xong là bị tổng động viên, giờ nó trở về không còn toàn vẹn như lúc mới vào nhà binh, một cái chân đã để lại vùng đất xa lạ vì đạp phải quả mìn trên đường hành quân.

Giấc trưa, Thảo bồng con vào y viện thăm An. Chưa ngồi dậy được và cũng chưa thể bế thằng cu. An lấy bàn tay còn dính vệt máu khô sờ má thằng cu tí. Thằng bé hồn nhiên cười toan lấy ngón tay An đưa vào miệng mút. An vội rút tay về, những ngón tay bết máu và bùn khô lại, không thể để thằng bé bị nhiễm trùng. Thằng cu Tí bi bô những tiếng ba ba đầu đời làm cho An sung sướng đến đỏ hoe cả mắt, Thảo cười nhưng nét xót xa hiện rõ trên gương mặt khả ái, một tay bồng con, một tay vén mớ tóc lòa xòa trên trán An mà mắt ngấn lệ. An trấn an:

- Không sao đâu em, vài hôm nữa sẽ lành thôi! Anh còn may mắn hơn nhiều so với đồng đội.

Thảo lấy gà mên từ cái làn mây, cháo gà cô nấu đem vào cho An còn nóng hổi, múc từng muỗng đút cho An. An cảm nhận sự ấm áp và ngọt ngào của tình yêu qua gà mên cháo gà thơm ngon mà Thảo dành cho anh. An thấy mình còn hạnh phúc và may mắn biết bao trong khi thằng Lượng, thằng Tân chẳng còn bao giờ được gặp lại vợ con. An thấy thương vợ quá, không muốn xa vợ, không muốn cầm súng và càng chẳng muốn ra trận, hoàn cảnh nó đẩy đưa và buộc con người vào cái thế phải như thế.

Không cầm súng thì súng đạn cũng vào tận phòng ngủ, cầm súng để ngăn súng đạn phá hoại đời sống an lành. An thương Thảo, Thảo hiền lành, thật thà, ít nói hay mắc cỡ, dù đã là vợ chồng rồi nhưng Thảo vẫn cứ như gái xuân thì, luôn thể hiện tình yêu qua những công việc hay hành động chứ không nói bằng lời. Gà mên cháo gà ấm áp đầy yêu thương mấy ngày nay đã tiếp sức cho An, khiến cho An cảm thấy năng lượng được nạp thêm và tinh thần cũng được an ủi lớn. An cầm bàn tay Thảo không muốn rời, hôn bàn tay vợ, níu cổ Thảo hôn một nụ hôn nồng cháy. Nước mắt Thảo rơi trên mặt An, An lấy ngón tay quệt nước mắt vợ:

- Đừng khóc nữa em, rồi sẽ ổn thôi!

Mãi sai Thảo mới nói nên lời:

- Cố gắng nha anh, vết thương lành về lại với em và con!

Thảo bồng con về rồi, An nằm trầm ngâm, bao nhiêu tâm sự cứ chực tuôn trào mà chẳng biết nói cùng ai, chẳng biết làm sao ngăn chặn trái tim đang xao động. An nhìn qua những bệnh binh trong phòng, xem ra Anh là người may mắn và hạnh phúc nhất ở đây. Những thân hình sứt mẻ hoặc biến dạng vì đạn pháo, những hình hài băng bó trong bao lớp vải trắng đã nhuộm đỏ máu. Thỉnh thoảng những tiếng rên vì đau đớn của đồng đội làm cho lòng An thấy thương đến xót xa, nhất là những người vào y viện cả tuần nay mà chưa thấy thân nhân đến thăm, có lẽ gia đình đơn chiếc hoặc là người nhà vì xa xôi cách trở mà chưa kịp đến.

An thiếp đi trong giấc mộng nặng nề mệt nhọc, mười tám năm rồi không gặp không biết tin tức gì về ba. Ông Hòa đi hay bị đi tập kết thì An không biết, lúc ấy An vừa được bảy tuổi, trí óc con trẻ đâu biết gì. Nghe ba đi tập kết nhưng nào có biết là đi đâu. An nhớ là ba nói đi hai năm sẽ về, giờ thì đã mười tám năm rồi. Má mòn mỏi đợi ba mà không có bất cứ tin tức gì, hội tề hương ấp ve vãn và làm khó đủ điều. An lớn lên mới biết ba An đang ở bên kia, thế rồi An đi quân dịch, vô tình trở thành đối địch với ba, giờ An và ba ở hai chiến tuyến khác nhau. An và ba trở thành kẻ thù của nhau. Bên phe ba đem súng đạn xâm nhập vào nam và bên An buộc phải dùng súng đạn để chống lại. Cái cảnh trớ trêu này đâu chỉ mỗi An và ba, cả triệu người như thế. Có người thì cha con đối địch, có kẻ thì anh em không đội trời chung, những gia đình có người thân đi tập kết hay nhảy núi đều rơi vào cảnh oái oăm này. Mười tám năm không gặp ba, không có tin tức gì về ba, cuộc chiến này đến bao giờ mới kết thúc đây? Liệu có còn cơ hội gặp lại ba? Trong cơn mê sảng, An ú ớ vật vã làm cho người y tá đến bên đánh thức An và vỗ về:

- Anh tỉnh lại! Ác mộng qua đi, vết thương sẽ lành sớm thôi!

Người y tá lay vai An và rờ trán xem có sốt không, thấy nhiệt độ bình thường nên anh ta cũng an tâm, nói thêm vài lời an ủi nữa rồi đi thăm bệnh những người khác. Y tá đi rồi, An nằm trừng mắt nhìn trần nhà, trán lấm tấm mồ hôi, cổ họng khô khát nên với tay lấy bi đông nước để cái bàn con cạnh đầu giường. Người y tá quay qua nhắc nhở:

- Anh uống chút chút thôi, vì vết thương chưa khô. Anh cố gắng một chút thì sẽ lành sớm hơn!

Anh y tá đi một lát rồi đem lại cho An vài viên thuốc giảm đau, sau khi uống thuốc. An lại thiếp đi trong cơn mê, hình bóng người ba yêu thương trong những ngày thơ ấu lại hiện về, cuộc sống thường nhật bận rộn và chiến chinh khói lửa đã làm lãng quên bao lâu nay, giờ thì nó lung linh hiện ra cứ như thước phim quay chậm chiếu lại. An và ba đi bắt giông, cá đồng nướng ăn ngoài bãi, những bữa chiều mưa cả nhà quây quần bên mâm cơm, những món ngon ba lơ đũa không động đến, nhường cho anh em An ăn. Rồi mùa mía đến, An theo ba về từ đường nhà nội xem anh em họ ép mía làm đường. Rồi cái ngày ba ra đi tập kết, má cứ bịn rịn níu tay ba. Ba cũng dùng dằng mấy bận mới rứt ra được để nhập vào dòng người trên đường làng. Bóng ba mất hút tận chân trời mà má còn tựa gốc mít đầu ngõ ngóng hoài.

Chợt một tiếng nổ kinh hoàng tưởng chừng như kinh thiên động địa, sức ép làm rung rinh cửa kiếng. An giật mình ra khỏi giấc mơ, những tiếng nổ như thế đã từ lâu không còn làm cho ai sợ hay quan tâm nữa, nó đã quá thường như cơm bữa, còn những tràng đạn vu vơ từ tiểu liên khạc ra cũng thế, nó đã trở nên thường tình như chẳng có chuyện gì xảy ra. Thậm chí một quả mìn giật sập một tòa nhà hay chiếc xe đò bị nổ tung vì lựu đạn cũng không làm cho người ta sợ. Đạn bom xương máu đã hòa quyện vào nhau, sự sống cái chết dường như không còn kẽ hở. Nằm trên giường, An hồi tưởng lại hôm leo lên đồi viếng kim thân Phật tổ, hình ảnh pho tượng in sâu vào tâm khảm An, nhìn pho tượng sao mà thanh thoát và bình an quá đỗi, mặc dù đạn bom khói lửa vây quanh. Pho tượng bằng bê tông mà sao An cứ ngỡ đôi mắt hiền từ mở ra nhìn An, nhìn chúng sanh đang chém giết nhau. Pho tượng không rơi lệ nhưng An có cảm tưởng lệ chảy vào trong. An nhắm mắt thì thầm:

- Cầu xin đức Phật che chở cho con, cho đồng loại và non nước này! Tại sao con phải cầm súng để bắn vào những người không quen biết kia? tại sao những người xa lạ kia lại mang súng đạn vào đây để bắn giết đồng bào? Con cũng như đồng bào con nào có thù ghét gì những người xa lạ kia, những người dân vô tội cớ sao lại phải chịu thảm cảnh cuộc chiến dã man này?

Từ hồi còn đi học, An không chỉ tìm hiểu và đọc nhiều sách về đạo Phật mà còn đọc cả những tài liệu về Ấn Độ giáo và Kỳ Na giáo. Sở dĩ phải tìm hiểu vậy là vì hai tôn giáo kia có liên quan nhiều đến đạo Phật. Từ bi trong đạo Phật quá tuyệt vời, không còn gì để bàn cãi. Đạo Phật chủ trương thương yêu tôn trọng sự sống của muôn loài, ngay cái giới đầu tiên mà người Phật tử thọ là: không sát sanh. Ở Ấn Độ giáo và Kỳ Na giáo cũng thế, tôn trọng sự sống, tránh mọi việc giết hại sinh vật, kể cả cây cỏ...Ấy vậy mà

Ấn Độ giáo và Kỳ Na giáo đều chấp nhận và cho phép chiến đấu để bảo vệ bản thân, cộng đồng, quốc gia. Từ đó An cảm thấy được an ủi rất nhiều. An cầm súng không phải vì thù hận, chẳng phải gây hấn bạo lực, lại càng tuyệt đối không dùng súng để đàn áp, cướp bóc hay đe dọa người khác. An cầm súng vì quốc gia lâm nguy, vì đồng bào đang bị bức tử, cầm súng để bảo vệ mình và bảo vệ cộng đồng. An hoàn toàn không có ý giết người, không muốn bắn người, nhưng người ta xông vào nhà mình để giết mình và giết người nhà mình nên mình phải bóp cò thôi! Trong nội tâm An cũng loạn động như cuộc chiến của xứ sở này, bao nhiêu sự giằng xé giữa lý tưởng, niềm tin và những giá trị đạo đức, tâm linh. Nhiều lúc An tức giận nguyền rủa tại sao bọn người ngoài kia không để cho đồng bào An được an? Tại sao xứ sở này đánh nhau mãi và chẳng biết bao giờ mới hết đánh nhau? Tại sao người ta lại chia hai xứ sở này? Tại sao An và ba lại phải ở vào hai bên đối địch nhau? Cả một nùi rối bù trong tâm An, tên ba má đặt cho là An vậy mà chẳng được an, chí ít là kể từ ngày ba ra đi tập kết.

  An nằm im nghe nhịp tim mình thổn thức, hàng bao nhiêu câu hỏi tại sao cứ tiếp tục tuôn ra từ trong đầu óc. An mệt rã rời và thiếp đi, trong lúc ấy mơ hồ có một giọng trầm ấm từ trong thâm sâu của nội tâm:" Khi con và mọi người cùng chung một hoàn cảnh như thế này, có nghĩa là phước phần của con và những người ấy có liên can nhau, hoặc là cùng hưởng phước hay cùng chịu nạn. Con và những người đồng cảnh ngộ, hoặc là tình thương yêu lẫn nhau hay là thù hận nhau, nó có nguyên nhân sâu xa từ vô lượng kiếp chứ không phải tự nhiên mà sanh ra như thế! Yếu tố bên ngoài châm ngòi cho cuộc chiến hay tiếp sức cho cuộc chiến chỉ là cái duyên xúc tác, nó không phải nguyên nhân chính. Loài người từ khởi thủy cho đến hiện tại có bao giờ thôi đánh nhau? Không đánh lớn thì đánh nhỏ, không nơi này thì nơi kia, không lúc này thì lúc khác. Quá khứ đã thế, hiện tại cũng vậy và mai sau cũng chẳng khác được. Cuộc chiến này tàn thì cuộc chiến khác xảy ra, thế giới loài người không thể không có chiến tranh! Chiến tranh là kết quả của sự tham lam vô độ, lòng sân hận đỉnh điểm và sự si mê mờ ám của con người. Con ở trong cuộc chiến này dù là bất đắc dĩ. Ba con cũng bất đắc dĩ, tất cả những binh lính cầm súng bắn giết nhau cũng là bất đắc dĩ. Tất cả chỉ là những quân cờ trong cuộc cờ của những thế lực chính trị, Những quân cờ có cùng chung cái nghiệp. Con vừa là nạn nhân cũng vừa là tội đồ do cái nghiệp của con dẫn dắt. Ngay cả những người điều khiển cuộc cờ chiến tranh cũng thế! Họ đang chơi cái nghiệp cũ và tạo cái nghiệp mới".

Đêm dần về khuya, không gian căn phòng tịch mịch im lìm trong cái màu trắng đến lạnh lùng. Những bệnh binh đều đã chìm vào trong giấc ngủ hay những cơn mộng mị không đầu không đuôi. Ngoài kia những tiếng nổ đì đùng như dội vào trong tâm thức, thỉnh thoảng những quả hỏa châu bay lên làm đỏ lựng cả một khoảng trời.

Tranh: Đinh Trường Chinh

NGỰA CHỨNG BẤT KHAM

Trằn trọc trở mình mãi mà không ngủ được, mắt nhắm nghiền, các bộ phận khác như tim. gan, phổi, dạ dày... đều lắng yên, duy chỉ có bộ óc thì không nghi, thậm chí nó còn tăng cường mạnh hơn. Bao nhiêu ý tưởng ùn ùn trồi lên như mối ùn ổ. Những cảnh tượng huyễn hoặc hay thực tế cứ loang loáng xuất hiện rồi tan biến tựa như hoạt cảnh trên màn ảnh truyền hình. Y cố định tâm như cách các tu sĩ, nào là niệm Phật, trì chú, quán hơi thở... nhưng chẳng ăn thua gì. Y bèn ngồi dậy đi uống ly nước, dường như sự mát lạnh làm cho nhiệt độ trong người y hạ hỏa đôi chút, cảm giác dễ chịu lan tỏa. Y trở lại giường, kéo chăn lên tận cổ, cảnh vật chung quanh im lìm đến độ nghe cả nhịp tim thì thụp, không gian vắng lặng như thể nhường chỗ trình diễn trong tâm ý y, cảnh nhốn nháo loạn động lại tiếp diễn. Y không tài nào dẹp được những cảnh tuồng đang xuất hiện trên sân khấu tâm, miệng lẩm bẩm:" Cứ như thế này thì ta điên mất thôi!"

Cái tuồng tâm đang diễn lại cảnh tượng y giận dữ và thất vọng khi bị một văn sĩ đàn anh miệt thị:" Chú mày chỉ là hạng cò con tép riu, chưa xứng đáng ngồi chung chiếu đâu! Văn chú mày chỉ là thứ văn rẻ tiền, thô kệch. Chú mày đừng hòng kiếm ăn được bằng cái thứ văn đó, càng không có cửa để ghi danh chốn văn đàn.". Y tức tối muốn khóc, đầu óc quay cuồng khi nghe được những lời này. Y đâu có ý định làm văn sĩ, cũng chưa hề có hy vọng kiếm sống bằng ngòi bút. Y cũng chẳng dự mưu hay toan tính ghi danh chốn văn đàn… Y viết chỉ là để giết thời gian rảnh rỗi, chỉ là để xả bớt những ý tưởng đang loạn động trong đầu. Thú thật y cũng có chút đam mê viết lách, những lúc cảm hứng trào dâng mà không viết thì thấy đầu óc rần rật, tay chân ngứa ngáy ngọ ngoạy lắm. Những lúc mà thấy cảnh nhiễu nhương của xã hội, tình đời tráo tráo trở, quốc gia hoạn nạn… thì y lại càng bị thôi thúc cầm bút lên. Y hiểu rõ ràng, viết văn không phải là cái nghề, thế gian này chẳng ai cho viết là cái nghề cả! Mặc dù thực tế thì cũng có một số người sống được bằng ngòi bút. Y tâm niệm, viết là cái nghiệp, những kẻ mang nghiệp chữ. Nghiệp nó hình thành và tích lũy từ những kiếp xa xưa, giờ nó bộc phát và khi viết thì lại gieo cái nghiệp chữ cho những kiếp mai sau. Cái nghiệp nó đeo đẳng như hình với bóng, đừng hòng mà tách rời, đã mang lấy nghiệp thì chỉ có hai cách, một là làm cho nó vơi nhẹ đi hai là làm cho nó sâu nặng hơn, hai cách này cũng là cách đổi nghiệp, chuyển nghiệp, hóa nghiệp. Người thế gian bị cái nghiệp sai sử, có ai được tự do hoàn toàn không bị nghiệp xui khiến?

    Y không biết mình đã đọc được ở đâu đó câu nói:" lập thân tối hạ thị văn chương", hình như là của nhà chí sĩ Phan Bội châu?. Y chẳng có lập thân bằng văn chương vì y có biết gì văn chương đâu mà lập, thân y còn chưa nên hình thì lấy gì mà lập? Y chỉ là gã cà lơ phất phơ, tâm trí nhiều đa đoan nên viết nhăng viết cuội những lúc chẳng biết làm gì cho hết thời gian. Không biết y phịa ra hay nghe lóm ở đâu mà bày đặc phán:" Nhất văn sĩ nhì đâm heo". Điều nay xem ra cực đoan và thô quá! Văn sĩ mà ví với đâm heo thì tàn tệ hết sức, không chừng bị ném đá đến chết chứ chẳng phải chuyện chơi. Khi xưa cụ Nguyễn Văn Vĩnh, một nhà văn thời Pháp thuộc cảm thán:" Nhà văn An Nam khổ như chó". Ấy là y nhớ mài mại chứ hổng dám đoan chắc đúng nguyên văn. Giả sử cụ Vĩnh có nói thế thì cũng không sao, vì cụ là nhà văn tiền chiến có tài, có tên tuổi, có số má trên văn đàn lẫn trường đời.

Thời cụ Vĩnh sống, con người còn hiền lương, thật thà và chất phác; xã hội còn trọng văn trân chữ, người trong thiên hạ còn say mê đọc và yêu sách. Thời đại hôm nay khác xa rồi, mười người thì hết chín đã không còn đọc sách, xã hội có vô số phương tiện vui chơi giải trí, có bao nhiêu trò phục vụ thị hiếu nghe, nhìn của con người, nào là: Internet, mạng xã hội, ca nhạc trời trang, trò chơi điện tử, phim ảnh và bao nhiêu thứ hầm bà bằng khác. Thời đại hôm nay ai cũng chúi mũi chúi mắt vào cái điện thoại thông minh mà quẹt quẹt, hai người ngồi kề bên nhau chẳng ai biết ai, cả nhà quây quần bên bàn ăn cũng chẳng nói gì với nhau vì ai cũng cắm mắt vào màn hình điện thoại vừa nhìn vừa hý hoáy gởi tin nhắn hay trả lời. Internet và điện thoại thông minh là một thứ bùa mê thuốc lú, một sợi dây vô hình ràng buộc mọi người, không có ai thoát khỏi sự chi phối của nó. Hoàn cảnh như thế, thử hỏi còn ai đọc sách? Con người chẳng có thời giờ đâu mà đọc sách, giờ chỉ cần những dòng tin nhắn càng ngắn càng tốt, thậm chí càng ít ký tự càng hay, thậm chí đơn giản hóa ký tự, giờ những dòng tin nhắn của bọn trẻ cứ như chữ tượng hình của thời kỳ đồ đá, đồ đồng xa xưa. lớp trung niên hay già cả mà hiểu được chết liền!

Đâu chỉ có cụ Phan, cụ Vĩnh nói như thế, cụ Tản Đà cũng từng than thở và bất mãn:" Văn chương hạ giới rẻ như bèo", thời của cụ là thời của chữ nghĩa sách vở, thời của văn chương thơ phú mà còn than thế huống chi là thời đại công nghệ kỹ thuật số hôm nay.

Y lại trở mình, ngồi dậy, lại lẩm bẩm;" Rõ vớ vẩn, khéo lo bò trắng răng! Việc của thiên hạ, của các văn sĩ, cứ để bọn họ lo" nói xong y nằm úp sấp xuống giường, y cảm thấy hai vai ê ẩm vì cả ngày hôm qua quần quật làm. Trong đầu y nảy ra ý nghĩ:" Giá giờ mà có em chân dài đấm bóp hay tẩm quất cho thì sướng nhỉ!". Y thấy bạn bè ăn chơi tới bến, rượu bia, gái gú quanh năm mút mùa Lệ Thủy, còn y thì cứ quần quật cày rồi rị mọ viết nên cảm thấy tủi thân dễ sợ. Y đọc đâu đó:" Thân dơ, thọ khổ", ừ thì dơ thật đấy! Mắt có ghèn, tai có ráy, mũi có nhờn, răng lưỡi có bựa, lỗ chân lông có mồ hôi, hạ thân có phẩn niểu… tóm lại là dơ dáy hôi hám lắm, cả ngày mà không tắm táp là biết liền. Nhiều kẻ trông bảnh bao là thế nhưng khi cởi giày vớ ra thì đến chuột cũng bịt mũi mà chạy. Biết thì biết vậy, nhưng mắt thấy mắt biếc má đào là mê ngay, thế mới biết từ chữ nghĩa đến thực hành nó có một khoảng cách xa lắm!. Y cũng hiểu lơ mơ thọ là khổ, thọ cái khổ thì khổ đã đành, ngay cả thọ cái sướng cũng là đi đến khổ, tỷ như thọ hưởng cái sắc ấy, sướng thật nhưng để được hưởng cái sướng ấy thì rất khổ và sau khi hưởng cái sướng rồi thì bao nhiêu phiền phức phát sanh, thế là khổ! Ừ thì khổ thật! Nhưng ở đời này mà không khổ mới lạ. Hôm nọ y nghe loáng thoáng:" Tâm vô thường", giờ thì y thấm thía lắm, cả đêm nay cứ trằn trọc hoài, bao nhiêu ý nghĩ thay đổi trong đầu, bao nhiêu cảnh tượng diễn ra cứ như cái đèn kéo quân. Y nằm sấp, mắt vẫn nhắm nghiền nhưng không có ngủ, tâm ý thì thầm:" Tâm vô thường là đây nè! Tâm chủ tể tạo tác là đây chứ đâu! Ruột, gan, bao tử, phèo phổi… đã nghỉ ngơi mà cái tâm ý cứ loạn động như thế này"

    Y nằm nhớ lại chuyện gã văn sĩ đàn anh miệt thị nên cơn giận bùng phát và những chuyện đối đáp ùa về, cơ thể đã nghỉ ngơi nhưng tâm ý và não bộ chẳng nghỉ. Ngoài chuyện bị miệt thị ra, đầu óc y còn lo lắng chuyện đất nước nhiều hiểm nguy, xã hội nhiều nhiễu nhương. Y so sánh chuyện chữ nghĩa của các cụ ngày xưa với hiện thực bây giờ. Y tiếc rẻ:" Mình sanh nhầm thời đại và lộn quốc độ", y lại dằn vặt mình hậu đậu, lạc hậu, mê lầm… Y thấy bạn bè thành đạt trong xã hội, ăn chơi suốt bốn mùa mát trời ông địa nên không khỏi ghen tị:" Chúng nó sướng thế! Sao mình bó thân chi cho khổ thế này?" thôi thì cứ thọ sướng đi rồi khổ, chứ cứ mãi thọ khổ thì khổ chồng khổ. Đời luôn biến dạng, thay đổi nên khổ lắm, rốt cuộc thì mọi người cũng đều đi đến cái khổ chung cuộc!

Y đập đập hai tay xuống nệm, ngồi dậy lần nữa, cái đầu tăng tăng như thế này thì sao ngủ được? Y tính uống viên thuốc an thần nhưng lại sợ:" Cứ lạm dụng thuốc hoài, e có ngày lệ thuộc thuốc, liều lượng cứ tăng đô dần lên thì có mà khổ chết!'. Nghĩ thế nên thôi, không dùng thuốc, chỉ ngồi dậy uống cốc nước lọc. Y nghĩ:" Mình phải điều phục cái tâm, nếu để nó loạn động như ngựa chứng bất kham thì sẽ bị bệnh thần kinh chứ chẳng phải chơi". Quả thật vậy! Cái thân thể y đã nghỉ ngơi rồi, duy chỉ có cái óc là không chịu nghỉ mà thôi, đêm nay cũng chẳng phải là lần đầu, đã vô số đêm như thế rồi. Não bộ hoạt động bất kể ngày đêm, ngày làm việc thì nó còn tạm yên, đêm về vừa nằm xuống là nó khởi dậy, nó xuất ra bao nhiêu ý tưởng, rồi hồi tưởng lại chuyện yêu chuyện ghét, chuyện buồn chuyện vui, mơ chuyện đông chuyện tây, tưởng chuyện cũ chuyện mới… Y biết điều phục tâm khó lắm, khó vô cùng, cái thân làm mệt thì nghỉ nhưng cái tâm nó chẳng chịu yên, nếu cái thân bệnh thì dễ chữa và sẽ hết chứ cái tâm bệnh thì khó chữa thậm chí vô phương. Y lăn qua lăn lại rồi nằm ngửa nhìn lên trần nhà, những lá cây lưỡi hổ hắt bóng trông nhọn hoắt như những lưỡi kiếm. Những lưỡi kiếm vô hình cắt đứt dòng tư tưởng đang loạn động tuôn trào trong đầu. Y chuyển ý nghĩ. Y khẳng định y không phải là văn sĩ cũng chả là thi sĩ nhưng y có quyền thưởng thức và nhận xét văn chương. Y thấy văn sĩ khổ công và lao tâm khổ tứ quá trời để sáng tác. Văn sĩ cần một lượng từ ngữ khổng lồ để viết nên tác phẩm, rồi cần phải nắm vững những quy tắc ngữ pháp, câu cú, phải biết sử dụng nhuần nhuyễn những biện pháp nghệ thuật ngôn từ như: Giả tá, tu từ, thậm xưng, ẩn ý, miêu tả, khái quát, trừu tượng… tóm lại là văn sĩ cực và cống hiến nhiều hơn thi sĩ. Thi sĩ chỉ cần một lượng từ ngữ tối thiểu là có thể viết được, vả lại thi sĩ cũng không phải đắn đo về câu cú, ngữ pháp từ đó không bị sợ lòi cái dốt về ngữ pháp. Làm thơ đôi khi càng khó hiểu, không thể hiểu càng tốt vì:" thưởng thức thơ là cảm chứ không phải hiểu cơ mà!".

Thời đại hôm nay nhà nhà làm thơ, người người làm thơ, ai cũng là thi sĩ cả. Người có năm ba loại thì thi sĩ cũng có năm bảy đường. Thơ xuất sắc cũng có, thơ hay cũng có nhưng thơ dở, thơ nhảm, thơ tầm phào thì nhan nhản đầy dẫy khắp nơi. Nếu họa sĩ vẽ tranh trừu tượng, siêu tưởng mà không ký tên thì thiên hạ chẳng biết treo dọc hay ngang cũng như không biết đâu là đầu đuôi xuôi ngược. Các thi sĩ làm thơ siêu tưởng, siêu thực, trừu tượng, hậu hiện đại, tân hình thức, cách tân... thì thiên hạ hiểu được chết liền! Y cũng có lần mom men đua đòi làm thơ tân hình thức

"... *Con chim đen trũi*
trũi đậu hàng rào dây kẽm
gai nhọn hoắt đâm nát trời
chiều chiếc quần lót đỏ
khẽ kề bên thủng một
lỗ
con chim hót ríu
rít hạnh phúc..."

Đại khái là như thế! Nhiều lúc đọc lại thơ của chính mình y không khỏi tủm tỉm cười:" Bố khỉ! Thơ với thẩn hiện đại với tân hình, vớ vẩn đến thế là cùng". Ấy thế mà trên mạng xã hội bàn tán xôm tụ, nào là:" Tiêu biểu cho chủ nghĩa hiện thực siêu tưởng, hình thái hậu hiện đại cấp tiến, tiêu biểu cho trào lưu cách tân giải phóng, phá vỡ mọi rào cản ngữ pháp để nghệ thuật thăng hoa...". Đọc phải những lời khen và bàn tán này, y đâm hoang mang:" Có lẽ nào ta là thi sĩ? Có lẽ nào ta đã khai phóng nghệ thuật hiện đại? Có lẽ nào ta đã cách tân thơ?" vô số những " Có lẽ nào" nhảy múa trong đầu y. Y kiểm thảo lại thì thấy mình có biết quái gì thơ đâu, chẳng qua là quơ quào viết trong lúc táo bón, có biết khỉ mốc gì nghệ thuật đâu mà cách tân với tân hình thức! Y hoang mang thật sự, y đã nhập vào trào lưu tân hình thức, hậu hiện đại rồi chăng? Những trào lưu này đang phăng phăng cuốn trôi hết những thể loại thơ khác, đang rầm rộ cổ xúy tăng trọng và ca tụng hết lời. Y hoang mang quá, cực độ hoang mang, đầu óc dường như tỉnh như ngủ hẳn khi đụng chạm chuyện thơ.

Y vẫn quan niệm thơ là nghệ thuật ngôn từ, dùng chữ nghĩa để diễn tả cảm xúc nội tâm. Thơ là một hình thái sinh hoạt nghệ thuật thanh cao. Thơ được người phương tây xếp vào một trong bảy môn nghệ thuật. Thơ có từ rất sớm trong nền văn minh của nhân loại, những Kinh Thi của người trung Hoa, trường ca Iliad and Odyssey của Homer, một nhà thơ vĩ đại người Hy Lạp. Trường ca Marayana bằng tiếng Sanskrit của người Ấn Độ. Trường ca Đam San của người Gia Rai – Ê Đê ở Tây Nguyên nước Việt… Một số kinh kệ của Phật giáo cũng là một dạng thơ ca, nhất là những kinh kệ Phật giáo sơ kỳ. Bộ Đại Phương Quảng Phật Hoa Nghiêm kinh có đến bốn mươi vạn bài kệ mà mỗi bài kệ có bốn câu, một khối lượng khổng lồ, dù chỉ đọc lướt qua cũng khó có lòng đọc hết. Còn trong văn học dân gian thì có cả một kho tàng ca dao, dân ca… Thật chẳng có ai có thể thống kê từ xưa đến nay có bao nhiêu bài thơ được viết ra, bao nhiêu nhà thơ trong lịch sử loài người. Tộc Việt là một trong những tộc thích thơ, khoái thơ, nhiều người làm thơ, thậm chí có người còn xem nước Việt là một cường quốc thơ, một nền thơ hoành tráng, một gia tài thơ rừng rực sức chiến đấu, một sự nghiệp thơ được sự lãnh đạo kiên định và chỉ đạo sáng suốt nhất nhân loại. Có thể xem việc làm thơ, thưởng thức thơ là một hoạt động văn hóa của những kẻ có tâm hồn, tiếc thay thơ nước Việt thời đại bây giờ rực rỡ quá, chói lòa quá nên y thấy mình không đủ khả năng để thấy.

Nghĩ đến đây y chợt giật mình khi nhớ lại lịch sử loài người có những bạo chúa cũng làm thơ, những hạng cường sơn thảo khấu cũng viết thơ và thời đại hôm nay có những tay độc tài tàn bạo, nổi tiếng khát máu cũng làm thơ, thậm chí sính thơ. Kẻ đầu tiên và tiêu biểu nhất có lẽ là bạo chúa Nero, y là tay khát máu và ái kỷ, y hạ lệnh đốt cháy và xả nước ngập thành Rome. Dân chúng chết trong kinh hoàng hoảng loạn thì y ngồi trên đài cao gảy đàn lute ca hát và làm thơ:" Lửa, lửa cháy đẹp rực rỡ". Bên Tàu cũng có những bạo chúa như Minh Thái Tổ, Hán Cao Tổ… rất ghét tầng lớp nho sĩ trí thức, từng làm nhục họ, đốt sách nhưng cũng rất sính làm thơ. Bạo chúa Tần Thủy Hoàng cũng đốt sách chôn nho nhưng không thấy sử sách nói y làm thơ. Thời hiện đại thì có những tay độc tài khét tiếng như: Mussolini (Italy) cũng sính thơ, y chủ trương kiểu tổ tiên y là Nero:" hãy để nghệ thuật thăng hoa dù cho thế giới có bị hủy diệt". Stalin cũng sính thơ và màu mè, y chính trị hóa thơ một cách thô bạo:" Sẽ là chuyện hiển nhiên/một khi bị vùi xuống đất đen/ Người bị áp bức/ cố vươn đến đỉnh núi thiêng…", Mao Trạch Đông rất ghét trí thức và người có học, từng tuyên bố:" Trí thức không bằng một cục phân" nhưng cũng làm thơ:" Với ngòi bút và thanh gươm/ với lòng dạ sắt son nhất/ được muôn người kính sợ/ tiếng đồng thanh tung hô và ca tụng…", học trò của y là Polpot cũng làm thơ, Polpot rất thích thơ Verlaine, mặc dù vậy, khi cướp được quyền hành thì y giết sạch những người có học. Xứ mình cũng có những tay độc tài thích làm thơ, đòi nhét dao găm, mã tấu, dép râu, lựu đạn vào thơ, đòi thơ phải có sắt thép, máu lửa…Thật tội cho thơ! Ấy là chưa nói đến một loại thơ nâng bi, tâng bốc nó bốc mùi không chịu nổi! Thơ vốn hay, đẹp, cao quý bị biến thành những thứ bầy nhầy để phục vụ chính trị và để kiếm cơm. Y đọc thử một đoạn thơ tâng bốc xem sao:

"… *Lãnh tụ anh minh sáng suốt*
triều đình tài ba làm được việc tuốt tuồn tuột
quốc gia có bao giờ được thế này chăng?
lãnh tụ sống vĩnh hằng
mình có thể nào thì người ta mới mời mình
đông phương hồng bất bại
anh em ta vô địch thiên hạ…"

Sau những vần thơ ấy là những lời bình đại loại như:" Thơ không được phép ủy mị, sướt mướt tình cảm kiểu tiểu tư sản. Thơ phải quyết liệt xông lên tiêu diệt kẻ thù, phải cứng rắn như thép, không được thỏa hiệp. Thơ phải là đòn gánh, đòn bẩy, đòn xeo, đòn xóc, trục quay để đập tan thế lực phản động, thế lực thù địch..."

Y thấy tim se sắt, không dám đọc tiếp, nếu mà đọc nữa thì e tẩu hỏa nhập ma, đơn giản hơn nữa thì Tào Tháo rượt chạy có cờ. Nghĩ đến đây thì mắt ráo hoảnh, y biết mình may mắn vì không phải là văn sĩ, thi sĩ cũng chẳng phải là chí sĩ, nhân sĩ hay bất cứ sĩ gì nên không ngửa cổ lên trời mà cười khàn ba tiếng rồi khóc tu tu ba tiếng. Y biết mình là một gã mất ngủ vì cái đầu óc hoạt động không nghỉ, cái tậm đang xôn xao trạo cử, chỉ thế thôi, đơn giản thế thôi, đơn giản tưởng chừng như đang giỡn. Đồng hồ trên tường ngoài phòng khách thong thả đính đon gõ chuông. Trời! hai giờ sáng rồi mà chưa ngủ được. Y cảm thấy bụng cồn cào đói bèn mò xuống bếp kiếm cái gì đó ăn dặm, cũng may cho y, mai là ngày nghỉ cuối tuần.

NHÀ ÔNG HUIE

Trời đang nóng nực oi bức, không khí căng như trong nồi áp suất, rừng cây im phăng phắc không một tí lay động, dù là những cái lá tận ngọn. Thế rồi bầu trời bất chợt kéo mây vần vũ dần dần chuyển sang xám xịt, những giọt nước lắc rắc rơi xuống. Thời tiết những ngày tháng sắp chuyển mùa thất thường quá đỗi, chợt nắng chợt mưa, lúc nóng hầm hập khi thì chợt dịu như thể mùa thu đã về. Thời tiết như vậy làm cho con người cũng uể oải mệt mỏi theo. Với Steven thì những khi cảm thấy uể oải thì chỉ cần chạy bộ vào dặm là lập tức khỏe khoắn ngay. Steven vốn bản chất là con người hoạt động, ít khi nào chịu ngồi yên

Chiều nay Steven chạy bộ ở cung đường quen thuộc ở trong công viên này, cả công viên này rộng đến hai trăm mẫu tây. Trước đây nó vốn là điền trang của nhà họ Huie Reynald. Điền trang này có từ trước cuộc nội chiến năm xưa, sau này gia tộc họ Huie Reynald hiến tặng lại cho quận để làm công viên. Steven vẫn thường chạy bộ ở đây, có thể nói là Steven thuộc cả khu này như lòng bàn tay, thậm chí nhắm mắt Steven vẫn có thể đi khắp các lối mòn trong công viên. Steven đến đây mỗi tuần, vui cũng đến, buồn cũng tới, không buồn không vui cũng ghé chơi. Chiều nay vừa chạy được hai dặm thì trời đột nhiên chuyển mưa, mặc dù trực đó không có dấu hiệu gì sẽ có mưa, tin thời tiết cũng chẳng bảo có mưa, ấy vậy mà mưa đã xảy ra. Steven chạy hết tốc lực về hướng hàng hiên của ngôi nhà để trú mưa Hàng hiên ngôi nhà khá rộng, có một để một bộ xích đu và hai cái ghế bập bênh. Ngôi nhà trắng xinh xắn, kiến trúc kiểu thời thuộc địa vẫn còn giữ nguyên vẹn, dù đã tu bổ sửa sang nhiều lần. Steven đứng tựa ban công nhìn quanh quất, đột nhiên thấy cái ghế bập bênh chuyển động như thể có người đang ngồi, lúc đầu Steven không thấy lạ, nhưng chừng giây lát là chột dạ ngay:

"Quái lạ, sao cái ghế tự nhiên bập bênh?" nghĩ thế rồi Steven quan sát xem thử gió hay có lực nào tác động vào không, tuyệt nhiên không có gì tác động vào cả, gió hiu hiu rất nhẹ không thể làm cho hai cái ghế lắc lư được. Bây giờ thì Steven thấy hơi rờn rợn, quay qua nhìn thẳng vào hai cái ghế thì nó ngưng hẳn lại. Từ bên trong ngôi nhà ánh đèn chợt tắt sáng mấy lần. Steven dán mắt qua lớp cửa kiếng, bên trong cảnh vật bày trí vẫn bình thường, những con thú nhồi bông bày biện khắp nơi. Ngôi nhà của ông Huie năm xưa giờ đã là một phòng trưng bày những tiêu bản các loài động vật và thực vật của vùng đất này.

Một con cú to lớn màu trắng, đột nhiên quay đầu nhìn Steven, đôi mắt nó tròn đen như hai hột nhãn, cứ như ai đó gắn vào cái mặt bẹt của nó, cái nhìn lạnh tanh mà xoáy vào lòng người ta. Steven nổi da gà, nổi sợ bắt đầu len lỏi từng tế bào, luồng sóng lạnh lan tỏa từ thần kinh trung ương đi khắp thân. Steven thoáng nghĩ:" Con cú nhồi bông không thể cử động được? mình đã nhìn nó bao nhiêu năm nay rồi cơ mà". Lòng tự nhủ nhưng vẫn nán lại xem thử sao, và lại trời bắt đầu mưa to nên không thể ra bãi đậu xe được. Steven cũng có ý nghĩ hay là mình hoa mắt hoang tưởng? Có khi nào vì chạy bộ mệt lại gặp thời tiết xáo trộn nên sanh ảo giác chăng? Không cần nghĩ ngợi lâu, trước mắt Steven thấy rõ mồm một, con rắn đen với những khoanh vằn vện to bằng cườm tay, nó đang trườn và quấn quýt quanh cành cây khô, nơi mà nó được định vị vào từ lâu. Mắt nó cũng đen nhưng cái màu đen bóng và hun hút như lỗ đen, cái lưỡi nó phì phò le ra dài và chẻ hai. Trông con rắn đầy vẻ đe dọa. Steven lùi lại một chút, chỉ trong phút chốc là tất cả những tiêu bản rắn khác đồng loạt ngo ngoe vung vít dường như chúng muốn thoát khỏi những cái giá trưng bày

Steven thật sự sợ, lùi tí nữa thì dừng vì nếu lùi nữa thì vượt ra khỏi mái hiên và sẽ ướt mưa. Trời mưa to như trút nước, bầu trời đen kịt, nước mưa ào ạt xối xả, gió thổi rần rật, gió cuốn nước mưa quất những luồng roi ràn rạt, sấm động ầm ì vọng xuống rền rĩ, những lằn chớp rạch trên nền trời, những tia chớp phóng thẳng xuống đỉnh đồi xa xa. Một con quạ đen to lớn bay vần vũ kêu quang quác đậu trên mái nhà. Steven nổi gai ốc cùng mình, giờ thì nó biết chắc là không phải hoang tưởng hay ảo giác, giờ này cả công viên không có một bóng người, từ hàng hiên này đến bãi đậu xe cũng khá xa. Steven toan chạy ra xe, theo thói quen, nó thọc tay vào túi quần để lấy chìa khóa để khởi động máy xe từ xa, khốn thay, túi quần trống trơn, mấy ngón tay chạm phải đùi của mình, thì ra túi quần bị rách từ khi nào mà Steven không biết, và chìa khóa xe đã rơi tự khi nào. Steven bấn loạn lên, cái sợ xâm nhập tâm tư, tay nó bắt đầu run rẩy, môi lắp bắp:" Chết tiệt, sao lại đểnh đoảng để rơi chìa khóa xe thế này!". Giây phút thật cân não, biết tính sao đây? Đứng lại thì ghê quá mà chạy ra xe thì không có chìa khóa xe, trời thì mưa như trút nước. Còn quýnh quáng chưa biết làm sao thì ánh đèn trong căn nhà lại chớp tắt liên hồi, qua ánh sáng chớp tắt ấy, Steven thấy bóng dáng một người đàn ông đứng tuổi, mặc bộ complet đuôi tôm kiểu quý tộc thời xa xưa, bộ mặt như làm bằng sáp, bộ ria rậm rạp nhưng tỉa tót cẩn thận, hai chóp ria cong vút lên, bộ râu rìa dày và dài. Cái bóng người đàn ông ấy nhìn Steven chằm chặp. Steven vốn quen biết với mấy người phụ trách ở công viên này đã lâu, chưa bao giờ nhìn thấy người đàn lông này, khi không lại xuất hiện trong căn phòng trưng bày những tiêu bản động thực vật ở đây? Cái bóng dáng người đàn ông này có vẻ quen quen, dù không nhớ ra nổi. Nỗi sợ đang làm cứng người nhưng Steven liên tưởng ngay "Đất cũ người xưa". Steven chợt nghĩ đến tấm biển lịch sử của Huie Reynald có ghi tiểu sử và hình ảnh ông Huie mà Steven đã đọc và thuộc lòng. Không còn nghi ngờ gì nữa, co giò chạy thục mạng, mặc cho nước mưa quất vào mặt, mặc cho sấm đì đùng trên đầu. Steven quyết phải chạy ra tới bãi đậu xe cho bằng được, mọi việc tới đâu thì tới chứ không thể đứng trú mưa ở hàng hiên này. Chạy không ngoái đầu lại nhưng cảm giác rờn rợn như thể cái bóng ông già có bộ ria mép cong vểnh ấy vẫn ở sau lưng, Một con nai phóng vụt qua trước mặt Steven, làm cho Steven phải khựng lại, xa xa một quãng bên tay phải là khu nhà kho bằng gỗ to lớn lù lù, ngày thường nó vẫn ở đó, rất hiền hòa thân thuộc, nó đã trải qua bao mưa nắng dãi dầu tháng năm. Nó đơn sơ nhưng đầy nét dâu bể hằn in. Nó dễ gây thích thú và thiện cảm cho những người hoài cổ, ấy vậy mà giờ trông nó dễ sợ và đầy đe dọa như thế. Nó đen kịt to lù lù dưới ánh chớp lóe lên, những máy móc nông cụ bỏ hoang hoen rỉ hàng trăm năm nay. Steven và bao người khác cũng từng ngồi lên chiếc máy cày này để chụp hình, tất cả quen thuộc đến độ nhắm mắt cũng mô tả đúng từng chi tiết, ấy vậy mà giờ sao trông dễ sợ và kinh khủng quá. Cắm đầu chạy mà Steven thấy chiếc máy cày ấy vung cái giàn lưỡi cày lên thật cao, nó hoạt động được sau khi bỏ chỏng chơ ngoài trời hàng trăm năm, dường như nó đuổi theo và muốn bổ xuống đầu mình, nó muốn cày nát mình ra. Vẫn chạy không ngừng, nước mưa ràn rạt trên mặt không kịp gạt đi, bãi đậu xe đã gần lắm rồi, cả bãi xe vắng teo, chỉ còn có mỗi xe của Steven mà thôi. Trời đất tối sầm, một tia chớp rạch nát bầu trời, phóng xẹt xuống mặt đất, qua ánh chớp, chiếc xe màu xám bạc quen thuộc nằm dưới làn nước mưa xối xả. Steven hy vọng tới được xe và vào được bên trong là ổn,

209

Steven hoảng quá nên quên khuấy đi là chìa khóa xe đã đánh rơi rồi, dấn thêm vài mươi bộ nữa, Steven chụp được tay nắm cửa xe và giật thật mạnh, cửa xe trơ trơ. Steven quýnh quáng giật cửa xe vừa gào to:" Mở cửa. Mở cửa, làm ơn mở ra" tiếng gào của nó tan loãng trong tiếng mưa dông ào ạt, nước mưa cuốn trôi đi, gió thổi bạt giọng và tiếng sấm ùng oàng không ngừng nghỉ làm cho tiếng gào tan loãng trong âm thanh đầy uy lực đó. Càng hoảng loạn, càng giật cửa xe, trong khi ấy chiếc máy cày đang lừ lừ tiến lại gần. Chiếc máy cày hoen rỉ gần như mục nát hết các bộ phận, thế mà nó vẫn lặng lẽ lù lù lết đến, giàn lưỡi cày đã gãy vài lưỡi, trông nó như hàm răng lởm chởm cái còn cái mất của người già, cái thế của nó có lẽ muốn bổ ập xuống. Steven bấn loạn tột độ, vẫn giật mạnh cửa xe dù nó trơ trơ

Một tia sét phóng xuống bãi xe, kế là tiếng sấm kinh hồn rền cả đất trời. Ánh sáng trong ngôi nhà ông Huie vẫn chớp tắt liên hồi, nó thấp thoáng hiện trong màn mưa trắng trời, những tia chớp dường như nối tiếp ngôi nhà với nền trời đen thẫm kia. Ánh sáng chớp liên hồi, bóng dáng người đàn ông mặc complet với bộ ria mép vểnh đứng sát cửa kiếng nhìn y chằm chặp. Sau lưng người đàn ông ấy là cả một bầy cú vọ vỗ cánh, ngúc ngoắc cái đầu, trông chúng như những con rối đang diễn trên sân khấu. Steven há hốc mồm nhìn cảnh tượng đằng sau khung cửa kiếng ấy. Cái sợ làm cho nó cứng đơ cả người và đứng sững dưới cơn mưa, ngay khoảnh khắc ấy, chiếc máy cày bổ sập dàn lưỡi cày xuống đầu . Nó hét lên với tất cả sự kinh hoàng và sức lực có được

Steven choàng tỉnh, mở mắt ra thấy mình đang ngồi trên chiếc ghế bập bênh bên hiên, khu vườn đang rộn ràng với tiếng chim muông. Bất giác Steven nhìn vào trong nhà ông Huie, những con chim cú và rắn nhồi bông vẫn bất động trên giá định vị, Hình ông Huie trên bảng tiểu sử vẫn ở trên tường, nhìn ra xa xa ngôi nhà kho vẫn lặng lẽ dưới nắng ở giữa mảnh đất trống, xung quanh là những cổ máy nông cụ rỉ hoen với thời gian.

ÔNG GIÀ TÀU

Thổ cha mày, thổ cha mày! Mấy nị hui nhị tì hết đi, đừng có nhạo ngộ à!

Mặc cho ông già Tàu lầu bầu chửi, tụi con nít xóm chợ vẫn bâu quanh trước cửa tiệm thuốc bắc Quảng Lợi Đường hát hò trêu chọc, có vài đứa quá khích còn ném cả đá vào cửa sắt của tiệm. Hổng biết ai mớm cho tụi con nít mà chúng nó hát bài về" ngộ ở bên Tàu/ ngộ mới sang ta/ngộ đạp cứt gà/ ngộ tưởng kẹo cà/ngộ bốc ngộ lủm/ngộ kêu thúi thúi/ ngộ ăn cái chuối.ngộ kêu ngọt ngọt/ ngộ bận quần sọt/ngộ địt te te/ ngộ ăn trái me/ngộ kêu chua chua/ ngộ chơi bầu cua/ ngộ thua hết tiền...". cái đám con nít lêu lổng ngày nào cũng kéo đến quấy phá ông già Tàu. Nghe đâu ổng vốn người Triều Châu, sang đây từ hồi Pháp thuộc. Ông già Tàu cao to, hai tay dài lòng thòng, có lẽ ông to con nhất ở xóm chợ Bà Bâu. Da ông cũng trắng hơn dân quanh vùng, mũi cao, dái tai dài, mắt có bọng mỡ… trông ông khác hẳn với những người đàn ông khác quanh chợ Bà Bâu Này. Mặc dù ông giận đám con nít vô lễ, xúc phạm đến ông nhưng nét mặt ông dường như không biểu lộ cảm xúc. Ông chửi nửa tiếng Tàu, nửa tiếng Việt với cái giọng lơ lớ càng làm cho tụi con nít làm tới và cười ngặt nghẽo thêm

Tiệm thuốc bắc Quảng Lợi Đường có tiếng lành đồn xa, không chỉ người xóm chợ, xóm chùa, xóm đình, xóm miếu mua thuốc của của ông mà người các tổng xa tận Thanh Huy, Quy Hội, Nam Tăng, Long Mỹ... cũng tìm đến tiệm ông già Tàu. Ông bắt mạch, kê toa, bốc thuốc suốt cả ngày. Tiếng lách cách tính tiền từ cái bàn tính bằng gỗ dường như chẳng khi nào dứt. Quảng Lợi Đường có món thuốc gia truyền hiệu " Hai Cá Vàng", có thể nói đây là thứ thuốc trị bá bệnh, ai bệnh gì cũng mua uống, ấy vậy mà hiệu nghiệm mới lạ, vì thế mà tiếng đồn ngày càng xa. Đến nỗi người các tỉnh lân cận cũng chẳng ngại đường xa tìm đến Quảng Lợi Đường. Nhà ông già Tàu giàu lên là nhờ "Hai Cá Vàng". Ông gởi hai thằng con trai lên Sài Gòn ăn học, cả hai học hoài chẳng thấy ra trường, nhưng lại nổi tiếng ăn chơi thuộc loại phá gia chí tử, cũng may nhờ làm ăn phát đạt quá nên gia tài cũng không hề hấn gì.

Chợ Bà Bâu, ngoài tiệm Quảng Lợi Đường còn có hai tiệm thuốc bắc khác là tiệm Đại Sanh Đường và Tân Thạnh Đường, cả ba tiệm đều làm ăn phát đạt cả. Ông già Tàu họ Diệp người triều Châu. Ông chủ tiệm Đại Sanh Đường họ Hàn, gốc người Hẹ. Còn ông chủ tiệm Tân Thạnh Đường người Vân Nam. Năm kia, con trai cả ông già Tàu có tìm về Triều Châu để nhận họ hàng. Sau này trong một lần nhậu với bạn bè xóm chợ, y tiết lộ: "họ hàng bên ấy nghèo lắm, làm nông, ở thôn quê, nhà vách đất, vẫn còn đái trong những chậu đất để dành tưới rau...". Bạn bè có người chột dạ:

- Vậy thì ở bển ba của mày đâu có làm thuốc, sao sang đây lại mở tiệm thuốc bắc ngon lành?

Ông con trai ông già Tàu thật thà:

- Ông già tao kể có đi học thuốc bắc một thời gian trước khi lưu lạc sang Việt Nam.

Thì ra là thế, đói đầu gối phải bò, cái chân phải chạy cái giò phải đi, cũng may phước nhà lớn, từ khi mở tiệm đến giờ chưa xảy ra bất cứ sơ xuất gì, chưa thấy ai phàn nàn hay kiện tụng chi cả. Không những thế còn được khen thuốc hiệu nghiệm

Ông già Tàu họ Diệp ở trong nhà được vợ con đối xử như ông vua, chăm sóc kỹ lưỡng. Bà vợ ngày nào cũng tỉ mẩn ngồi nhặt từng sợi lông tơ dính ở tổ yến trước khi chưng cho ông ăn. Những bà bán đặc sản ở chợ Bà Bâu cũng thường đem những món ngon nhất tới tiệm để bán. Bà vợ chọn toàn những món thượng hạng để tẩm bổ cho ông già Tàu. Ông già Tàu còn là một tay hút thuốc phiện số một ở đây, hai ông già Tàu của Đại Sanh Đường và Tân Thạnh Đường hổng có hút thuốc phiện. Căn phòng để hút thuốc phiện của ông nằm trên lầu hai, đây như là biệt cung của ông, vợ con cũng ít khi bước vào, họ chỉ vào khi cần dọn dẹp mà thôi. Bộ bàn đèn luôn đặt giữa căn phòng, có mấy cái tẩu để hút rất đẹp, lên nước láng bóng, có cái bằng gỗ quý, có cái bằng sứ. Ông già Tàu hút ngày mấy cữ, thường thì hút một mình, có ngày thì mấy bạn thuốc phiện cùng đến hút chung, ai hút tự trả tiền. Bạn hút có võ sư Huỳnh, một võ sư nổi tiếng từ thời Pháp thuộc, võ sư Cẩm, Bảy Thiện, một tay giàu có của chợ Bà Bâu; đặc biệt có ông Sơn thọt và ông Mười Kèn. Người ta gọi ông Mười Kèn vì ổng có cái lò rèn, ngày ngày kéo ống bể thổi lửa phì phò như thổi kèn. Hai ông này nghèo mạt rệp, đến chầu rìa để hút xái. Khi mấy ông kia hút xong, họ cho hai ông này cạy xái thuốc phiện còn đọng quanh miệng tẩu để hút đỡ ghiền. Vì là xái nên ông già Tàu bán rẻ cho hai ông bạn nghiện nhưng nghèo. Xái thuốc phiện không chỉ bán cho người nghèo hút mà còn bán cho mấy người dưới quê mua về cho trâu bò uống. Trâu, bò bị tiêu chảy hay một số bệnh khác cũng cho uống xái thuốc phiện vậy mà hết bệnh, còn hay hơn thuốc thú y

Cái mùi thuốc phiện thơm trời thần, thơm lạ lùng, hổng có mùi nào có thể sánh được, nó vừa ngọt ngọt lại nồng nồng, nó xộc vào mũi thì cứ như quanh quẩn ở hốc mũi hổng chịu tan. Thằng Thiện bạn với thằng Thanh, cháu nội ông già Tàu, ngày nào hai đứa cũng lên sân thượng chạy nhảy chơi. Khi ông già Tàu hút thì cả hai lại lấp ló nhìn lén. Thằng Thiện khẽ đẩy nhẹ cánh cửa vừa đủ lọt khe ánh sáng và dán mắt vào xem ông già Tàu và mấy ông bạn nằm bẹp bên mân đèn. Thằng Thiện sợ bị lộ nên rất khẽ khàng thận trọng, thật ra cũng bằng thừa, những lúc ấy mấy ổng đều phê cả, có quan tâm hay biết gì đến chung quanh nữa đâu. Thằng Thiện thích ngửi cái mùi thơm trời thần đó nhưng nó cũng sợ lỡ bị ghiền lây. Nó nghe người lớn nói ghiền thuốc phiện mà không có thuốc thì đau đớn quần quại như có dòi bò trong xương, trùng đục thân thể... Ông già Tàu và mấy bạn của ổng ghiền thuốc phiện nên môi người nào cũng thâm sì, gầy nhom như con mắm. Ông già Tàu nhờ có của, vợ con chăm sóc kỹ nên tướng tốt chứ không như mấy người kia. Ông già Tàu vẫn phương phi hồng hào lắm, duy có điều lúc nào cũng mặc cái áo ghi lê, dù trời nóng như đổ lửa.

Chợ Bà Bâu nhỏ như lòng bàn tay, vậy mà có lắm người Tàu. Ngoài họ Diệp còn có họ Hàn, họ Thái, họ Lý, họ Khưu, họ Tạ... Bọn họ đều giàu có cả. Nhà họ Hàn có cô con gái trạc tuổi Thiện và học chung lớp với Thiện. Con nhỏ nhỏ nhắn, xinh xắn và trắng như trứng gà bóc. Con nhỏ tên Lệ, Thiện vẫn thường đi học chung đường với nó và thường trêu chọc nó. Thiện nghe lóm người lớn nói lệ là nước mắt nên trêu nó:

- Người đẹp xinh vậy mà tên là nước mắt, nghe buồn quá!

Con nhỏ cãi:

- Lệ không phải là nước mắt, lệ nghĩa là đẹp đó Thiện! Chẳng hạn như Ái Lệ nghĩa là tình yêu đẹp.

Thiện đớ người ra, hổng còn chút kiến thức nào khác để cãi, vì Thiện chỉ biết có nhiêu đó. Lệ cũng như toàn bộ con cháu người Tàu ở chợ Bà Bâu này, chẳng ai còn biết nói hay viết tiếng Tàu, tất cả không khác gì cư dân Việt của chợ Bà Bâu, gốc gác còn chăng là ở cái họ trên giấy tờ mà thôi.

Năm ấy nhà nước oánh tư sản, họ Lý bị tịch thu nhà, họ Hàn, họ Diệp thì mất nhiều của cải. Họ Thái, họ Khưu bị buộc phải cho nhà nước mượn nửa căn nhà để làm hợp tác xã mua bán... Ai cũng xính vính mà hổng dám hé răng nói gì. Nhà ngoại Thiện cũng bị lấy hết ruộng vườn, thời buổi nhiễu nhương, lòng người bất an, ai cũng sợ xanh mặt, sống nay hổng biết mai ra sao. Người Việt còn đỡ, người Tàu chợ Bà Bâu còn bị đám con nít quấy phá, xúc phạm do người lớn xúi, thậm chí đặt vè để cho con nít hát mạ lị người ta. Những nhà người Tàu ở chợ Bà Bâu khá giả giàu có hơn người Việt, họ trở thành đối tượng sách nhiễu nhiều hơn, tuy nhiên sự sợ sệt và cuộc sống ngột ngạt thì có lẽ Tàu hay Việt cũng cảm nhận giống nhau, Cái thiếu thốn nghèo đói đang dần xâm nhập từng nhà, có lẽ cùng tắc biến, người người rỉ tai nhau tìm đường vượt biên. Ông già Tàu họ Diệp qua nhà ngoại Thiện, đây là lần đầu ông ta sang nhà hàng xóm, xưa nay chưa từng thấy bao giờ, với ông già Tàu thì ngoại của Thiện là chỗ gần gũi nhất, là người ông có thể tin tưởng nhất ở xóm chợ Bà Bâu. Ông xì xầm với ngoại

- Nị có muốn đi với ngộ không? Ngộ chẩu Mỹ cọt, ngộ được người quen giới thiệu mối này rất an toàn, mỗi đầu người đóng năm cây.

Ngoại Thiện từ chối

- Cảm ơn ông đã có lòng tưởng đến tui, nhưng ông đi đi, ông nên đi càng sớm càng tốt. Ông ở lại không yên với họ đâu! Tui thì ở lại, tui sợ lắm, nhưng ra đi tui cũng sợ, không biết sống chết ra sao?

Ông già Tàu lặng lẽ ra về, sau đó ông già Tàu họ Diệp cùng với mấy ông họ Hàn, họ Thái góp vàng đóng tàu mua bãi để ra đi, hổng biết góp bao nhiêu nhưng có lẽ nhiều lắm, họ sẵng sàng đánh đổi cả gia tài để đi cho bằng được. Việc vượt biên không thành, chẳng biết có phải bị lật kèo hay mua bãi trúng phải ổ ngầm nên bị hốt cả đám. Mấy đứa con nhà họ Thái như Thái Tài, Thái Hạo, Thái Thành, Thái Hân... đều đi tù cả. Họ Diệp, họ Hàn vì chậm, chưa kịp đến bãi nên thoát, tuy nhiên toàn bộ số vàng đóng góp mất trắng, dù sao cũng còn may, mất của nhưng người còn, lại không bị đi tù. Ông già Tàu họ Diệp lại lần nữa qua nhà ngoại

- Sau vụ này ngộ phải xuất lượng nhiều lắm, nếu không thì nhà ngộ gặp rắc rối to. Mấy đứa con nhà họ Thái tuy bị nhốt trên quận nhưng nay mai sẽ về thôi. Họ Thái cũng chi bộn rồi!

Quả thật vậy, chỉ chừng nửa tháng sau người xóm chợ thấy mấy con nhà họ Thái ngồi ngoài quán cà phê Thanh Hà. Cũng là người Tàu với nhau, cũng tìm đượng vượt biên như nhau nhưng nhà họ Diêu trong thị xã thì thê thảm nhất. Nhà họ Diêu có tiệm trà Diệu Ký nổi tiếng từ Bến Hải đến tận Cà Mau, thuở quốc gia còn. Trà của Tiệm Diệu Ký ngon, gói giấy kiếng đỏ rất đẹp, hồi ấy nhà nào có tiệc tùng, quan hôn tang chế… cũng đều sắm cặp trà Diệu Ký. Họ Diêu là bạn của ông già Tàu họ Diệp và cũng là bạn hàng làm ăn với ngoại Thiện. Họ Diêu giàu có nhất trong bọn họ, ông chi vàng mua bãi, đóng tàu riêng để cho cả nhà và những người họ hàng cùng ra đi. Họ đi trót lọt, không bị bắt. Những người quen biết đều mừng cho nhà họ Diêu, nào ngờ mấy tháng sau, những người vượt biên trót lọt nhắn tin về: " tàu nhà họ Diêu bị cướp biển phá tàu để cướp vàng, toàn bộ nhà họ Diêu bị giết chết, không một người sống sót". Họ Diêu ra đi, bỏ lại nhà cửa tài sản, chỉ mang theo vàng và hột xoàn, những tưởng đi thoát, nào ngờ chết thảm như vậy, từ đó nhà họ Diêu tuyệt tích giang hồ, những người Tàu ở chợ Bà Bâu và trong thị xã chẳng còn ai biết đến tông tích họ Diêu nữa. Lần thứ ba ông già Tàu họ Diệp lại sang nhà ngoại

- Họ Diêu giàu lắm, ngoài số vàng đóng tàu mua bãi, còn bao nhiêu ép vào mạn tàu, không hiểu sao bọn cướp biển lại biết bí mật này mà phá tàu để cướp vàng?

Câu hỏi của ông già Tàu có lẽ cũng là câu hỏi của nhà họ Diêu, cả nhà họ mang câu hỏi ấy sang thế giới bên kia. Những người sống có thể họ hiểu nhưng không nói ra được hoặc thật sự không biết cũng chẳng làm sao biết được, nhưng người ở xóm chợ Bà Bâu thì bâng quơ:

- Có gì khó hiểu đâu! Bán bãi bảo kê biết phong phanh nên bật mí ra và biết đâu đó cũng chính là thủ phạm?

Người lớn trong nhà thường nói rằng người Tàu giỏi mua bán, đi đến đâu cũng làm nghề mua bán. Thiện cũng thấy thế. Chợ Bà Bâu này người Tàu giàu có hơn người Việt, ngoài ba tiệm thuốc bắc thì còn có vựa đường của nhà họ Diệp (nhánh này khác với nhánh họ Diệp của ông già Tàu thuốc bắc), tiệm vàng nhà họ Lý, sạp vải nhà họ Thái, tiệm chụp ảnh nhà họ Tạ... hổng thấy ai đi làm công nhân hay làm ruộng như người Việt. Bọn họ ăn trắng mặc trơn, con gái cũng như con trai đều ở trong nhà ít khi ra ngoài, trừ đám con nhà họ Thái. Mấy anh con trai nhà họ Thái thì nhậu nhẹt, cà phê cà pháo, ăn chơi mát trời ông địa luôn.

Khi bọn con nít bị người lớn xúi giục kéo đến quấy quá hát vè mạ ly ông già Tàu, ông già Tàu chửi nửa tiếng Tàu nửa tiếng Việt, giọng Việt lơ lớ càng làm cho chúng cười và hát to hơn. Không biết ông già Tàu giận nhiều không nhưng nét mặt ông vẫn như mọi ngày, lặng lẽ không gợn xúc cảm, ngay cả lúc ông lên tiếng chửi:" thổ cha mày, thổ cha mày". Thiện chưa bao giờ thấy ông vui hay buồn, gương mặt ông hơi dài, trắng, mũi cao, có mấy nốt ruồi ở dưới bọng mỡ mắt và ở cổ. Ông đẹp trai hơn hẳn những người đàn ông Việt ở chợ Bà Bâu này. Ngày nào Thiện cũng nghe ông lầu bầu chửi con cháu khi ông không vừa lòng: "thổ cha mày, thổ cha mày". Ngày ông già Tàu gả cô con gái lớn cho nhà họ Lương, cũng người Tàu nhưng khác quận, ông có mời ngoại Thiện, có lẽ ngoại Thiện là người Việt duy nhất trong đám cưới này. Ông già Tàu nói với ngoại:

- Ngộ quý nị lắm, nị là hàng xóm gần gũi nhất, tốt nhất của ngộ!

Năm ấy cậu Tư đến tuổi, người ta gởi giấy về nhà bắt phải đi đăng ký nghĩa vụ quân sự. Ngoại lo sốt vó, đi ra đi vào:

- Thời buổi bất an, đi lính có mà chết! Họ đưa qua Campuchia coi như hết số!

Có người đến bỏ nhỏ vào tai ngoại;

- Bà muốn hoãn nghĩa vụ quân sự cho thằng Tư không? Hoãn một năm, hoãn năm năm hay hoãn trọn đời? Bà chi ra thì tui chạy cái giấy ấy cho.

Ngoại mừng hết lớn, bao nhiêu cũng sẵn sàng chi, duy chỉ hơi ngần ngại là chi cho hoãn trọn đời thì tốn kém quá, và lại liệu có chắc không? Tính tới tính lui ngoại cũng quyết định chi cho cái giấy hoãn trọn đời. Ngoại qua tiệm thuốc bắc Quảng Lợi Đường của ông già Tàu hốt cả chục thang thuốc đau lưng nhức mỏi. Ông già Tàu bắt mạch xong nói:

- Nị uống hết chục thang thuốc này sẽ hết đau lưng, hổng hết tui trả tiền lại cho nị.

Ông già Tàu tặng thêm cho ngoại một thang thuốc ngâm rượu trị nhức mỏi, khi nào mỏi thì uống một chung tí xíu đỡ ngay thôi. Ông nói tiếng Việt lơ lớ, ít khi tiếp xúc với người Việt, chỉ trừ những khách hàng xem mạch hay bốc thuốc mà thôi. Riêng với ngoại thì ông nói nhiều hơn, kể cả tâm sự chuyện nhân tình thế sự. Nhiều người ở chợ Bà Bâu thường lấy làm ngạc nhiên về tình bạn thân thiết giữa ông già Tàu với ngoại. Sau khi bắt mạch bốc thuốc, ông già Tàu bảo:

- Hồi nằm, nị phải lo cho thằng Hai khỏi bị đi quân dịch, giờ nị lại lo cho thằng Tư không phải đi nghĩa vụ quân sự. Ngộ người Tàu, con ngộ không bị kêu đi lính nhưng ngộ phải đóng nhiều tiền lắm. Ngộ với nị có của ăn của để, nếu không hổng biết lấy gì chi, hổng biết sống làm sao?

Ông già Tàu nói đúng, nếu ngoại hổng có tiền thì cậu Hai đã bị đi quân dịch thời trước và thời nay thì cậu Tư sẽ bị đưa qua Campuchia đánh nhau với Khơ Me đỏ rồi!

Năm thứ hai ở bậc đại học, Thiện từ Sài Gòn về xóm chợ Bà Bâu nghỉ hè. Nào ngờ mấy ngày sau nghe ông già Tàu chết, đám ma lình đình lắm, họ hàng từ Sài Gòn ra dự, con cháu từ nước ngoài về đưa đám, đám ma của ông hồng thấy con cháu mặc áo sô đội mão gai như người Tàu Chợ Lớn. Thiện thấy bọn họ đều chít khăn trắng như những đám ma khác của người Việt ở chợ Bà Bâu. Thiện nghe láng giềng xì xào với nhau: "họ bỏ cả bộ bàn đèn của ông già Tàu vào trong hòm". Hồng biết đúng sai thế nào nhưng dù sao đi nữa thì cái mùi thơm trời thần ấy đã theo ông già Tàu đi qua thế giới bên kia.

Tranh: Đinh Cường

ÔNG THẦY

Đêm trường sơn tối mịt mùng, cái tối dường như đặc quánh lại, không một tí gió thoảng, không một đợt lá lay, không cả tiếng nỉ non của côn trùng. Thời gian cô đọng đến nghẹt thở. Bầu trời đêm cao xa thăm thẳm tưởng chừng thông đến cả vũ trụ vô biên, nền trời đen thẫm hòa điệu cùng bóng đêm, sao trời mờ mịt. Duy ở phương nam xa xôi lại lấp lánh một ngôi sao lạ thường, một ngôi sao cô độc xuất hiện trên nền thẫm đen của bầu trời.

Thiền am Bờ Này ẩn mình dưới tán thông già, nếu người tinh mắt sẽ thấy bóng thiền am tựa như tảng đá lớn hay là thạch trụ giữa ngàn thông. Lúc này trong am vẫn còn leo lét ánh đèn, đêm càng về khuya, không khí tịch mịch thâm u càng sâu thêm. Ông thầy ngồi yên đấy, thân hình bất động, thỉnh thoảng nhẹ tay lật trang sách khác, ngòi bút vẫn chạy đều đều trên trang giấy, ánh đèn soi bóng ông thầy trên vách như người khổng lồ lặng yên, chỉ cái bóng của đầu quản bút thì nhấp nhô như biểu đồ điện tâm. Đêm trường sơn người và vật hóa thạch cả, chỉ còn dòng tư tưởng của ông thầy trào dâng lênh láng khắp không gian là chưa bị hóa đá mà thôi.

Mà nào chỉ đêm nay, đã ba ngàn đêm rồi, kể từ ngày ông thầy về trú ở am này. Am Bờ Này cũng vắng vẻ bình lặng như chủ, chẳng thấy người lai vãng hay khách viếng thăm, họa hoằn lắm mới có một vài vị tăng hay tục từ phương xa ghé đến. Dân chúng quanh vùng cũng không thấy đến am như đến những ngôi chùa khác, thậm chí nhiều người cũng chẳng biết là ở vùng mình có một cái am như thế, dĩ nhiên cũng chẳng biết có ông thầy hay pháp danh của ông thầy. Một vài người ở xóm núi có bảo nhau họ thấy một ông thầy gầy gò thường mặc áo vạt hò màu nâu hay màu lam chi đó, có kẻ còn tỏ ra rành việc xì xầm:" Ông thầy bị đi tù vì làm việc quốc sự" từ đó mọi người càng thờ ơ hơn, họ sợ liên lụy đến mình. Dân cư không biết đã đành, ngay cả những ông tăng ở mấy chùa của xứ ngàn thông cũng lơ là, có vị biết nhưng né, cũng có nhiều vị chẳng biết có một ông thầy như thế. Vì vậy mà ông thầy suốt thời gian dài một bóng trong am giữa đại ngàn. Ông thầy vẫn thản nhiên chẳng động tâm, ngày nào cũng thế, sau thời công phu sáng thì ra vườn chăm luống cà vừa trổ bông, vồng cải chớm vàng, ông thầy cuốc đất làm lụng như một nông dân chính hiệu. Cũng có khi ông thầy ngồi tấu những khúc dương cầm của Bach, Beethoven, Mozart... Ban đêm ông thầy đọc sách, dịch kinh, thời khóa dường như không có chỗ trống để biết mình đang cô tịch. Ngày đêm sáu thời tinh tấn không ngừng nghỉ.

Đêm nay cũng thế, ông thầy cần mẫn, cẩn trọng dịch từng câu chữ, tra tìm nghĩa từng từ, so sánh đối chiếu từ bản Hán với các bản Sanskrit, Pali... Ông thầy gầy gò như lau sậy mà lại có sức dẻo dai như tùng bách ngoài sân. Đồng hồ báo thức đã canh ba, không thấy ông thầy tỏ ra mệt mỏi hay muốn đi nằm, toàn tâm trí dồn hết vào trang kinh.

Đêm trường sơn đen kịt, cái lạnh từ ngoài và trong am không có giới tuyến nào, cái lạnh và màn đêm hòa vào nhau như một, dù rằng thực thể vẫn là hai, cả trong lẫn ngoài vốn là hai nhưng giờ cũng chỉ là một, không làm sao phân biệt cho ra đâu là một với hai. Chợt từ trên không trung rơi rơi xuống những đốm sáng, ban đầu lác đác thưa thớt nhưng dần dần về sau nhiều hơn, một lát nữa thì dày đặc như sao sa mưa băng. Vô số những đốm sáng lung linh hình dáng hoa mạn thù sa, mạn đà la, ma ha mạn thù sa, ma ha mạn đà la… Một khoảng không quanh am Bờ Này sáng rực rỡ lung linh đầy ảo diệu trong cơn mưa hoa. Từ bốn phương xuất hiện bốn vị thiên oai phong lẫm liệt sừng sững giữa không trung, bên trên vô số các thiên thần cùng Càn Thát Bà vây quanh. Dưới đất không biết từ đâu các vị địa thần, sơn thần, lâm thần cùng các loài khẩn na la, ca lâu la, ma hầu la già… xuất hiện nhiều không đếm xuể. Bọn họ lấy làm lạ, ngơ ngác nhìn nhau, tất cả vừa cung kính ngắm nhìn mưa hoa, vừa dò hỏi nhau sự cớ gì. Âm thanh vi diệu vọng từ hư không vọng xuống, các vị Càn thát Bà tấu khúc cúng dường.

Một vị địa thần bước ra cung kính chắp tay hướng về phương đông:

- Thưa Thiên Vương Trì Quốc, duyên cớ gì mà đêm nay chư thiên rải hoa cúng dường xuống am Bờ Này? Xin ngài thương tình giải nghi cho chúng tôi!

Trì Quốc Thiên Vương ôm cây đàn tỳ bà khẽ vuốt nhẹ, dòng âm thanh vi diệu thánh thót làm cho bộ chúng an vui và lòng hướng về Phật, đoạn thiên vương từ tốn:

- Ông là chủ cuộc đất này, lẽ nào ông không biết vì sao ư?

- Thưa thiên vương, tôi biết chứ, từ khi ông thầy về trụ ở đây đã khiến cho mọi sự đổi thay. Tôi và chư vị thuộc hạ hết lòng hộ vệ ông thầy. Tôi cũng nghĩ là mưa hoa cúng dường ông thầy nhưng tôi muốn thưa hỏi để tạo cơ hội cho những kẻ phàm trần được biết duyên cớ.

- Ông quả là một vị địa thần tốt, đúng như thế, chư thiên rải hoa cúng dường và tán thán ông thầy trí huệ cao thâm, giới đức hương bay xa, tinh thần vô úy dấn thân hành hoạt. Ông thầy là hy vọng của xứ sở này!

- Thưa thiên vương, xứ sở này hết chinh chiến đã lâu, tiếng là hòa bình nhưng lòng người vẫn bất hòa, bất bình. Quan lại nhũng nhiễu, dân oan tha thán, xã hội kỷ cương không ra sao. Ngoài đời thì những kẻ có tiền, có quyền mặc sức tác oai tác quái.

Trong đạo nhiều vị tuy khoác cà sa nhưng làm việc ma, đem thân cho thế quyền sai xử, xu phụ quyền thế vì danh văn lợi dưỡng. Riêng ông thầy thì không, bởi vậy mà trở thành cái gai trong mắt bọn họ. Thế quyền và những pháp lữ hư ấy ra sức cô lập và mạ lị ông thầy. Thế quyền đã chụp ngục tù hình án lên đầu ông thầy, giờ ông thầy về ẩn ở am này. Địa thần tôi ngày đêm ra sức hộ trì ông thầy và những việc ông thầy làm.

Trì Quốc Thiên Vương tán thán:

- Lành thay, lành thay, địa thần các ông làm rất tốt, công đức vô lượng. Tôi cũng dốc sức hộ trì ông thầy cùng quốc độ này.

Trì Quốc Thiên Vương dứt lời thì trên hư không một đợt mưa hoa mạn đà la, mạn thù sa mới rơi xuống sáng lấp lánh trên mái ngói rêu phong của am. Một vị sơn thần chắp tay cung kính hướng về ngài Tăng Trưởng thiên Vương ở phương nam:

- Thưa ngài, đêm nay chư thiên rải hoa cúng dường ông thầy hay có còn ai khác nữa không?

Tăng Trưởng Thiên Vương tay cầm bảo kiếm nhưng hướng lưỡi kiếm vào trong, ngài sợ sẽ làm đau những vị hiền chúng, vương bảo:

- Ông thầy là nhân duyên chính, mưa hoa cúng dường ông thầy nhưng ánh sáng và hương thơm đâu chỉ mỗi ông thầy thọ, tất cả những vị đồng tâm, đồng giải, đồng hành như ông thầy cũng đồng thọ nhận. Giáo hội dân lập là để hoằng dương Phật pháp, điều hành tăng sự, tuy bị thế quyền phế đi để lập hội mới hòng quản lý mọi việc theo ý đồ chính trị. Ông thầy và các pháp lữ đồng tâm can đảm đứng riêng, quyết chí phục hoạt giáo hội dân. Ông thầy là bậc đại trí, đại bi, bố thí vô úy

Sơn thần chắp tay thưa:

- Chúng tôi có nghe qua bức tâm thư ông thầy gởi hàng hậu học, thật thống thiết, thật từ tâm, mỗi chữ đều thể hiện tấm lòng của ông thầy đối với cơ nghiệp của Như Lai nói chung, với tiền đồ Phật giáo của xứ sở này nói riêng. Chúng tôi kính phục ông thầy lắm, cùng với địa thần và các thiện thần, chúng tôi ngày đêm không rời nửa bước chân để hộ vệ ông thầy.

- Lành thay, lành thay, đức của ông thầy mà cũng là phước của các ông. Dù biết ông thầy là bậc tòng lâm thạch trụ nhưng hàng chư thiên chúng tôi cũng mong ông thầy vững tâm, bền chí trong thời buổi pháp nhược ma cường- Tăng Trưởng Thiên Vương tán thán ông thầy không ngớt lời.

Một vị hải thần đến sau, nãy giờ lắng nghe, trong lòng chất chứa nhiều tâm sự muốn nói bèn bước ra cung kính chắp tay hướng về bắc phương:

- Thưa ngài Đa Văn Thiên Vương, tôi thường nghe ông thầy thông minh, tài hoa và trí tuệ cao siêu, điều ấy có thật đúng vậy chăng?

Đa Văn Thiên Vương cầm cây dù vàng, bên mình có con cầy mangut, mỗi khi mangut hả miệng ra thì bao nhiêu châu báu tuôn theo. Thiên vương chống cây dù xuống rồi bảo:

- Ông từ xa đến đây, có lẽ nghe phong thanh chứ chưa biết rõ cũng là lẽ đương nhiên. Tôi nói cho ông biết, ông thầy là một người kỳ tài hiếm thấy, mấy trăm năm chưa dễ có người thứ hai. Ông thầy là bậc pháp khí nối được chư tổ để giữ gìn và phát huy cơ nghiệp của Thế Tôn. Số lượng kinh sách mà ông thầy giảng giải, dịch nghĩa hay viết ra rất nhiều, một người bình thường khó lòng đọc hay hiểu hết được. Ông thầy tinh thông nội điển lẫn ngoại điển, không chỉ kinh sách mà ông thầy còn là một tay diệu thủ, những khúc dương cầm ông thầy tấu lên đến thần Càn Thát Bà cũng phải ngẩn ngơ lắng nghe. Ông thầy là bậc tinh hoa trong đạo ngoài đời của xứ sở này.

Nghe Đa Văn Thiên Vương tán thán, vị hải thần khâm phục quá đỗi, nét mặt hân hoan rạng rỡ. Vị hải thần cảm thấy hạnh phúc và may mắn khi được chứng kiến chư thiên rải hoa cúng dường trên am của ông thầy. Hải thần nghĩ xứ sở này may mắn có được bậc pháp khí như ông thầy. Hải thần rơi lệ khi được biết ông thầy cũng từng bị hình án ngục tù, lưu đày, ngẫm nghĩ giây lát, hải thần lại thưa hỏi:

- Thưa ngài Đa Văn Thiên Vương, ông thầy là châu báu của xứ sở này, là tăng bảo của tứ chúng nhưng xem ra cả tăng tục ở xứ này không có mấy ai biết đến, việc này nghĩa là sao vậy?

- Ngọc trong đá dễ mấy ai biết, viên bi thủy tinh thì mọi người đều quen, tuy cả hai giống nhau nhưng thực chất khác nhau xa lắm. Ngọc châu đáng giá ngàn lượng vàng còn viên bi thủy tinh chỉ một xu. Ông thầy bị cường quyền lẫn những kẻ đồng đạo nhưng không đồng đức ra sức cô lập, che chắn, phỉ báng... nên ít người biết đến là vậy. Ông thầy thọ ấn truyền thừa nào phải vị ngôi cao, đó chỉ là phương tiện hành hoạt để hoằng dương Phật pháp, điều hành tăng sự, tiếc thay ông thầy lại bị chính những vị đồng hội đồng thuyền cản trở để tranh đoạt ấn, tất cả cũng chỉ vì cái danh hão mà ra. Này hải thần, ông có biết không? Ông thầy còn là một tay làm thơ tuyệt hảo đấy, mặc dù ông thầy không có chủ đích làm thơ. Thơ ông thầy hay đến độ một lão thi sĩ lừng danh và quái dị vào hàng bậc nhất của xứ sở ấy phải thốt lên:" Thưa đại sư, xin đại sư cứ tiếp tục làm thơ..."

Nghe thế, Hải thần lắc đầu quầy quậy, chép miệng than:

- Ông thầy là bậc tinh hoa, là pháp khí của xứ sở này, vậy mà người bên trong trọn không hay biết, trong khi danh tiếng và đức độ của ông thầy vang khắp bốn bể, thiên hạ bao người quý mến và kính ngưỡng. Xứ sở này quả là bất tường quái dị, mà nào chỉ mỗi ông thầy, tôi thấy những kẻ có tài năng trí lực, có tâm huyết với quốc dân, có lương tri nhân phẩm... đều bị tống giam hoặc bị lưu đày, còn không nữa thì cũng lưu vong hết cả. Có rất nhiều người tài đi đến xứ khác thì được trọng dụng trong khi xứ sở này lại chối bỏ.

Đa Văn Thiên Vương nghe thế rơi lệ:

- Những điềm bất tường, những điều quái gở ông có nói hết đêm nay cũng không hết!

Trong chúng có một vị biên thần, có lẽ ông ấy lần đầu đến đây nên các vị địa thần, sơn thần đều không biết. Ông ấy đến từ vùng biên ngoại cực kỳ xa xôi, theo lời ông ấy thì nhân thấy đêm phương nam chợt sáng lòa vô cùng kỳ ảo nên mới vận thần thông đến để xem vì cớ gì mà trời mưa hoa như thế. Ông đã lắng nghe vấn đáp giữa bách với các thiên vương nên hiểu cớ sự, tuy vậy trong lòng vẫn còn chút hồ nghi, bèn hướng về Quảng Mục Thiên Vương bạch vấn:

- Bạch Quảng Mục Thiên Vương, tôi là biên thần từ xa đến đây, nhân nghe chư thiên tán thán trí huệ và giới đức của ông thầy nên lòng tôi cảm kích vô cùng. Tôi cũng có chút nghi vấn, nếu ông thầy như thế, cớ sao không buông hết xuống, chuyện đời mặc cho bọn người kia tự xử lấy, ông thầy chuyên tu thôi thì sẽ dễ dàng về nước vô sanh hay đến Cực Lạc Tây Phương có phải hay hơn không?

Quảng Mục Thiên Vương nghiêm nghị nhìn chằm chằm vào bảo tháp mà ngài mang theo, mắt ngài nhìn có thể tiêu diệt cái xấu và cái ác, bởi thế khi với người thiện thì ngài không nhìn họ, e sẽ làm tổn thương, bởi thế Tây Thiên Vương không nhìn vị biên thần:

- Rất hoan hỷ khi biết ông từ biên ngoại xa xôi đến đây, nay nhân lời ông hỏi và cũng vì tất cả chúng ở đây mà tôi có đôi lời. Ông thầy là bậc xuất chúng vượt qua cái phàm của người đời, giả sử ông thầy im lặng tu hành thì thế quyền sẽ lập tức phong ông ấy làm pháp chủ ngay, sẽ ban tặng bao nhiêu danh hiệu như: Sư tiến bộ, sư nhân dân, sư ưu tú… và sẽ cung phụng như một ông hoàng, rồi bọn bồi bút sẽ đưa ông thầy lên tận mây xanh. May cho con dân và đạo pháp của xứ này, ông thầy không phải là hạng người như vậy. Ông thầy buông xả tất cả, chỉ duy có mục đích tu hành để liễu sanh thoát tử, chỉ có chí hướng hoằng pháp lợi sanh mà thôi! Sở dĩ ông thầy không thể ngồi yên trong thiền thất mà phải dấn thân hành hoạt là vì lòng đại bi, vì yêu nước thương dân.

Kinh Phạm Võng có câu:" Bồ tát gạt lệ xông vào chốn lầm than để cứu dân". Đúng như thế đấy biên thần ơi! Bồ tát đâu ngự ở nơi chùa to Phật lớn, đền đài lộng lẫy. Bồ tát cũng không ở trong tháp ngà, càng không phải trong những ngôi phạm vũ nguy nga đạt kỷ lục nọ kia. Bồ tát ngay trong đời thường, đồng hành với dân, với những người khốn khổ lầm than. Bồ tát dấn thân vào những vùng oan khiên khổ nạn, thậm chí cả ngục tù. Bồ tát không phải ở những danh xưng đao to búa lớn, những lời xưng tụng bóng bẩy sáo rỗng hay những chức tước phù phiếm. Bồ tát ở những lời thật, hành vi thật cho dù những việc ấy có nguy hại đến mình nhưng miễn là ích người lợi đời. Bồ tát ở chỗ hộ pháp, hộ quốc, hộ dân mà chẳng kể đến sự thiệt thòi cho bản thân mình! Này vị biên thần kia, ông từ xa đến đây nên không biết đấy thôi! Xứ sở này từ xưa đã có truyền thống này rồi. Sa môn, tăng nhân hộ pháp, hộ dân, hộ quốc như các ngài: Pháp Thuận, Vạn Hạnh, Huyền Quang, Tông Diễn... còn nhiều lắm, tôi không thể nào kể hết nội đêm nay. Tôi cũng cho ông biết điều này, gần đây có một gã ất ơ cà lơ phất phơ nào đó của quốc độ Sa Bà đã viết:

Ông thầy áo vải cơm chay
Cốc keng chuông mõ tháng ngày kệ kinh
Dân oan nước loạn mặc tình
Phật cười uống cả công trình bấy lâu.

Ông thấy đấy! Đến một gã vô danh tiểu tốt tầm thường như thế mà còn thấy mấu chốt của vấn đề, tóm lại Bồ tát ắt phải hộ pháp, hộ quốc, hộ dân chứ không phải ở trong tháp ngà bảo bọc của thế quyền. Bồ tát ở trong tháp ngà thế quyền là bồ tát bằng đất qua sông. Sở dĩ ông thầy được cả thế gian biết đến, được người đời tôn kính ngưỡng mộ là do lòng từ bi, trí huệ, bản lãnh, tinh thần vô úy, sự dấn thân hành hoạt... chứ không phải ở ngôi vị hay ở văn khéo thơ hay!

Quảng Mục Thiên Vương dứt lời, từ không trung lớp lớp mưa hoa mới rơi xuống, những lớp hoa cũ vừa tan biến là hoa mới lấp vào ngay. Ánh sáng lung linh lấp lánh vô cùng ảo diệu, cả một vùng quang hoa sáng lạn thông suốt từ hư không đến am Bờ Này. Tứ thiên vương, chư thiên, bách thần, hội chúng đều hoan hỷ chiêm ngưỡng cho là việc hiếm có xưa nay.

Sáng hôm ấy, dân chúng quanh vùng cứ kháo nhau và dò hỏi nhau:" Am ông thầy trên đồi thông có hội hoa đăng đêm qua?". Có những lời ai đó bác:" Ông thầy lâu nay ẩn cư một mình, có ai lai khứ đâu mà tổ chức hoa đăng?". Duy có một điều ai ai cũng đồng ý là không hiểu sao quanh am Bờ Này đêm qua rực rỡ sáng lòa như hội hoa đăng. Người này hỏi người kia nhưng chẳng ai biết thật sự đó là sự việc gì. Thiền am vẫn tịch mịch bên đồi thông, ngoài tiếng thông reo vi vu thỉnh thoảng những khúc dương cầm tấu lên hòa cùng. Ông thầy vẫn lặng lẽ như ngàn thông bên đồi, những lời đồn đại về đêm hoa đăng ở thiền am của ông thầy không có căn cứ gì nhưng vẫn loang đi khắp nơi. Những tay mật vụ lẫn bọn lon ton tép riu được lệnh canh gác ông thầy cũng hoang mang lắm, nhiều kẻ trong bọn chúng cũng thấy đêm hoa đăng ở am ông thầy. Bọn chúng ngỡ ông thầy lén tổ chức hoa đăng hay hội họp chi đấy, tuy nhiên chúng kiểm tra nghiêm ngặt nên không thấy có dấu vết xe đến đi hay người lui tới. Đi dò hỏi quanh vùng thì mọi người cũng chẳng biết chuyện chi, mặc dù nhiều người đều xác nhận đêm ấy quanh am ông thầy sáng rực rỡ lung linh.

QUÁN CÀ PHÊ MỘNG MƠ

Thằng Sam ngồi ngả nghiêng trên ghế cao có lưng tựa, nó ngồi mà gần như nằm, chân gác qua mấy ghế khác, mắt chăm chăm nhìn màn hình, tay đập vào cái nút đỏ không ngừng. Những con số bảy tuôn chạy loang loáng chấp chới, xen vào giữa là những hình thỏi vàng, bạc, đồng nhảy múa loạn xạ. Sam lầm bầm:

- Tao lạy mầy, ra đi, rụng xuống! Tao đã vét đến đồng cuối cùng rồi!

Sam đã tốn hơn ba xấp và hy vọng cái giải độc đắc ba số bảy sẽ đến với nó, không biết vì sao Sam cứ đinh ninh là độc đắc sắp ra rồi? Nó kéo máy từ sáng hôm qua cho đến tận sáng nay, suốt đêm nó vật vạ với máy này, hơn hai mươi bốn giờ rồi mà những con số bảy vàng xanh đỏ vẫn cứ lởn vởn so le chứ chẳng chịu thẳng hàng. Nó ôm cái máy này vì nó sợ buông ra thì thằng khác vớt mất. Thực tế đã vậy, nhiều người đổ cả đống tiền vào cái máy nào đó nhưng chẳng lấy được gì, sau đó có kẻ khác sà vào chỉ tốn một ít tiền thì lại trúng độc đắc một cách khơi khơi.

Sáng thứ bảy, quán Mộng Mơ đông đảo khách hẳn lên, tiếng nói, tiếng bàn luận cả tiếng cãi vã vô cùng ồn ào. Tiếng nhạc bolero nỉ non sướt mướt nhưng chẳng ai nghe và bị loãng vì những ti vi khác đang chiếu những trận bóng cà na. Khói thuốc lá mù mịt bí bức nhốt trong bốn bức tường kiếng. Steven cứ ngỡ mình được xông khói hay ướp hương, nếu cứ xông như thế này thì chẳng con vi trùng Vũ Hán nào có thể sống nổi, hổng biết có phải vậy không mà hai năm nay chưa thấy một vị khách nào của quán bị dính dịch mặc dù trong quán chẳng ai đeo khẩu trang cả. Chú Hai bước vào, thấy Steven:

- Ăn gì chưa con? Tới hồi nào vậy?

- Dạ, con cũng vừa tới thôi, chú uống gì? Đen hay sữa?

- Cho chú ly cà phê sữa đá, nay chú trả, đừng có giành nữa đấy!

- Chuyện nhỏ thôi, chú cháu mình mà!

Steven đưa mắt về hướng mấy cái máy đánh bạc và nói:

- Thằng Sam nó chơi suốt đêm qua, hơn ba xấp rồi mà chưa lấy được độc đắc.

Chú Hai cười mỉm:

- Chết chắc! Dẫu có lấy được độc đắc rồi cũng nạp lại mấy máy khác thôi!

Chú Hai nhỏ người nhưng săn chắc, vốn là dân xây dựng mà. Chú rất khỏe, nhà cửa, đường nước, chỗ đậu xe... chuyện gì chú cũng làm cả, nay nghỉ hưu rồi nhưng ai kêu cũng làm để kiếm thêm thu nhập. Chú là khách lớn tuổi nhất ở quán, tư cách đàng hoàng tuy hiền lành nhưng giang hồ cũng nể mặt. Chú cũng là khách quen của quán nhưng chưa bao giờ chạm vào mấy cái máy đánh bạc ấy, thỉnh thoảng thì chơi xập xám hay tiến lên chút chút thôi. Thấy chú lâu nay không ghé chùa Ân Tường nên Steven hỏi:

- Lâu nay hổng thấy chú ghé chùa!

Chú Hai nhìn Steven, ánh mắt tỏ vẻ ngạc nhiên:

- Con hổng biết chuyện gì à?

- Chuyện gì chú?

- Trời! Cái thằng tâm lơ tâm lất, lúc nào cũng ngơ ngơ chẳng biết gì hết ráo. Chú giúp chùa làm cái sàn bếp, trong lúc làm chú lỡ đụng cô Hải Dược, một Phật tử ruột của chùa. Chú bảo để chú bồi thường mọi thiệt hại nhưng cô ấy không chịu và kêu cảnh sát đến. Chú chỉ làm công quả, không có hợp đồng hay giấy phép chi cả, thế là cảnh sát tịch thu toàn bộ dụng cụ đồ nghề của chú, phạt chú, đã thế vị trụ trì còn chê chú hổng biết làm. Tuy cùng đi chùa nhưng ở đây dường như không có tình thương, không có sự cảm thông. Từ đó chú không đi chùa Ân Tường nữa, giờ chú đi chùa Kim Cang, chùa nào cũng là chùa, tùy duyên vậy!

Steven ngạc nhiên hết sức, cũng đi chùa thường xuyên vậy mà chẳng hay biết chi cả, còn đang suy tư những gì chú Hai nói thì chợt có tiếng la to từ bàn bên cạnh.

- Một trăm hai mươi chi, quá đã – tiếng thằng Tài, nó đứng dậy nhảy cẩng lên trong sự đờ mặt ra của ba người còn lại: Tân, Kenny và Tom. Thằng Tài nhảy xổ lại chỗ chú Hai, ôm lấy và lắc lắc:

- Chú Hai, quá đã luôn, con thắng ván này một trăm hai mươi chi, mậu binh với bốn con ách, quá độc luôn đó chú, xưa giờ chưa từng thấy!

Chú Hai cũng cười chứ chẳng nói chi, Tài là thằng giang hồ có máu côn đồ và rất hàm hồ. Nó từng mang súng vào quán đe dọa làm khách sợ một phen xanh mặt, chui xuống gầm bàn. Chủ quán vốn quen biết giang hồ nhưng cũng ngán nó, có lẽ chẳng phải sợ nhưng vì muốn yên ổn làm ăn nên phải đấu dịu cho qua, nếu làm lớn chuyện thì cảnh sát tới càng rắc rối hơn. Thằng Tài lái xe tải hạng nặng đi xuyên bang, dạo này cũng ít ghé quán, nó cặp với con Tammy, sống già nhân ngãi non vợ chồng chứ chẳng có hôn thú cưới hỏi gì. Có lần nó cãi cọ với vợ rồi nổi máu côn đồ đá vợ đến sẩy thai. Cảnh sát còng đầu nó cho đi tù mấy tháng, gia đình tốn mấy chục xấp đóng tiền bảo lãnh. Con Tammy sống bằng nghề cho vay nặng lãi, Tammy đóng đô ở quán Mộng Mơ nhưng vòi bạch tuột vươn tới nhiều quán cà phê khác quanh vùng. Ngày ngày Tammy ngồi đấy đợi những con bạc khát nước đến vay hoặc trả nợ. Thằng Thọ vay của Tammy một xấp rưỡi, trả hoài mà không hết, tổng số tiền nó trả đã lên tới hai mươi xấp rồi. Nó mới về Việt Nam trước khi dịch để bán mấy lô đất bà già chia cho để đem qua trả nợ, tiền để dành 401-K cũng rút sạch ráo luôn. Thằng Thọ gầy nhom và đen như con mắm, ngày thường đi cày, cuối tuần trụ ở quán Mộng Mơ mà mơ mộng kiếm tiền từ những máy đánh bạc này. Nhiều hôm nó chở theo hai đứa con, hai đứa ngồi trong góc ôm điện thoại chơi trò chơi điện tử đến khi mệt thì ngủ gục ở đó. Steven nhiều lần thấy hai đứa nhỏ khóc đòi về nhưng thằng Thọ vẫn ngồi lì ở máy đánh bạc mặc cho hai đứa nhỏ năn nỉ ỉ ôi. Thằng Thọ còn gắt:

- Chơi trò chơi điện tử đi! Ba bận, chưa về được!

Hai đứa nhỏ ôm nhau ngồi thu lu trong góc quán, mặc cho khói thuốc mù mịt, âm thanh ồn ào như cái chợ. Hai đứa nhỏ thật bất hạnh khi có người cha mê cờ bạc như thằng Thọ

Quán Mộng Mơ mở nhạc Bolero nhưng tiếng hát lời ca bị chìm trong những âm thanh hỗn độn của chương trình bóng cà na. Khách uống cà phê cũng bận tâm vào đánh bạc chứ chẳng có ai nghe nhạc cả, dường như chỉ có chú Hai và Steven còn nghe chút chút. Steven hỏi chú Hai:

- Chú có đi Casino không?

- Cũng có một vài lần nhưng lâu lắm rồi, chú không thích cờ bạc nên không muốn đi, đi là vì cả nhà mà đi, để cho mọi người cùng vui.

- Vậy chú có thử thời vận không?

- Không, chú chẳng bao giờ đút một xu vào mấy máy đánh bạc. Con thì sao?

- Dạ, con có chơi nhưng chơi nho nhỏ chứ hổng có ghiền, vả lại cũng chẳng có tiền để chơi lớn. Thật tình mà nói những cái máy đánh bạc có sức dụ hoặc rất dễ sợ, dính vào khó gỡ ra, nó như có ma thuật rù quyến vậy đó chú! Mỗi khi thắng được một tí tiền thì người nó lâng lâng muốn thắng thêm, thắng lớn hơn. Khi thua thì cay cú và người nó nóng lên muốn gỡ gạc, càng gỡ càng sôi sục quyết lấy lại những gì đã mất, cứ thế mà chơi đến xu cuối cùng, nhiều người còn vay của xã hội đen để chơi tiếp. Cháu cũng biết vậy nhưng đôi khi cũng dốc hết những đồng tiền ít ỏi của mình vào trong máy đánh bạc.

Chú Hai vỗ vai Steven:

- Chú tin chắc con không lậm vào những cái máy này!

Chú Hai với Steven vốn chẳng có bà con họ hàng gì, chẳng quen biết nhau ở chùa và ở quán Mộng Mơ này rồi thân nhau thế thôi! Ở giữa quán cà phê với đám giang hồ và những kẻ mê cờ bạc như thế này thì chú Hai và Steven hợp nhau cũng là lẽ đương nhiên. Người ta nói "Đồng thanh tương ứng đồng khí tương cầu" hoặc "Ngưu tầm ngưu mã tầm mã" là vậy!

- Chú Hai biết không? Những máy đánh bạc ở Casino dễ thở hơn nhiều, tỉ lệ ăn và nhả ra của nhà cái dễ chịu hơn ở quán cà phê này.

- Chú cũng nghe nhiều người nói thế, mà con biết đấy! Những máy đánh bạc ở quán cà phê và mấy cây xăng chỉ được phép chơi trúng thưởng đổi quà, nội quy dán trên tường như thế nhưng thực tế thì những máy đánh bạc này chi trả tiền, ăn thua rất lớn. Cảnh sát biết nhưng để đấy, cứ như nuôi heo vậy, lâu lâu bố ráp một lần hốt trọn ổ. Riêng máy ở quán Mộng Mơ thì nghe nói có giấy phép hợp pháp, nghe thì nghe vậy chứ chú không có quan tâm mấy chuyện này! Lâu nay quán Mộng Mơ chưa thấy cảnh sát hốt lần nào, những quán bị cảnh sát hốt thì mướn hay nhờ người khác đứng tên để mở lại.

Hai chú cháu nhâm nhi cà phê và chuyện vãn. Má Tư từ chỗ máy đánh bạc bước ra để đi tiểu. Má Tư chào:

- Anh Hai khỏe không? Lâu nay hổng thấy anh.

Chú Hai cũng cười và chào hỏi xã giao vài câu. Má Tư là người đàn bà cao to, trông khỏe và trẻ hơn cái tuổi của bà. Bà nhỏ hơn chú Hai có vài tuổi nhưng trông trẻ hơn rất nhiều, qua Mỹ nhờ mấy đứa con lai. Bà có bốn đứa con mà hai đứa lai, thằng đầu lai trắng, con kê lai đen. Hai đứa nhỏ thì làm móng, hai đứa lớn với bà lái xe bán tải đi bán cá tôm dạo cho mấy tiệm nails. Bà và hai đứa đi Louisiana lấy cá tôm từ mấy tàu đánh cá về rồi đi bán dạo, cái nghề mua tận gốc bán tận ngọn và toàn tiền mặt nên túi cũng khá rủng roẻng, vì làm toàn tiền mặt nên khai nghèo khổ và xin được tiền bệnh, tiền già, tiền thực phẩm, tiền thuốc men... Hổng biết vì bà có bốn đứa con hay bà là thứ tư trong gia đình mà mọi người ở quán đều kêu bà là má Tư. Má Tư cũng là một tay cờ bạc có máu mặt, bao nhiêu tiền cũng nướng sạch, không chỉ kéo máy mà còn binh xập xám, đổ cá ngựa, tài xỉu xí ngầu.... Món nào cũng chơi tới bến. Má Tư cũng có lần thắng lớn hơn mười mấy xấp nhưng cũng không biết bao nhiêu lần cháy túi. Những cuộc sát phạt đỏ đen thâu đêm suốt sáng ở sòng Sáu Xệ, Sơn Nổ, Bảy Búa... không bao giờ thiếu mặt má Tư. Má Tư coi thường mấy tay cò con tép riu hoặc bọn choi choi mới tập tành, hễ thấy ai kéo máy mà chơi năm mươi xu là má Tư gây chuyện:

- Bọn tép riu, cò ke lục chốt chơi năm mươi xu phá hư cái thế của người ta. Người ta thua biết bao nhiêu tiền, tụi nó chơi bèo vậy lỡ rớt độc đắc xuống có phải oan mạng không?

Chú Hai nghe chướng tai nhưng cũng không muốn rắc rối cãi cọ, chỉ cười cười bỏ nhỏ:

- Chủ máy cài đặt như thế, họ cho chơi ở mức tối thiểu năm mươi xu chứ đâu phải người chơi tự ý sửa máy!

Má Tư cãi:

- Đành rằng là vậy, nhưng chúng chơi năm mươi xu làm hư, làm lỡ cái vận của người ta. Bọn tép riu bày đặt đua đòi chơi, yếu thì đừng ra gió! Anh biết không? Mới tuần rồi chứ đâu xa xôi gì, ông Tư Sang kéo máy và trúng giải độc đắc trị giá mười sáu xấp nhưng vì ổng chơi năm mươi xu nên chỉ nhận được có hơn hai ngàn chứ mấy! Bởi vậy tui mới nói chơi năm chục xu là phá máy, phá thế!

Thằng Tân đang đứng chầu rìa coi binh xập xám, nghe má Tư và chú Hai nói chuyện thấy ngứa nên xía vô:

- Má Tư nói đúng đó chú Hai, má Tư là dân chơi thứ thiệt, bả chơi một đồng, hai đồng thậm chí chơi tới mức tối đa mà máy cho chơi luôn.

Má Tư cầm ly cà phê trở lại máy của mình để tiếp tục kéo. Chú Hai nói nhỏ vào tai Steven:

- Bà ấy nhiều chuyện, máy của quán chứ có phải của bả đâu! Ai mạnh chơi lớn, ai yếu chơi nhỏ, chơi lớn chết lớn, chơi nhỏ chết nhỏ... cuối cùng nhà cái ăn hết! Đã mê muội mà còn giả họng lớn lối.

Steven tâm sự với chú Hai:

- Vào hãng cày cả ngày chừng trăm đồng chứ mấy, chiều ghé quán kéo máy chừng một giờ là mất cả tuần lương như chơi. Tiền làm ra đổ mồ hôi sôi nước mắt, tiền cờ bạc thì dễ như ném sỏi vào lòng biển cả! Cháu cũng mấy lần đi Casino rồi, đồng tiền mình làm ra đem đến những chốn ấy cứ như giọt sương dưới ánh mặt trời, nó bốc hơi chỉ trong chốc lát!

- Bởi vậy người ta mới nói: "Cờ bạc là bác thằng bần". Con thấy đấy, ở quán Mộng Mơ này có mấy người lấy được độc đắc? Toàn là lên bờ xuống ruộng, những người lấy được độc đắc hôm trước vài hôm sau cũng đút vào máy trở lại hoặc đốt ở mấy sòng bài đêm.

Steven để chú Hai ngồi đấy, xìa vào chỗ mấy cái máy và đút vào hai chục thử thời vận, chỉ kéo được vài chục cây là hết vèo. Bà Sơn Phương Thảo, một người Việt gốc Miên cười với Steven:

- Bòn ơi bòn, xui quá!

Nói với Steven xong bà quay qua hai người bạn Miên xổ một tràng dài, dù không hiểu tiếng Miên nhưng nhìn cái cách lắc đầu quầy quậy và gương mặt quạu đeo thì cảm nhận họ đã thua rất nhiều rồi. Steven rời máy trở lại bàn với chú Hai, lúc ấy em Hạnh mở cửa bước vô. Chú Hai hỏi:

- Hôm nay thứ bảy mà con không làm sao?

- Dạ, anh Thanh coi tiệm, thứ bảy mà sao ế quá chú ơi, con về ghé quán chơi.

Hạnh là cô gái xinh đẹp, làm chủ tiệm nails nhưng cũng có máu đỏ đen, ghiền kéo máy, thua một vài xấp cũng là chuyện thường đối với Hạnh. Thanh, chồng Hạnh thì lại không ham cờ bạc hay kéo máy, có những ngày hai vợ chồng cùng ghé quán thì Hạnh kéo máy còn Thanh lướt mạng xã hội hoặc xem bóng cà na. Hạnh kéo ghế ngồi và nói vu vơ vài câu với chú Hai và Steven. Hạnh than mùa này tiệm nail ế khách quá, giá phụ tùng và supply thì lại quá mắc trong khi giá nails không thể lấy cao hơn, đã thế đồng hương còn phá giá. Hạnh còn than vì dịch bệnh nên việc làm nails còn khó khăn thêm, chợt có tiếng hét to, tiếng xô ghế ầm ầm. Ai đó la to:

- Mầy hả bưởi! Chết với tao nghe mầy! Chạy đâu cho khỏi tay tao!

Nhiều người xôn xao nhào đến chỗ máy đánh bạc. Thằng Tân đang hớn hở chụp hình ba con số bảy vàng xanh đỏ thẳng hàng. Nó trúng độc đắc mười bảy xấp, nhiều tiếng xuýt xoa:

- Trời, quá đã nhe mậy! Tuần này huy hoàng rồi!

Tiếng trầm trồ, lời bàn tán lao xao cả quán khiến nhóm binh xập xám cũng phải ngưng lại một lát. Có ai đó nói:

- Cái máy này con Hạnh thua nhiều lắm rồi, con Hạnh xui. Thằng Tân mới bỏ ra có mấy trăm bạc mà vớt được cú độc đắc!

Hạnh cười:

- Máy móc mà ai biết được! Hên xui thôi!

Khoảng một giờ trưa, một chiếc Lexus màu trắng mới toanh đỗ xịch trước cửa tiệm. Anh Sean, chủ quán Mộng Mơ vừa đến. Sean lúc nào cũng bóng bẩy và đỏm dáng như con công, ăn vận toàn hàng hiệu: Giày prada, áo Giogio Armani, nịt LV, quần ông địa...ngoài ra còn đeo đồng hồ Rolex, sợi dây chuyền vàng to như xích sắt và lắc vàng như cái còng, bộ cánh phục sức của Sean vài ngàn đô là giá chót. Không biết ở mấy tiểu bang khác thế nào chứ ở thành Ất Lăng này thì mấy anh chị mít nhà ta mê quần ông địa như điếu đổ. Người nào ra đường cũng diện quần ông địa để ra vẻ dân chơi, dân sành điệu. Già, trẻ, lớn, bé, nam, nữ, mập, ốm, cao, thấp gì cũng mặc quần ông địa cả. Khổ nỗi quần ông địa lại bự và dài. Thế là mua về lại phải đem ra tiệm sửa quần áo để cắt ngắn ống, bóp bớt lưng... Mặc quần ông địa phải mặc xệ xuống để cái nhãn hiệu ông địa lòi ra cho nó sang. Nhiều người mặc quần ông địa nhưng người ra người, của ra của chẳng thấy sang chút nào, thậm chí rất buồn cười nữa là khác!

Sean sống rất sung túc, ăn nhậu suốt ngày, tối gầy sòng ở nhà có khi ở những sòng khác, thua vài mươi xấp đối với Sean là chuyện rất bình thường. Sean khoe mẽ như vậy nhưng lại khá tôn trọng Steven, luôn nói những lời tốt về Steven, mặc dù Steven không có khả năng để chơi như Sean hay những tay cờ bạc ở Mộng Mơ. Sean cũng đôi ba lần mời Steven nhậu nhưng Steven từ chối, sở dĩ phải từ chối là vì nhậu chung với những người bạn của Sean thì Steven đâu biết gì chuyện cờ bạc mà nói, còn bọn họ thì chẳng biết chuyện văn chương, một chữ bẻ đôi không biết, ngồi chung chịu trận chi cho mệt. Sean cũng hiểu ra vấn đề nên từ đó không rủ Steven nhậu nữa, nếu mà Steven có đến quán gặp lúc đang nhậu thì Sean cầm một chai bia đến cụng với Steven thế thôi.

Cũng như những quán cà phê khác, ngoài hệ thống máy đánh bạc Sean còn là đại lý cá độ bóng đá, bóng chày, bóng cà na. Quanh năm lúc nào cũng có giải, khi thì khu vực, lúc thì giải quốc gia hoặc quốc tế... Vì thế mà công việc làm ăn của Sean bận rộn và thu nhập rất lớn. Quán Mộng Mơ khi còn của chủ cũ thì rất èo uột, ấy vậy mà khi Sean sang lại thì nó trở nên tấp nập và ăn nên làm ra. Người ta thường nói: hay hổng bằng hên, có lẽ trường hợp

Sean cũng đúng với câu nói này. Quán Mộng Mơ cách thành Ất Lăng chừng mười lăm phút lái xe, khu vực quán là ổ dân gốc mít, quán là nơi giải trí sau ngày làm hay cuối tuần. Tuy nhiên người không hút thuốc thì lại chịu không nổi với không khí trong quán, thật tình mà nói thì đến quán toàn thanh niên hoặc dân cờ bạc chứ chẳng thấy con nhà lành đến chơi. Dân cờ bạc đến quán Mộng Mơ để mơ mộng ảo tưởng kiếm tiền, kiếm vận may từ những cái máy đánh bạc kia. Hầu như tất cả mọi người khi đến thì túi đầy tiền, khi về thì lép kẹp, thậm chí còn nợ mấy con số trong sổ của bọn cho vay. Khi đến thì túi đầy đầu nhẹ khi về thì túi rỗng mà đầu nặng nề đầy phiền não tựa như đá đeo. Nhiều người thua bạc cứ đổ thừa này nọ, thậm chí còn cho là có bùa ngải làm cho mê hoặc, thật sự thì họ quá mê đỏ đen, quá mê muội nghĩ rằng mình có thể thắng được những cái máy đã được lập trình sẵn kia. Cứ hết lần này lại đến lần khác, những đồng tiền cứ nạp vào máy như đem cá lòng tong mà đút vào miệng cá voi.

Một sáng chủ nhật trong tháng này, Steven ghé quán Mộng Mơ làm ly cà phê, nhìn thấy trên tường gần quầy tính tiền có dán tờ giấy và Steven đọc:

" Chùa Ân Tường chúng tôi xin cảm niệm công đức cúng dường của chủ quán cà phê Mộng Mơ và các mạnh thường quân sau: Sơn Nổ, Sáu Xệ, Má Tư, Tư Sang, Tài xe tải, Hạnh nails, Tân thợ điện…

Nhà chùa rất cảm kích khi nhận được tịnh tài của quý thí chủ, cầu chư Phật gia hộ cho quý vị làm ăn phát tài, gia đạo bình an, thân tâm thường lạc…

Thay mặt chùa, ni sư TLHN ấn ký"

Steven nhếch mép cười thầm trong bụng mà không biết nói cùng ai cái nỗi niềm này.

RIÊNG CHUNG CHUYỆN ĐỜI

Con Cindy đứng dậy, mở cửa định bước ra ngoài, ông Định kêu lại:

- Cindy, ba vẫn đang nói chuyện với con, sao con có thể cắt ngang mà đi? Có phải tháng tới con đi Việt Nam?

Cindy quay lại bàn và thưa:

- Dạ, con nghỉ phép hai tuần, tua du dịch Thái Lan và sẽ ghé Việt Nam.

- Đi thì đi nhưng không được ghé về nhà!

- Sao vậy ba?

- Ba không muốn họ hàng xóm giềng cười cợt:" Con gái ông Định lấy Mỹ". Con đừng bôi tro trát trấu lên mặt ba.

Cindy giơ hai tay lên trời nhún vai nhưng rồi nó cũng vui vẻ:

- Ok ba, con không ghé nhà mình đâu.

***

Con Cindy cặp thằng Matt đã hai năm nay, thằng Matt người Mỹ nhưng có nguồn gốc Lebanon, tướng tá ngon lành, cao to, tóc vàng, mắt xanh như nước biển. Gia thế nhà nó khá nổi tiếng ở địa phương, ba nó là một chủ doanh nghiệp thành đạt. Ông ấy có hãng điện tử. Anh em thằng Matt đều học hành tới nơi tới chốn, có danh phận trong xã hội. Ba má thằng Matt ly dị từ khi nó còn nhỏ, bà mẹ kế của nó rất trẻ, còn nhỏ tuổi hơn thằng anh của nó. Bà ấy tên Elizabeth, tướng tá cao ráo, thanh thoát, sang trọng, đẹp như một người mẫu. Thằng Matt là nha sĩ, con Cindy là supervisor của một văn phòng an sinh xã hội thuộc chính quyền tiểu bang. Hai đứa rất đẹp đôi vừa lứa, tâm ý hợp nhau, chúng dẫn đi du lịch khắp thế giới. Con Cindy hướng dẫn thế nào ấy mà thằng Matt mê tít thò lò món ăn Việt Nam, món nào nó cũng quất tận tình: Gỏi, bánh mì, phở, cơm sườn, chè, bánh, sầu riêng… Anh chị em con Cindy cũng không có ý kiến gì chuyện nó cặp thằng Matt, riêng ông Định thì không thích ra mặt, ông rất bực bội và không chấp nhận cuộc tình dị chủng. Ông Định vốn là sĩ quan Việt Nam Cộng Hòa, sau khi đi tù hơn năm năm thì được phóng thích và đi Mỹ diện HO15. Ông Định sống ở Mỹ cũng ba mươi lăm năm nhưng xem ra khá bảo thủ, không chấp nhận và tiếp nhận cái mới, cái khác. Ông Định chưa từng ra khỏi tiểu bang này, chưa một lần ăn pizza hay hamburger. Khi nghe tin con Cindy cặp thằng Matt thì ông giận lắm. Ông cứ giữ khư khư cái quan niệm lấy Mỹ là đồng nghĩa me Mỹ nhưng thập niên sáu mươi, bảy mươi của thế kỷ trước. Thời thế đã thay đổi, xã hội đổi thay, con người cũng khác nhưng ông không thay đổi, hơn nữa chuyện con Cindy với thằng Matt là tình yêu trong sáng, tình yêu thật sự ấy vậy mà ông vẫn không chịu thay đổi cách nhìn cách nghĩ của mình.

Con Cindy và thằng Matt yêu nhau thắm thiết và quyết định lấy nhau mặc cho ông Định không đồng ý. Thật sự thì con Cindy cũng ra ở riêng mấy tháng nay rồi, cứ mỗi khi nó về và thưa chuyện xin cưới hỏi là có cãi vã, hai cha con lời qua tiếng lại. Bà Thu, vợ ông Định thì lặng lẽ không ý kiến gì, bà xưa nay vẫn thế. Con thương ai thì gả chứ bà không câu nệ này kia như ông Định. Chuyện cứ xà quần tưởng chừng không đi tới đâu nhưng cuối cùng ông Định cũng đành chấp nhận và chịu tổ chức cưới hỏi cho con gái. Đám cưới thật linh đình, đầy đủ các nghi thức lễ cổ truyền, phẩm vật, trang trí cũng không thiếu thứ gì, ngay cả con heo quay đi rước dâu cũng có luôn. Cindy quá chu đáo, sắp xếp hết mọi thứ, từ việc lớn đến từng chi tiết nhỏ nhặt.

Ngày cưới thằng Matt mặc áo dài đỏ thêu rồng vàng, đội khăn đóng. Con Cindy cũng áo dài vàng thêu phụng đỏ, khăn vành… Hai đứa chắp tay khấn trước bàn thờ gia tiên. Ông Định xúc động mắt đỏ hoe, Tối đãi tiệc ở nhà hàng Tàu vui hết biết luôn, khách khứa toàn bạn Mỹ, khách Việt chỉ lác đác vài mống thân thuộc. Phải nói đám cưới của Cindy là một cái đám cưới vui như hội, vui trọn vẹn. Khó tánh và bảo thủ như ông Định ấy vậy mà cũng hớn hở ra mặt. Đám cưới Cindy khác với những đám cưới của người Việt mình, không đặt nặng chuyện mâm cao cỗ đầy, thức ăn phải ngon và nhiều, không bị chê ỉ ôi như khách Việt. Suốt buổi tiệc khách khứa nhảy nhót vô cùng sôi nổi. Khách Mỹ đi đám cưới cũng không đặt nặng chuyện quà cáp tiền nong, phần nhiều vui là chính, quà đơn giản chỉ là bộ lotion, chai rượu vang, vài vật dụng linh tinh hay cái gift card nho nhỏ… đây là những điều khác biệt khá lớn giữa đám cưới thuần Việt với một đám cưới Mỹ.

Gia đình thằng Matt có nguồn gốc Lebenon, tổ tiên nó theo đạo Hồi, đến thế hệ nó thì phai nhạt. Nó không có cầu nguyện như những tín đồ Hồi giáo khác, những giới cấm cũng đã không còn tác dụng. Thằng Matt và anh nó uống rượu như hũ hèm, duy một điều vẫn còn tuân theo là không ăn thịt heo. Con Cindy nhắc nhở nhà hàng không được để bất cứ thứ gì có dính dáng đến thịt heo hay hình ảnh có liên tưởng đến con heo… hễ đụng đến heo là điều vô cùng nhạy cảm, điều này nó ăn sâu trong tiềm thức của họ, vì vậy sự phản ứng khó lường trước được. (Điều này cũng giống những tín đồ Hindu – Ấn giáo. Họ kiêng kỵ thịt bò, hễ vi phạm thì khó lường trước được phản ứng kinh khủng như thế nào) . Người ngoại đạo khó có thể hiểu được vấn đề thịt heo nhạy cảm như thế nào đối với đức tin của họ.

Ba thằng Matt là ông Ahmed Labi, người da trắng gốc Lebanon. Ông sang Mỹ du học năm 1972, ông kể chuyện khi ông sang Mỹ trong túi chỉ có một trăm năm mươi đô la, ấy vậy mà ngày nay ông có trong tay hàng chục triệu Mỹ kim. Ông thông minh, sáng tạo và chăm chỉ làm ăn vì vậy sau khi học xong ông thành lập công ty điện tử và đã ăn nên làm ra.

Ông Định sang Mỹ diện HO, ngày sang đây con Cindy chỉ mới hai tuổi, trên Cindy còn có bốn chị gái và một anh trai, dĩ nhiên là cả nhà đều dành hết tình thương cho Cindy. Cindy học giỏi, thông minh, thường bài tập về nhà thì Cindy làm xong trong lúc ông Định chở trên quãng đường từ trường về nhà. Cindy lớn lên ở Mỹ nên tư tưởng và cách sống, tư duy cũng khác với ông Định và mấy anh chị lớn. Ông Định thương con nhưng quá bảo thủ vì vậy gây ra những cãi vã không đáng có giữa hai cha con và cũng như giữa ông và mấy đứa con khác. Khi Cindy học cấp hai, ngày nào ông cũng la lối:

- Con gái phải ăn mặc kín đáo, không được hở đùi, hở rún! Nếu không người ta cười chê nhà không có giáo dục!

Cindy thì thích mặc quần sort áo lửng, cãi:

- Xứ này là Mỹ mà ba! Đây là quần áo thời trang của tuổi teenage!

- Nhưng mình là người Việt Nam, cần phải giữ truyền thống văn hóa của mình!

Con Cindy lại khẳng định:

- Đây là xứ Mỹ không phải Việt Nam!

Ông Định không nói chuyện áo quần nữa, lại đề cập chuyện học hành:

- Con phải chăm lo học, không được có bồ bịch, có bồ bịch sớm sẽ ảnh hưởng đến việc học. Ba má ở Việt Nam khổ cực lắm mới mang được con qua đây, mình phải tận dụng cơ hội này để học cho đàng hoàng, nhiều người muốn được đến Mỹ để học mà không được!

Cindy lầu bầu trong miệng:

- Ba khó quá!

- Con không biết ba đã khổ như thế nào đâu? Ba đi lính ra chiến trường từng giáp mặt với bom đạn sống chết trong gang tấc. Ba đi tù đói khát bị lăng nhục đủ điều, ra tù làm đủ nghề để nuôi con cái. Giờ con cái mới được sang Mỹ.

Con Cindy bực bội vì những điều này cứ nghe hoài, nó buông một tràng tiếng Anh:

- I don't care you talk too much your matter. I don't want listen any more...

Cindy nói nhiều và nhanh như người Mỹ bản địa. Ông Định nghe loáng thoáng hiểu được một phần nên giận và quát to tiếng:

- Ở trong nhà này phải nói bằng tiếng Việt!

Cứ như thế những cuộc cãi vã xảy ra thường xuyên và theo thời gian lớn dần của Cindy. Tuy nhiên phải nói là ông Định rất may mắn, rất có phước. Tuy cãi vậy nhưng Cindy và những anh chị của nó đều rất thương yêu ba má, chịu khó làm ăn, tuy ra riêng nhưng mua nhà sống quây quần gần bên ông chứ không đứa nào bỏ đi xa. Ở Mỹ kiếm được một đại gia đình quần tụ trong một khu vực như thế kể như không có trường hợp thứ hai. Những đứa con của ông Định tuy có bất đồng ý kiến với ông nhưng rất kính trọng và hiếu thảo.

Khoảng thời gian Cindy học phổ thông trung học, ông Định vẫn ngăn cản nó đi chơi với bạn bè. Có một lần nó rạch lưới cửa sổ trốn ra ngoài đi chơi đêm với nhóm bạn. Ông Định phát giác ra và giận vô cùng, lập tức kêu hết mấy đứa con về họp gia đình và tỏa ra đi tìm Cindy. Ông Định hành xử cứ như còn ở Việt Nam nếu ông hiểu tâm lý lứa tuổi teenage một chút thì sẽ không đến nỗi này! Mấy anh chị Cindy lần theo những mối quan hệ bạn bè của Cindy và tìm thấy con nhỏ đang ở trong một quán cà phê cách nhà chừng ba mươi dặm. Cả đám nhóc sợ xanh mặt khi thằng anh cả của Cindy xuất hiện, cả đám chưa có đứa nào đủ mười tám tuổi. Thằng Long chở Cindy cũng thế, nó chỉ có bằng lái tạm thời chứ chưa phép được tự lái, xe nó mượn hay lén lấy của gia đình nó để lái. Thằng Long đập đập nát điện thoại cầm tay Nokia và năn nỉ thằng anh cả của Cindy:

- Anh tha cho em, đừng kêu cảnh sát. Em hứa sẽ không bao giờ chở Cindy đi đâu nữa hết!

Tội nghiệp thằng nhỏ, nó run như cầy sấy, vừa sợ cảnh sát, vừa sợ gia đình. Cũng tội cho nó, con Cindy đầu têu kêu gọi hẹn hò và nhờ nó chở chứ đâu phải do nó. Tuy nhiên về mặt pháp lý thì nó phạm luật, chưa được phép lái xe một mình lại chở người vị thành niên. Thằng anh cả Cindy cũng bỏ qua, không gọi cảnh sát, cả đám giải tán. Đứa nào có xe thì tự lái về, đứa nào không thì kêu người nhà đến chở về. Cindy thì thằng anh cả chở về, đến nhà, ông Định bắt nó quỳ trước bàn thờ ông nội (tức cha của ông Định). Ông Định la lối um sùm, bắt nó phải kể lại sự việc và hỏi đã có chuyện gì xảy ra với nó chưa? Ý ông muốn ám chỉ chuyện tình ái trai gái. Con Cindy xổ một tràng tiếng Anh, đại khái:

- I have right to live my life, I am not a slaver, I need connect and hangout with my friends...

Ông Định giận lắm:

- Ở trong ngôi nhà này thì phải nói bằng tiếng Việt.

Thằng anh cả của Cindy cũng la to:

- Nói bằng tiếng Việt!

Vậy là Cindy lí nhí kể lại chuyện leo cửa sổ trốn đi chơi đêm và hứa sẽ không làm như vậy nữa!

***

Thời gian qua mau như nước chảy mây bay, ông Định gần đến ngày nghỉ hưu. Thằng Phillip (anh cả của Cindy) đột nhiên thưa chuyện cưới vợ, oái oăm thay là bạn gái của nó bụng đã lum lum lồi lên. Ông Định biết được sự thế nên giận tím mặt nhất định không chịu cưới hỏi gì cả. Ông sẵn giọng:

- Nhà vô phúc! Mầy dắt nó đi tiểu bang nào xa xa khuất mắt mà sinh sống, không có cưới hỏi gì sất! Đừng để bạn bè người quen cười vào mặt tao!

Thằng Phillip quỳ xuống năn nỉ cỡ nào cũng không xong, cuối cùng nó dọn ra riêng. Ông Định kể khổ:

- Suốt cả đời khổ nhọc làm lụng nuôi con cái, khổ từ Việt Nam khổ qua tới Mỹ. Đi tù Cộng sản năm năm những tưởng mang con cái qua Mỹ để được nở mặt nở mày, vậy mà giờ con cái trả ơn như thế này!

Con Tracy, chị ba của Cindy nói:

- Tụi con biết ba má cực khổ nuôi tụi con nhưng ba má cứ nhắc hoài chuyện cũ cũng làm tụi con mệt lắm. Ở xứ Mỹ mà ba cứ muốn như ở xứ mình thì làm sao thích hợp được! Vả lại thời đại của ba khác với thời của tụi con bây giờ.

Ông Định không nói gì thêm, bỏ vào buồng nằm, chừng lát sau trong lòng không yên nên dậy và trở ra đốt nén nhang thì thầm khấn vái trước bàn thờ cha. Hai tuần sau ông Định nhắn thằng Phillip về nhà và bảo nó mời người nhà con ghệ qua thăm chơi để bàn chuyện cưới hỏi. Ông còn nhấn mạnh phải nhanh lên nếu để muộn thì sẽ thêm nhiều rắc rối nảy sinh. Nhà gái cũng biết thế yếu của mình, vả lại sống ở xứ Mỹ nên cũng theo thời đại, việc bàn chuyện cưới hỏi nhanh chóng vánh mà không có bất cứ điều kiện gây khó khăn gì. Đám cưới thằng Phillip với con Giang cũng đầy đủ mọi nghi thức và tập tục cổ truyền, cưới tháng sáu mùa hạ, đến cuối tháng mười hai mùa đông thì thằng Paul ra đời. Thằng bé cực kỳ bụ bẫm, trắng trẻo, dễ thương. Ai cũng thích nựng thằng bé. Ông Định thấy cháu đích tôn quá quầm xử, quá hợp nhãn nên vui lắm. Ông thương thằng bé, ngày nào cũng qua nhà để chơi với cháu, ôm ấp ẵm bồng cháu, bao nhiêu chuyện cũ quên lãng, những điều bất như ý trước kia rơi rụng theo ngày tháng, phai nhạt dần theo sự lớn lên hết sức dễ thương của thằng Paul.

Sau ngày ông Định về hưu, ông trở thành babysit, chở thằng Paul, con Tina, con Liza… đi học. Ngày ngày hai buổi đưa đón tụi cháu, quãng thời gian ở giữa thì ông Định làm vườn. Ông vốn là một nông dân chính hiệu, ngày xưa còn ở Việt Nam đã từng làm la ghim, trồng rau, trồng nấm rất mát tay. Giờ ông lại giở nghề cũ ra và làm rất bài bản. Ngôi nhà của ông to như biệt thự, có vườn hoa, rặng thông, ngôi nhà vốn của một viên phi công da trắng, hắn ta bán nhà để di chuyển qua tiểu bang khác. Ngôi nhà này khi còn chủ cũ thì cứ mỗi hai tuần có người đến chăm sóc vườn hoa, cắt cỏ… Sân trước, vườn sau đủ loại hoa, mùa nào thức ấy, nào là: Pansy, tulip, daffodil, hồng camila, cẩm tú cầu, thược dược… đặc biệt có cây hoa mộc lan hồng đã bảy mươi tuổi to bằng một vòng ôm người lớn, mỗi mùa xuân hoa mộc lan nở hồng cả sân, cánh hoa trải thảm trên cỏ xanh đẹp như vườn địa đàng. Ngôi nhà do mấy đứa con hùn tiền lại mua cho ông. Nhà cửa, đất đai, giá cả ở thành Ất Lăng rất rẻ, nhiều nhà môi giới địa ốc nói:" Nếu ngôi nhà này ở California thì giá không dưới hai triệu Mỹ kim", ấy vậy mà ở đây giá chừng hai trăm ngàn (giá thời điểm mua nhà, bây giờ thì khác rồi)

Ông Định sống thực tế, ít mơ mộng hay lãng mạn. Với ông hoa cỏ phù phiếm vì vậy ông phá sạch vườn hoa để trồng rau muống, cải, xà lách, đậu que… Cây mộc lan ông cũng kêu người cắt bỏ vì e rằng nó sẽ che hết ánh nắng làm cho rau cải không lớn. Những nhà láng giềng tiếc ngẩn ngơ, vì cây mộc lam qúa đẹp. Họ đã nhìn ngắm nó bao nhiêu năm nay rồi, Họ hỏi:" Cớ sao chặt bỏ cây mộc lan, uổng vậy, nó đâu có gây nguy hiểm gì đâu!". Hỏi thì hỏi vậy chứ, có tiếc cũng thế thôi, cây trong vườn của ổng thì ổng có quyền để hay cắt bỏ. Phải công nhận ông Định mát tay thật, rau cải, đậu que, bí ngô, bí đao… tốt quá trời luôn, ăn sao xuể, cả năm gia đình con cái ngày nào cũng đến hái rau mà ăn cũng không hết. Ông Định lại cất công cắt đem cho bạn bè và những người quen biết, kể cả mấy người Mỹ láng giềng. Nhiều người góp ý nên đem ra chợ Việt bán hay đổi những món đồ gia dụng, ông Định nhất định không! Chỉ cho người quen ăn lấy thảo chứ không bán mua đổi chác. Có thể nói ông Định là nông dân thứ thiệt, chất phác, tay nghề thành thạo và cũng cần phải nói là một phần do khí hậu ôn hòa mát mẻ, đất đai màu mỡ trù phú nên vườn rau xanh mướt, trồng cây gì cũnmg sống, cắm cây gì xuống cũng mọc lên.

Ông Định nghỉ hưu ở nhà chở cháu đi học và trồng rau. Bạn bè đồng liêu, đồng niên rủ ông tham gia hội cao niên, cộng đồng để sinh hoạt cho vui tuổi già. Ông thẳng thừng từ chối:

- Thị phi nhặng xị thêm mệt! Đến để nghe mấy khứa lão nổ sảng và bắt bẻ chuyện này chuyện kia thêm phiền.

Trong nhóm bạn của ông có người hồi hương sống nốt tuổi già, có người đi đi về về hàng năm. Riêng lông thì nhất định không về. Ông qua Mỹ cũng tròm trèm ba mươi lăm năm nhưng về Việt Nam chỉ hai lần, về là vì bất đắc dĩ, lần đầu lo đám cưới cho con gái lấy chồng ở bển, lần thứ hai thì cách đây cũng đã hai mươi năm. Ông nói ông không thể sống nổi ở Việt Nam! Mà cũng lạ thật, con cái cả nhà ông chẳng có đứa nào thích về Việt Nam cả. Họ hàng bà con gần nhiều người cứ hỏi:" Tại sao Việt kiều về nước quá trời mà nhà ông Định chẳng thấy ai về?". Họ hỏi và nói với nhau tiếng cũng bay tới tai nhà ông Định nhưng chẳng có ai nói năng gì. Ông Định và mấy đứa con không thích về Việt Nam chẳng phải vì lý tưởng tự do, dân chủ, nhân quyền; cũng chẳng phải vì quan điểm chính trị này nọ; cũng chẳng phải vì nghèo không có tiền, ngược lại nữa là khác. Mấy đứa con ông Định ăn nên làm ra, rất giàu, tiền bạc rủng roẻn. Họ không muốn về vì cả gia đình sống ở Mỹ, bà con thì họ chẳng mặn mà gì, một lý do nữa là con cái ông Định bằng lòng với cuộc sống hiện tại, gắn chặt mình vào công việc. Họ sống cứ như một công thức, sáng đi làm tối về nấu nướng ăn uống, xem mạng xã hội… cuộc sống cứ đều đều như thế, cứ như một công thức nhất định, hằng mấy chục năm trời chẳng có một tí ti thay đổi. Bản thân ông Định và con cái cũng không quan tâm việc cộng đồng, chuyện giao tế xã hội... và họ cũng không có ham hố đua đòi, thậm chí chẳng bao giờ tham gia một việc gì ngoài xã hội, không cả việc vui chơi giải trí, văn nghệ... Có chăng chỉ là cuối tuần đi shopping, đi mall mua sắm thế thôi!

***

Mùa xuân lại đến, trong số bạn cũ ngày xưa cùng quê của ông Định có người về Việt Nam ăn tết. Ông Định có gởi chút quà về cho bà chị thân nhất. Người ấy rủ ông cùng về một chuyến đối già, về thăm lại mồ mả ông bà cha mẹ... Ông Định cười trừ chứ chẳng nói năng chi.

Mùa xuân, ngày tết ai ai cũng đi chùa dâng hương lễ Phật cầu chúc năm mới tốt lành bình an nhưng ông Định không bao giờ đi, mấy đứa con thì thi thoảng cũng có đi, nếu ngày tết rơi trúng vào ngày nghỉ. Ông Định và một số bạn của mình có một sự hiểu lầm to lớn, cứ vu cho Phật giáo làm Việt Nam Cộng Hòa sụp đổ, làm gì có chuyện đó! Sụp đổ có rất nhiều nguyên nhân cả nội thân và do bên ngoài. Phật giáo làm gì có năng lực lớn đó, giả sử có đi nữa thì Phật giáo cũng không bao giờ làm việc đó! Phật giáo chỉ biểu tình đòi hỏi tự do và bình đẳng trong giai đoạn bị đàn áp. Phật giáo không làm chính trị, không tham chính, thân chính hay can thiệp chính trị. Nhân chứng còn đấy, vật chứng, tang chứng đầy đủ. Tài liệu mật của CIA đã bạch hóa, tài liệu của tòa bạch ốc, ngũ giác đài, bộ ngoại giao Mỹ cũng đã công khai hết về chuyện Phật giáo năm xưa. Chỉ tiếc là ông Định khư khư không chịu đọc, không cập nhật nên mới đổ lỗi cho Phật giáo và từ chối việc đến chùa.

Thành Ất Lăng đón tết cổ truyền trong thời tiết ảm đạm của mùa đông Bắc Mỹ, khí hậu biến đổi quá cực đoan, nóng - lạnh và nắng - mưa thất thường không sao tưởng nổi. Tự nhiên đã thế, con người còn rối ren hơn, chỉ có một nhúm người Việt mà tranh nhau tổ chức mấy hội xuân, năm nào cũng tranh. Ngày thường thì đấu đá, chụp mũ, mạ lỵ nhau không ngớt. Nạn bè phái, phe nhóm thật khó mà hòa hợp nếu không muốn nói là không thể! Hình như bản tánh người Việt là vậy, bởi vậy mới có câu tục ngữ cải biên:" Không ăn đậu không phải Mễ, không chia rẽ không phải Việt Nam". Ông Định từ chối tham gia hay sinh hoạt với bất cứ tổ chức, nhóm hay cộng đồng nào kể cũng rất có lý!

    Thời thế thay đổi, lòng người đổi thay. Những thế hệ lớn dần dần thưa thớt, những thế hệ trẻ thay thế thì những lý tưởng cũ cũng phai nhạt, những vấn đề tồn đọng của ngày xưa cũng dần dần không còn được nói đến, thậm chí bây giờ rất nhiều người mơ hồ và không còn phân biệt gì Quốc - Cộng nữa. Thành Ất Lăng năm nay lại dậy sóng, có một người đàn bà dữ dằn làm bầu sô rước Đờm qua biểu diễn. Những người phản đối bị bà ta và bọn đàn em chửi bới, hăm họa, đe nẹt dùng luật kiện tụng, thậm chí còn đe dọa sẽ cho xã hội đen xử… Y thị xảo trá bao biện:" Chỉ làm nghệ thuật chứ không làm chính trị". Trong khi những người phản đối đưa ra bằng chứng Đờm ca sĩ làm văn hóa tuyên truyền, một dư luận viên và nhất là những phát ngôn hàm hồ vô văn hóa của y. Sô hát vẫn diễn ra bất chấp sự phản đối, rất nhiều người đi xem Đờm hát, rất nhiều người không còn phân biệt gì nữa giữa ca sĩ trong hay ngoài, đỏ hay vàng, chánh hay tà, nghệ thuật hay âm thầm vận động… Ông Định không phản đối cũng không ủng hộ việc Đờm sang đây ca hát hay vận động. Tuy nhiên ông chép miệng:

    - Xưa đã thua phải chạy qua đây, giờ lại thua ngay tại đây nữa rồi! Thằng Đờm chỉ là một ví dụ cụ thể đây! Ngoài nó ra còn có rất nhiều cán bộ mua nhà, mua đất, mua thẻ xanh, đưa con cháu qua bên này.

TA NGHE MÙA XUÂN HÁT

Hải ngoại vẫn còn tuyết phủ băng giăng, không khí lạnh căm, cây cối trơ trụi lá, cành cây khẳng khiu như muôn ức cánh tay xương vươn lên trên hư không. Phần lớn chim muông di trú về miền nắng ấm, chỉ còn lại những con chim hồng y (cardinal) màu đỏ cam nhảy lanh chanh chuyền cành. Trời mùa đông rét mướt, chỉ có họ tùng, thông… là xanh biếc, mặc dù lạnh vậy nhưng bầu trời vẫn xanh thăm thẳm như tự thuở hồng hoang, nắng vẫn vàng ươm và mây trắng thong dong chẳng biết tự bao giờ.

Gã du tử thơ thẩn trong sân vườn, bất chợt nhìn lên những cành đào, trời! Nhiều quá, bao nhiêu là nụ hoa, một, hai, ba… vô số nụ! Những nụ hoa đào tròn như viên tể, hườn của tiệm thuốc bắc, lớp vỏ nụ màu nâu lẫn xanh. Một vài nụ đã hé lớp lụa hồng bên trong.

Oh! Dấu hiệu của mùa xuân, giờ này cố quận đã là tháng chạp xuân nhưng hải ngoại mới giữa đông. Mùa xuân phương đông là mùa xuân đoàn tụ sum họp gia đình, là mùa yêu thương mọi người tạm gác những tranh chấp bất đồng, chí ít cũng ba ngày tết. Mùa xuân là mùa quay về cội nguồn, mùa của muôn hoa khoe sắc hương, mùa của đất trời khởi sự thanh tân.

Nụ hoa đào đang ngậm đông để đợi xuân sang, giữa mùa đông, gã du tử đã nghe mùa xuân hát văng vẳng trong tâm, rồi đây khi xuân đến, khúc xuân ca sẽ mượt mà trên thảo nguyên, sẽ xanh rì rừng núi, sẽ vượt qua những triền đồi và sẽ dài theo những cung đường bất tận. Mùa xuân của trời đất thiên nhiên chứ chẳng của riêng ai. Mùa xuân của muôn loài vạn vật nào đâu chỉ riêng của con người. Mỗi quốc độ, mỗi chủng tộc khác nhau thì có nét xuân riêng của mình, điều ấy phụ thuộc vào văn hóa, tập quán và phong tục truyền thống của chính họ.

Tộc Việt với cội nguồn văn minh nông nghiệp lúa nước. Mùa xuân in dấu ấn rất sâu đậm, có thể nói là đẹp nhất, nhiều lễ hội nhất và cũng mang nhiều sắc thái tâm linh hơn những mùa kia. Mùa xuân tộc việt không thể thiếu tiếng pháo rộn ràng, không thể không có chiếu chèo sân đình, hát bội đêm xuân hay câu hò man mác trên sông nước. Mùa xuân dân tộc gắn liền với việc lên chùa lễ Phật, đốt nén hương trầm thầm tưởng nhớ tổ tiên, ông bà, cha mẹ. Mùa xuân không thể không có những hội chợ lô tô, bầu cua cá cọp... dù là ở chốn thôn quê hay nơi thành đô nhộn nhịp. Tiếng hát mùa xuân vút cao bay xa mênh mông trong đất trời. Lòng người hoan hỷ biết bao, cây cỏ hồi sinh. Động vật muôn loài quay về hay bừng tỉnh sau giấc ngủ đông. Mùa xuân rực rỡ hoa đào, hoa đào hồng cả một góc trời. Thành Ất Lăng là xứ sở của hoa đào, hoa đào có khắp mọi nơi từ rừng núi, đồi nương, trang trại, đồng quê cho đến phố phường.

Không biết cành đào Thăng Long ngày xưa Nguyễn Huệ gởi vào Phú Xuân cho Ngọc Hân có khác gì với hoa đào hôm nay? Chắc là không! Hoa đào nào cũng thế, lịch sử ba trăm năm tuy có dài nhưng so với dòng thời gian bất tận của sự thành-trụ-hoại-không thì chẳng có là bao. Có thể xem như là một giấc mơ, một cái chớp mắt mà thôi. Năm xưa, sau khi dẹp xong giặc Mãn Thanh, Quang Trung kéo quân vào Thăng Long, lúc bấy giờ Bắc Hà còn rét lắm, mùa xuân dù đã sang nhưng cái rét Bắc Hà không dễ chịu chút nào. Cành đào gởi vào Phú Xuân là hoa của tình yêu, là báo tin thắng trận, là biểu tượng xuân sang. Cành đào vào nam mang theo tiếng hát mùa xuân đi suốt dặm dài đất nước.

  Ngày xưa khi còn nhỏ, gã du tử sinh trưởng lớn lên ở phương nam nên chỉ biết có hoa mai, thích hoa mai, yêu hoa mai. Hoa mai vàng rực rỡ một khoảnh sân, sáng cả phòng khách, hoa mai mang lại cả mùa xuân. Ông tổ tuồng Đào Tấn từng yêu hoa mai một cách sâu đậm, lấy hiệu là Mộng Mai và Mai Tăng. Ông dặn dò con cháu sau khi mình qua đời thì chôn ở núi Huỳnh Mai, huỳnh mai chính là hoàng mai, mai vàng vì kỵ húy nên chữ hoàng chế ra thành chữ huỳnh.

  Thuở ấy quốc gia còn cấm chợ ngăn sông, giao thương ách tắc, đường xá ngăn ngại, xe cộ thiếu thốn nên cả một dải phương nam chỉ biết có hoa mai (và người phương bắc chỉ biết hoa đào). Người phương nam mấy ai biết hoa đào? Càng chẳng có hoa đào để chưng, nếu có biết hoa đào chẳng qua là qua tranh ảnh sách vở mà thôi! Thuở ấy mấy ai ở phương nam sắm được cành đào để chưng xuân? Bởi vậy người phương nam gắn liền với hoa mai và người phương bắc với hoa đào. Sau này ra hải ngoại, rồi trở thành con dân của thành Ất Lăng, gã du tử mới thấy hoa đào sao đẹp thế và cũng từ ấy đem lòng yêu hoa đào, mê hoa đào. Tâm vốn tràn ngập hình ảnh hoa mai giờ thêm hoa đào, vì thế tâm càng phong phú hơn, càng khiến cho tiếng hát mùa xuân bay cao và bay xa hơn. Tâm vốn không thiếu không thừa, không sanh không diệt, không dơ không sạch có thêm hình ảnh hoa đào cũng chẳng đầy, hải ngoại không có hoa mai cũng chẳng vì vậy mà vơi. Tâm vốn diệu kỳ như thế!

  Mùa xuân muôn sắc hương hoa, mùa hạ xanh cây lá, mùa thu vàng trời đất, mùa đông trắng tuyết giăng… cũng không ngoài một niệm tâm. Sanh yêu ghét cũng từ tâm, ôm lấy hay buông bỏ cũng tự tâm, tỉnh hay mê không ngoài một niệm… để rồi thăng hay đọa đều chính cái tâm mình. Trời còn rét mướt nhưng cánh đào hồng mùa xuân đang tượng hình trong nụ. Em chưa phải là mỹ nhân nhan như ngọc nhưng cũng đủ để gọi là mắt biếc má đào. Xuân về tiếng hát vút cao, lòng người xôn xao, em áo dài tha thướt lên chùa lễ, trẩy hội xuân. Tà áo dài, gót hài thêu của em tô điểm thêm nhan sắc mùa xuân. Xuân tộc Việt không thể thiếu những tà áo dài. Xã hội dù có văn minh tiến bộ đến đâu cũng không thể vắng những tà áo dài tha thướt trong mùa xuân. Đã mấy trăm năm qua, tà áo dài như một biểu tượng của trang phục dân tộc, một biểu tượng sống động trong những dịp lễ lạc, hội hè, tết tư… Vì thế mùa xuân không thể thiếu những tà áo dài. Tà áo dài cũng đã trở nên quen thuộc trong con mắt của thiên hạ, hễ nơi nào có người của tộc Việt thì nơi ấy có áo dài, nhất là mỗi độ xuân sang. Thật khó mà tưởng tượng xuân của tộc Việt không có những ta áo dài của em, của các bà các cô và cả của các cụ, thậm chí các anh chàng đỏm dáng cũng diện áo dài trong dịp tết. Nói đến xuân hay tết dân tộc ắt nhớ đến hoa đào, hoa mai, bánh tét, pháo, lân… và dĩ nhiên không thể thiếu những tà áo dài.

Thành Ất Lăng thuộc miền đông nam của xứ Cờ Hoa, tuy vạn dặm xa nguồn cội nhưng mỗi mùa xuân sang vẫn bừng lên những tà áo dài xuân sắc. Những tà áo dài nhiều màu sắc, đa kiểu cách, lắm họa tiết hoa văn tha thướt lễ chùa, tung tăng các hội xuân và rộn ràng khắp các khu thương mại của cộng đồng Á châu. Thành Ất Lăng là thủ phủ của liên minh các bang miền nam thời nội chiến, giờ nó vẫn là thủ phủ của miền đông nam xứ Cờ Hoa. Con cháu tộc Việt di tản tụ về đây rất đông, tuy nhiên không thể bằng thủ đô tỵ nạm California và thủ đô cowboy Texas. Con cháu tộc Việt ở đây góp thêm cho xứ sở này một nét xuân mới mang màu sắc phương đông. Mỗi độ xuân về là tràn ngập bánh kẹo, rim mứt, đặc sản , hoa cúc, hoa đào, áo dài, lân, pháo… Ở quê nhà vẫn cấm đốt pháo nhưng ở đây pháo nổ giàn trời, tiếng pháo báo hiệu mùa xuân sang, biểu thị xuân đang hiện tại, gợi nhớ những mùa xuân xưa.

Mùa xuân là nguồn cảm hứng bất tận cho các văn sĩ, thi sĩ, nhạc sĩ, họa sĩ... Có vô số những tác phẩm về chủ đề xuân, ca ngợi xuân, tán tụng xuân. Người thế gian ai mà chẳng yêu thích mùa xuân, không có tâm hồn nào mà vô cảm, không lay động khi xuân sang. Ngay cả những bậc tu hành đã lánh đời, ly gia đoạn dục, lìa bỏ trần cảnh như những thiền sư, ấy vậy mà cũng có những cảm xúc để trước tác về mùa xuân. Bài kệ "Cáo tật thị chúng" của Mãn Giác thiền sư là một bài kệ - thi rất quen thuộc và phổ cập, hầu như người Việt nào yêu thơ văn cũng đều biết:

> Xuân khứ bách hoa lạc
> Xuân đáo bách hoa khai
> Sự trục nhãn tiền quá
> Lão tòng đầu thượng lai
> Mạc vị xuân tàn hoa lạc tận
> Đình tiền tạc dạ nhất chi mai

Bài kệ này cũng có thể xem như một bài thơ, một điển hình mẫu mực về xuân, mỗi mùa xuân về thiên hạ lại đem bài kệ-thi này ra ngâm nga, phân tích, xưng tán... Thiền sư nhìn nhận mùa xuân đến đi đúng với bản chất của tự nhiên (look as is), không có dính mắc, không phán xét, không yêu ghét, không níu kéo... Xuân là tự nhiên, trong xuân vốn hàm tàng các mùa kia và những mùa kia cũng đã có xuân từ trong rồi. Xuân đến hoa nở, xuân qua hoa tàn là lẽ tự nhiên, với người ngộ đạo thì ngay cả xuân tàn cũng đã sẵn "Nhất chi mai" từ đêm qua. Cái nhìn xuân của vị thiền sư sâu sắc hơn người thế gian, hơn những nghệ sĩ ngoài đời, cái nhìn sâu sắc (insight) và chánh niệm (mindfulness) của người hiểu đạo, chứng ngộ lẽ sanh-trụ-dị-diệt. Cái nhìn của người đang ở trong phút giây hiện tại của mùa xuân, mượn cảnh xuân và chuyện có bệnh để cảnh tỉnh, giáo dưỡng đồ chúng về lẽ vô thường, sự bất sanh bất diệt của chơn tâm Phật tánh. Sanh-diệt, đến-đi, cũ-mới... là sự đối đãi của thế gian, của vọng tâm. Cái tánh giác nó vẫn thường hằng, vẫn thường trụ, vẫn bất sanh bất diệt.

Gã du tử từ phương ngoại xa xôi lòng hướng về cố quận, nhớ mái chùa quê, nhớ những con đường phố thị đông vui, nhớ tiếng pháo giao thừa, nhớ những mùa xuân xưa. Bóng dáng xuân, âm thanh xuân, hương vị xuân vẫn luôn tràn ngập trong tâm hồn, bởi vậy lúc cao hứng khi xuân sang gã du tử cũng tập tễnh mần thơ:

Xuân đất trời bây giờ mới đến
Trong lòng tôi xuân đến đã lâu rồi"- TLTP

Gã du tử rong ruổi trên đường đời, vất vả với đường mưu sinh, lang thang lặng lẽ giữa đường sanh tử, mò mẫn rụt rè bước vào đường thơ văn... Dù cho đời có thế nào đi nữa, dù xã hội có xê dịch đổi thay, dù thiên nhiên biến dịch không ngừng. Lòng gã du tử vẫn hướng về quê hương, trái tim vẫn thổn thức cùng cái đẹp, tâm hồn lân mẫn vẫn yêu thương dân tộc mình, nhất là trân quý những con người sống vì nước vì dân. Hải ngoại giữa mùa đông nhưng đất xưa của mình đã là tháng chạp xuân. Gã du tử dường như nghe văng vẳng âm hưởng thiết tha của xuân xưa, tiếng thì thầm hy vọng của xuân mai và lời ca thống thiết thậm chí ai oán của xuân hiện tại:

Tháng chạp đã vào xuân
Mai, đào đơm nụ
Muôn hoa trái tụ hương
Mùa xuân thấp thoáng trên vạn nẻo đường
Đất trời dường như hóa thanh tân
Tháng chạp thương người vất vả
Ngược xuôi nặng nợ cơm áo mưu sinh

Người phương xa nặng tình
Lòng hướng về nguồn cội quê hương
Tháp chạp thương người trong ngục tối
Những người hiên ngang không cúi đầu quỳ gối
Dám nói lên lời thật trong đời

Những tù nhân lương tâm, dân oan, bất đồng chính kiến…

Hình án tàn độc oan khiên

Mùa xuân đến với muôn loài nhưng không thể vào ngục tối
Vì ngăn cản của những kẻ có trái tim lạnh giá hơn cả song sắt nhà giam

Những kẻ nắm quyền sinh sát trong tay
Tâm không hề mảy may rung động
Như dế giun nào biết đất rộng trời cao
Mùa xuân ơi tiếng hát bay xa
Niềm vui đến muôn nhà
Mùa xuân núi rừng đẹp lắm
nhưng trẻ vùng cao không cơm ăn áo ấm
Người lên nương dỡ đá trồng ngô
Những trường học tranh tre vách nứa
Gió mùa xuân rét cứa thịt da

…

Như thế đấy, mùa xuân về trên quê hương ta, lời ca bay cao bay xa, lời ca không chỉ ca ngợi cái đẹp mà còn là xưng tụng nhân văn. Lời mùa xuân hát cao vút trong đất trời nhưng vẫn có những cung trầm, trầm vì nước non nhiều hung hiểm, xã hội nhiễu nhương và có nhiều những con người quả cảm vì nước vì dân mà phải chịu cảnh tù đày, giam cầm, khủng bố. Những con người ấy đã hy sinh tuổi xuân, mùa xuân riêng của mình vì một mùa xuân tươi sáng hơn cho đồng loại.

***

Những thập niên ba mươi, bốn mươi của thế kỷ trước, khi đất nước còn bị đô hộ bởi thực dân Pháp. Một thi sĩ của phong trào thơ mới đã viết:

Tôi có chờ đâu có đợi đâu
Đem chi xuân lại gợi thêm sầu

Có lẽ trong hoàn cảnh tối tăm của đất nước, dân tộc bị nô lệ ngoại bang, tương lai không có tia hy vọng nào bởi vậy thi sĩ nhìn mùa xuân ảm đạm, buồn bã, đầy ưu sầu, thậm chí chẳng còn mong chi xuân. Hoàn cảnh xã hội, đất nước tác động mạnh vào tâm trí của nhà thơ. Không chỉ thời Pháp thuộc tộc Việt có những mùa xuân bi thảm mà cả ngàn năm bắc thuộc đã có bao nhiêu mùa xuân sầu thảm. Thời hiện đại cũng có xuân Mậu Thân đầy máu lửa, đạn bom, chết chóc. Xuân Mậu thân là một mùa xuân đen tối, bi thảm, oan khốc của người Việt phương nam, chẳng những công chức, viên chức mà ngay cả thường dân cũng bị thảm sát.

Sử tộc Việt tính từ năm đầu công nguyên đến nay cũng đã hơn hai ngàn năm, ngoài những mùa xuân sầu thảm đau thương thì cũng có những mùa xuân vô cùng rực rỡ hào hùng, những mùa xuân oanh liệt được ghi vào sử sách: Mùa xuân năm 40 – 42 hai Bà Trưng phất cờ khởi nghĩa, đánh đuổi Tô Định chạy về phương bắc, lấy lại sáu mươi lăm thành, đóng đô ở Mê Linh. Nhi nữ quần hồng tộc Việt đã khiến cho mày râu Tàu sợ vỡ mật, chạy trối chết. Mùa xuân Mậu Thìn, Triệu Thị Trinh dựng cờ khởi nghĩa, đánh cho giặc Ngô những trận long trời lở đất. Bà Triệu cỡi voi, chít khăn vàng oai phong lẫm liệt khiến giặc Ngô sợ khiếp vía, bảo nhau:

> Hoành qua đường hổ dị
> Đối diện bà vương nan

Mùa xuân Giáp Tý, sau khi đánh đuổi giặc Lương, Lý Bí xưng Nam Việt Đế và dựng nước Vạn Xuân, mong mỏi độc lập dân tộc, đất nước trường tồn. Lý Bí là người Việt đầu tiên xưng đế, kế tiếp có Mai Thúc Loan cũng xưng Đế. Mùa xuân Hoa Lư, Đinh Tiên Hoàng Đế lập nước Đại Cồ Việt. Mùa xuân Thăng Long bắt đầu từ triều đại nhà Lý mở ra một trang sử mới của dân tộc, độc lập, tự chủ, văn hiến. Mùa xuân thăng Long của nhà Lý với hào khí Đông A của nhà Trần là những mùa xuân huy hoàng của lịch sử cổ đại Việt Nam. Những chiến công Như Nguyệt, Bạch Đằng, Vạn Kiếp, Đông Bộ Đầu… là cả một quá khứ hào hùng. Mùa xuân Yên Tử lại mở ra một cung trời ảo diệu, các vua Trần sau khi an định đất nước đã từ bỏ ngai vàng để lên đây tu hành và lập ra dòng thiền thuần Việt, mở ra một nhánh mới trong dòng Phật sử Việt. Mùa xuân Mậu Tuất, Lê Lợi dựng cờ khởi nghĩa Lam Sơn, trải qua mười năm gian khó nằm gai nếm mật mới đánh đuổi được giặc Minh để khôi phục lại nền độc lập của quốc gia. Mùa xuân Kỷ Dậu, vua Quang Trung và quân Tây Sơn tiêu diệt hai mươi chín vạn quân Thanh. Mùng năm tết Quang Trung cỡi voi vào Thăng Long với áo bào và khăn vàng còn sạm thuốc súng. Xuân Kỷ Dậu là đỉnh cao của chủ nghĩa anh hùng ca dựng nước và giữ nước. Xuân Kỷ Dậu thống nhất nước nhà, chấm dứt tục cống người vàng, đập tan âm mưu xâm lược và đồng hóa của bắc triều, nhờ chiến thắng này mà cả trăm năm về sau giặc Tàu ngừng xâm lăng nước Việt. Dòng xuân tương tục nối liền mạch xuân hiển hách của tộc Việt: Mê Linh, Long Biên, Hoa Lư, Đại La, Thăng Long, Phú Xuân…

Dòng thời gian bất tận không ngừng biến thiên, sự thay đổi trong từng phút giây. Dòng đời không ngừng trôi, từng thế hệ nối tiếp nhau, loài người có như thế nào đi nữa thì mùa xuân vẫn thế thôi. Mùa xuân vốn như thế, chẳng phụ thuộc vào cảm xúc chủ quan của con người. Ta thấy xuân đẹp, xuân rộn ràng, xuân tràn đầy sức sống hay là xuân bi thảm thì xuân vẫn cứ là xuân, xuân vẫn như thế nếu nhìn nhận như thế (look as is) thì mình không bị ràng buộc, không phải khổ tâm mong đợi, trông chờ hay chối bỏ. Xuân vẫn cứ đến rồi đi khi trái đất quay trọn một vòng quanh mặt trời.

Mùa xuân hải ngoại dẫu vui, dẫu có rộn ràng, dẫu có đầy đủ phủ phê thức ăn uống và phương tiện vật chất nhưng tâm tư những người con xa xứ không ít thì nhiều cũng bâng khuâng nhớ về nguồn cội tổ tiên, nhớ quê hương, nhớ những người thân yêu còn ở quê nhà.

VÔ TẬN Ý

Y ngồi thừ ra đấy, cắn quản bút tửa lưa ra mà đầu óc thì đặc sệt. Y cố nặn cho ra một ý tưởng hay một manh mối nho nhỏ nào đấy để viết nhưng tuyệt nhiên chẳng có mảy may nào. Y vận dụng trí nhớ, đào sâu vào mớ ký ức cũ, tưởng tượng điều chưa xảy ra trong tương lai để viết cái gì đó nhưng hoàn toàn bất lực. Nếu bảo cái đầu mít đặc không có kẽ hở nào để ý len lỏi cũng đúng mà giả như nói cái đầu rỗng không, chẳng có một chút gì để khuấy lên gợi một niệm thì cũng chẳng sai.

Y như thể cái bị thịt giờ chỉ biết ăn, ngủ, cày kiếm cơm, làm tình thế thôi! Giờ một chữ cũng không viết nổi vì ý đã cạn, tứ đã kiệt, tâm tư khô khan như thể suối ngọn mạch nguồn bị lấp đi rồi.

Y thảng thốt, tâm thần phiêu hốt không biết mình lại làm sao mà ra nông nỗi này? Nhìn nghiên mực đầy chưa hao hớt giọt nào, trang giấy trắng tinh chưa có một nét dù là ngang dọc để có thể gọi là văn tự. Y đã đóng chặt cửa, cắt hết mọi nhân duyên bên ngoài, dốc toàn tâm ý để viết, ấy vậy mà chịu thôi! Cả ngày rồi chẳng có một chữ nào, có lẽ vì vận công lao tâm khổ tứ quá độ mà y gục xuống bàn thiếp đi lúc nào không hay biết.

***

Trời đất vào xuân, phong quang rạng rỡ, hoa nở chim ca, thiên hạ dập dìu trẩy hội du xuân. Hoa đào hồng cả một góc trời, hoa mai vàng sáng lạn khắp đó đây. Y ngơ ngẩn ngắm hoa ngỡ mình lạc vào cảnh sắc thần tiên, lòng hân hoan thấy mình như cánh bướm. Y nhớ ngày xưa đọc sách thấy Trang Châu đã từng ngơ ngác không biết mình hóa thành bướm hay bướm hóa ra mình thì giờ đây y đang ở cảnh giới này. Một con bướm Monarch sặc sỡ đầy ảo diệu vỗ đôi cánh mỏng như mây ngũ sắc đậu trên vai. Y đứng yên không dám cử động vì e sợ con bướm sẽ bay đi. Cứ như thế đã không biết mấy canh giờ trôi qua. Chợt có cô gái trẻ xinh đẹp như hoa đào đến bên y thỏ thẻ:

- Ơ kìa chàng văn sĩ, từ đâu chàng đến cõi này? Nghe thiên hạ kháo nhau chàng đã cạn đề tài, ngày đêm lao tâm khổ tứ để tìm ý viết, chuyện ấy có thật chăng?

Y trố mắt nhìn cô gái, tâm hồn bay bổng trong cơn mê đắm, đôi chân dường như không còn trụ trên mặt đất. Bấy giờ y thật sự không còn ý niệm mình hóa ra bướm hay bướm hóa ra mình. Dĩ nhiên là y chẳng còn ngôn từ để trả lời cô gái xinh đẹp kia. Y miên man trong cơn mê bất tận của tâm ý. Cô gái đẹp như hoa đào lại tiếp:

- Mùa xuân bất tận với hoa nở chim ca, suối chảy gió reo, bao nhiêu gái xuân xanh son sắc sao chàng không viết? Mùa xuân với vô vàn ý niệm đẹp, những tình ý yêu đương trai gái say men tình sao chàng không chấp bút? Tình yêu trong cõi nhân thế như thể muôn hình vạn trạng không đủ cho ngòi bút của chàng chăng? Mùa xuân sang núi rừng xanh biếc, phố thị hào hoa, nam thanh nữ tú tung tăng trẩy hội không động lòng chàng ư? Nội mùa xuân thôi viết đến muôn đời chưa hết ý cớ sao chàng cắn bút suy tư?

Cô gái má đỏ như hoa đào, nét rạng rỡ như hoa mai, miệng cười tươi như hoa xuân, đôi mắt biếc long lanh làm choáng ngợp tâm hồn y. Lời cô ta thánh thót lọt vào tai y mà ngỡ như thanh âm của hạc cầm. Y như thể uống được thảo thần tiên cả người lâng lâng sung sướng. Y quăng quản bút, hất đổ nghiên mực để hưởng thụ mùa xuân. Y chợt nghĩ sao mình khờ dại tốn bao công sức tâm lực và thời gian để suy nghĩ tìm ý tứ viết văn trong khi ấy thì mùa xuân và gái đẹp đang ở bên mình.

Cô gái xinh đẹp quá, đôi mắt trong veo, làn da như cánh hoa đào, dáng vóc mình hạc xương mai, lời nói như ngọc khua khánh chạm. Y hoàn toàn mê đắm, bao nhiêu ngôn ngữ kiến thức học được cả một đời bay biến hết, tựa như sương sớm mùa xuân bị tia nắng xuân chiếu rọi.

- Chàng đừng xé bỏ giấy, hãy tiếp tục viết, viết tất cả những gì chàng đã thấy, đã nghe, đã cảm nhận trong buổi xuân sang. Đời đâu chỉ có mùa xuân, còn hạ biếc cây lá ngàn, sức sống tràn trề, con người vào độ sung mãn nhất, những tấm thân trần nóng bỏng trên bãi biển, những cuộc vui thâu đêm suốt sáng. Mùa thu thì càng không phải nói nữa, muôn sắc gấm hoa rực rỡ cả đất trời phương ngoại, một góc trần gian như thể hóa địa đàng. Cái đẹp như thế hợp với tâm chàng, dù chàng có đủ trăm năm cũng không sao viết hết, cớ sao chàng bảo tâm ý khô cạn không còn ý niệm để viết? Mùa thu lá đổ muôn trùng, nắng vàng hanh hao, chàng đếm lá đợi người, chàng phơi chữ hong thơ đủ để viết đến cạn máu tàn xương sao chàng không chịu viết? Em nhắc cho chàng nhớ, mùa đông trinh bạch tuyết băng, cả vùng ngoại phương như thể trở lại cổ tích nguyên sơ, bên bếp sưởi lửa hồng tí tách chàng ngồi với tình yêu ngắm hoa tuyết giăng đầy trời, nhiêu đó đủ để chàng viết hết tháng năm.

Y ngơ ngẩn nhìn và nghe cô gái hoa đào. Cô ấy mỉm cười nói với y mà như thể độc thoại vì y có biết nói gì đâu! Đôi khi thế vậy mà hay, nếu y mở miệng ra thì sẽ tan vỡ cả giấc mơ đẹp đến nhường này. Y vốn không phải là người giỏi nói, nào ngờ trong khoảnh khắc này lại hóa vi diệu thay. Thế rồi một đám gái xuân xanh đẹp như hoa xuân kéo đến, áo quần thướt tha như hoa như bướm, cả bọn cười nắc nẻ kéo cô gái đẹp tựa hoa đào đi. Y đứng một mình giữa cung trời xuân chưa biết nên làm gì, vừa toan dợm bước quay về thì đụng phải tay tráng sĩ Minh Quân, hắn ta thân thể cường tráng, gương mặt cương nghị, đôi mắt sáng tỏ ra khí chất hơn người. Tay tráng sĩ vỗ vai y:

- Này anh văn sĩ, ta nghe người đời bảo anh đã khô cạn ý tưởng, mạch nguồn bế tắc toan xé giấy không viết nữa, việc ấy có đúng không?

Y nhìn tay tráng sĩ mà cổ họng khô khốc, lưỡi cứng đơ, muốn nói mà không nói được. Tay tráng sĩ nói tiếp mà không đợi y trả lời

- Đời vô tận, dẫu viết muôn kiếp người cũng không hết cớ sao bảo không có đề tài? Mơ mộng bướm hoa, trai xinh gái đẹp thì cũng vui; tình ái yêu đương lãng mạn cũng là chuyện thường tình của con người, ăn uống chơi bời, khoe thân khoe của xem ra cũng dung tục tầm thường. Một chút mơ mộng cho đời đẹp thì được, còn như chỉ toàn mơ mộng thì hóa ra thoát ly đời thường lạc vào viển vông. Kiếp nhân sinh có vô vàn chuyện để viết, nhất là với người và quốc độ của chúng ta: nào là nạn dân oan mất đất đai nhà cửa ruộng vườn; nạn văn hóa suy đồi, ngôn ngữ vô nghĩa tràn lan; nạn đạo đức xuống cấp thê thảm, cả xã hội chạy theo kim tiền; nạn trẻ em người già lê la đầu đường xó chợ; nạn quan nha hoạnh họe nhũng nhiễu; nạn côn đồ xã hội đen kết hợp phỉ quan gian thương hoành hành như chỗ không người; nạn quốc gia mất đất liền, biển, đảo, biên giới; nạn bạo lực học đường; nạn thực phẩm toàn hóa chất độc hại… sự tồn vong của cả dân tộc và quốc gia này là cả một rừng đề tài nóng bỏng khẩn thiết, sao anh không viết mà lại than van chẳng có đề tài?

Y giật mình, trán tứa mồ hôi tự lúc nào không hay biết, lòng rúng động tự tâm thấy mắc cỡ vô cùng. Y nghĩ tay tráng sĩ nói đúng, quốc sự dân tình và xã hội này có biết bao đề tài cần phải viết. Y né tránh vì hèn nhát không dám đụng vào. Y cũng như nhiều đồng nghiệp của mình sợ rắc rối với quan nha, sợ côn đồ mạng mạ lị và lũ dư luận viên ném đá. Nỗi sợ lớn hơn nữa là sợ tù đày, triệt đường sống bởi đám sai nha xã hội đỏ.

Y ngước nhìn tay tráng sĩ mà lòng vô cùng khâm phục, anh ta quả là cứng cỏi can cường, dám đương đầu với những bất công xã hội, lên tiếng vì dân oan quốc nạn, ra tay chấn tác hầu mong chấn chỉnh xã hội dựng lại những gì hư hao gãy đổ. Trong lúc lòng còn suy nghĩ và ngưỡng mộ thì tay tráng sĩ lại nói:

- Mọi người có quyền lựa chọn con đường sống của mình, chữ nghĩa văn chương cũng có năm bảy đường. Nếu nghệ thuật chỉ vị nghệ thuật, thoát ly đời sống, mặc kệ sự tồn vong của dân quốc thì thứ nghệ thuật ấy có ích chi? Chữ nghĩa mua vui ấy cũng vứt đi! Nghệ thuật từ đời sống mà ra, đời sống nhờ nghệ thuật mà thăng hoa, chữ nghĩa cũng không ngoại lệ. Nếu chữ nghĩa vu vơ viết để khoe chữ thì nếu có cạn ý thì cũng tốt thôi, cầm bằng như chữ nghĩa có lợi cho văn hóa, cho dân tình quốc sự thì thứ chữ nghĩa ấy không thể cạn! Dân tình quốc sự là đề tài muôn thuở, bao trùm cả dân tộc quốc gia và nhân quần. Tuy nhiên đề tài này có lợi ích, nhiều danh dự nhưng cũng đầy hiểm nguy. Bao nhiêu người vướng vòng lao lý, bị xã hội đen, côn đồ đỏ tấn công, mạ lị, khủng bố, triệt đường sống...Viết hay né tránh cũng tùy người chứ không thể nói là cạn đề tài. Còn như chữ nghĩa vô thưởng vô phạt cũng có vô vàn cớ sao anh bóp óc nghĩ suy chi cho hao tâm tổn trí rồi còn bảo suối cạn mạch nguồn?

Nói xong tay tráng sĩ ấy vẹt đám đông ngẩng cao đầu bước đi bỏ lại y bơ vơ lạc lõng giữa quãng đường. Còn vẩn vơ chưa biết nên làm gì thì chợt thấy lão trượng đi tới, trông chừng rất tiên phong đạo cốt, mắt sáng râu dài, tóc búi, thần thái ung dung. Lão đến gần y nhìn lướt từ đầu đến chân rồi cất giọng hào sảng:

- Cô gái đẹp như hoa đào ấy nói cũng hay, bốn mùa luân chuyển, trời đất thênh thang, dòng đời bất tận, tình ái muôn thuở...Những đề tài ấy có viết muôn kiếp cũng không hết. Lời của tay tráng sĩ kia thì đầy nhiệt huyết và nghĩa khí, dân tình quốc sự, văn hóa xã hội, đạo đức lương tâm, tồn vong quốc độ... đều là những đề tài lớn và ý nghĩa cao cả, không phải người nghĩa khí thì không viết hoặc không dám viết. Văn chương chữ nghĩa vu vơ phù phiếm để hý luận thì cũng mua vui được nhưng vô tích sự. Viết thế nào cũng tùy tâm lượng của mỗi người. Chú em không viết nữa, toan xé giấy bẻ bút thì cũng tiếc thay, làm sao mà để ra nông nỗi như thế? Chú em không nhìn thấy thiên hạ sự có vô vàn chuyện sao? Quốc độ trong ngoài có lắm vấn đề cần nêu lên, cớ sao cứ nằng nặc cho là hết đề tài? Ta bảo cho chú em biết, đời người ngắn ngủi lắm, sống nay chết mai, đời nhiều khổ lụy, con người ta ai ai cũng có cái khổ của mình. Có kẻ khổ thân lạc tâm nhưng cũng có khổ tâm sướng thân, nhìn chung thì tuyệt đại đa số người đều khổ cả thân và tâm. Cũng vì khổ, sanh tử luân hồi bất tận mà Thế Tôn đã đến thế gian này. Ngài đem giáo pháp từ bi trí huệ để dạy con người một con đường bớt khổ, thoát khổ, đi đến giải thoát. Người thượng căn lợi trí tu hành đắc thánh quả nối tiếp Thế Tôn làm thánh hiền, làm tổ duy trì chánh pháp ở thế gian. Người trung căn thì cũng đạt lợi ích khi đi theo con đường giải thoát này. Kẻ hạ căn kém cõi chí ít cũng được chút an lạc giữa cuộc đời loạn động đầy sóng gió vô thường. Ngày nay giáo pháp của ngài lan tỏa khắp thế gian, tây ta cùng tu học, trắng đen cùng noi theo, già trẻ cùng tiếp bước, sang hèn cùng đi chung trên con đường... Riêng ở quốc độ này, bọn tà sư ma tăng cấu kết với thế lực chính trị hắc ám để mưu cầu danh lợi. Bọn chúng bày ra những trò bậy bạ mê tín dụ hoặc người u mê, phá hoại chánh pháp, cô lập người hiền, cấm bế đồng môn những người không chịu xu phụ quyền thế. Đám ma tăng tà sư phá hoại chánh pháp, lũng đoạn tăng đoàn, đăng đàn nói nhảm, ngày tháng xàm ngôn sự thế càng ngày càng tệ khiến người hữu tâm đau lòng, hàng thức giả cười chê, người sơ cơ mê muội không biết đâu mà lần, những sự việc quá trầm trọng vậy mà chú em không viết lại còn bảo hết đề tài, há chẳng phải mê sao? Hay là vùi đầu vào cát như con đà điểu để được an thân? Chú em phạm phải sai lầm khi đặt ra đề mục định đề tài để viết. Chú em cân nhắc đếm đo lợi hại nên mới vắt óc tìm đề tài. Chú em phá bỏ cái nguyên tắc viết tự nhiên "khỏe chơi mệt nghỉ, đói ăn khát uống" do chính mình đề ra, đừng cưỡng ép mong cầu, đừng mong mỏi hy vọng, đừng đặt ra hạn ngạch hay bất cứ định đề gì! Thời gian vô thủy vô chung, đất rộng trời cao mênh mông, không gian vô cùng tận, dòng đời miên viễn trôi không ngừng, thế sự nhân gian thiên biến vạn hóa, ngay cái tâm của chú em cũng thay đổi muôn hình vạn trạng, vì thế đừng đóng mình vào bất cứ cái khung nào! Hãy bay như chim không để lại vết trong hư không, hãy viết như kẻ du tử ghé lại nơi này chơi một sớm mai. Muôn kiếp nhân sinh có viết đến mòn xương cạn máu cũng không sao viết hết được, cớ sao chú em than bút cùng mực cạn, khô mạch bít nguồn rồi ngồi đó vắt óc tầm tứ vét đề tài?

***

Tiếng chuông cửa đính đon giòn dã làm y giật mình tỉnh giấc. Y ngơ ngác nhìn qua lớp cửa kiếng thấy ngoài sân vườn hoa đào lung lay trước gió xuân. Tờ giấy trắng nằm trên bàn còn trinh nguyên chưa có một nét chữ nào.

TỔNG TÀI BÁ ĐẠO

Hồng cung trang hoàng rực rỡ, cờ xí đỏ lòm, khẩu hiệu toàn lời lẽ đao to búa lớn bừng bừng khí thế cứ như thể sắp nhuộm đỏ cả thế gian này. Tập xếnh xáng bước lên đài, vẻ mặt hí hửng đầy vẻ dương dương tự đắc, đôi mắt ti hí lóe lên tia sáng thép lạnh gáy bất cứ kẻ nào vô tình nhìn thấy, đôi má chảy xệ, môi mỏng mím lại. Y mặc bộ đồ đại cán, cài kín nút cổ, kiểu cách điệu bộ y hệt mấy xếnh xáng tiền bối. Y đảo mắt một lượt rồi xìa hai tay nắm chặt ra phía trước để chào quan khách:

- Nhiệt liệt chào mừng quý quan khách, tại hạ vô cùng cảm kích khi các vị cùng về phó hội. Mặc dù Chú Sam và bọn thù địch tẩy chay phá rối nhưng đại hội võ lâm mùa đông nhất định thành công, đại thành công. Tại hạ thết quốc yến ở hồng cung này chiêu đãi quý vị để tỏ tình quý mến.

Y đọc diễn văn dài lòng thòng, nghe vuốt mặt không kịp, quan khách bên dưới nghiêm trang lắng nghe, sự im lặng tuyệt đối đến độ có thể nghe được nhịp tim thì thụp của kẻ kế bên. Khi Tập dứt lời thì toàn bộ người trong cung vỗ tay rầm rộ như thác đổ triều dâng. Tập lim dim mắt quan sát và khoái trá với sự phục tùng tuyệt đối. Y rời bục diễn, bước đến bên tổng đàn chủ Nga La Tư nắm lấy tay hắn ta giơ cao:

- Ngộ muốn giới thiệu với các vị khách quý, đây là người bạn chí cốt, là đồng chí của ngộ. Chúng tôi tâm đầu ý hợp, đồng chí đồng lòng, đồng tịch đồng sàng, đồng mâm đồng chiếu…

Tay đàn chủ cũng bắt chước Tập xếnh xáng cung tay theo kiểu con nhà võ để chào quan khách, mặt hắn lạnh như băng Bắc Cực, đôi mắt sắc lẻm. Hắn vốn là sát thủ máu lạnh, thời thế đưa đẩy hắn ta lên ngôi tổng đàn chủ. Hắn cùng với Tập tổng tài có chung mộng lớn làm bang chủ suốt đời, cả hai cùng sai xử bọn đàn em sửa luật để được danh chánh ngôn thuận mà ở ngôi, xem ra cả hai còn nhiều thứ đồng nhau lắm, thiên hạ vẫn bảo: "Ngưu tầm ngưu mã tầm mã" là vậy!

Đàn chủ Nga La Tư phó hội để ủng hộ Tập xếnh xáng, phá thế tẩy chay của đối thủ của hắn là chú Sam, ngoài ra trong lòng hắn còn có toan tính riêng, tuy nhiên khi thấy quyền lực tuyệt đối của tổng tài thì hắn ta lấy làm khó chịu, bề ngoài thì vẫn lạnh như băng. Đại hội võ lâm mùa đông năm nay bị tẩy chay quá mạnh. Chú Sam, ngài tổng thủ xứ Kangaroo, shogun võ sĩ đạo… đều vắng mặt cả. Thế giới tẩy chay vì tổng tài bá đạo quá tàn độc. Nga đàn chủ thấy thiên hạ tẩy chay trong lòng y vui lắm, y đâu có muốn tổng tài thành công. Y khoái trá thì thầm với tay cận vệ:

- Chuyến này Tập xếnh xáng lỗ sặc máu, lỗ là cái chắc!

Tổng đàn chủ Nga La Tư sơ sót quên tắt nút microphone, bởi vậy Tập xếnh xáng nghe lọt. Y cười mím chặt môi, đôi mắt như một khe hẹp:

- Ấy da, Nga đàn chủ chớ có lo lắng, một cái đại hội chứ mười cái ngộ cũng chơi tới bến! Nhằm nhò gì mấy cái chuyện lỗ lã. Dân ngộ đóng thuế nhiều lắm, tha hồ mà xài, đứa nào có mở mồn là ngộ đập chết mẹ nó liền. Dân đen là cái nghĩa địa gì, ngộ đả hổ diệt ruồi dữ lắm mà có đứa nào dám hó hé đâu!

Đàn chủ biết mình hớ, tuy nhiên với bản lãnh sát thủ máu lạnh nên hắn chẳng lúng túng tí nào, thậm chí còn bỏ nhỏ:

- Thật không hổ danh đệ nhất tổng tài!

Được khen là sướng, làn sóng rần rật chạy suốt châu thân tổng tài, tuy nhiên y làm bộ khiêm tốn:

- Ấy da, ngộ hổng dám, hổng dám! Các hạ mới là đệ nhất!

Cả hai đưa đẩy nhau, làm ra vẻ nhường nhau nhưng thật tâm thì kẻ nào cũng ngấm ngầm tự cho mình là đệ nhất tổng tài.

Đại hội võ lâm mùa đông năm nay thiên hạ tẩy chay quá trời, người ta coi khinh tổng tài, cho y là tay bá đạo, tàn sát diệt chủng người Tây Tạng, người Duy Ngô Nhĩ, bóp chết dân chủ Hương Cảng, cướp biển, cướp đảo, gài bẫy cho vay để buộc con nợ phải cống đất chẳng khác gì giang hồ xã hội đen... đã thế người của y say máu chiến lang, gây sự khắp chốn giang hồ, ra tay cuỗm mọi thứ từ vật chất đến sản phẩm tinh thần của thế gian về làm của riêng. Thiên hạ tẩy chay kiểu này thì lỗ sặc gạch, lỗ trào máu họng. Biết chắc là lỗ nhưng Tập xếnh xáng đâu có tè, tung tiền ra chơi trội để lấy le với thiên hạ.

Quan khách trong hồng cung hỉ hả nâng ly chúc mừng Tập xếnh xáng, ngoài bọn thủ hạ tay chân trong nước còn có mấy mươi vị tổng thủ các xứ khác về phó hội. Bọn ấy vác mặt đến phó hội chẳng phải vì yếu mến Tập, chẳng qua là tệ Tàu thơm quá, chúng sợ tẩy chay thì Tập giận sẽ mất mối làm ăn. Xưa nay ruồi kiến có chê mật mỡ bao giờ?

Tập xếnh xáng lại nâng ly mời đàn chủ Nga La Tư:

- Ngộ cảm ơn nị chẳng ngại đường xa về phó hội, cảm ơn cái tình của nị ủng hộ ngộ còng đầu bọn dân chủ Hương Cảng, cảm ơn nị đứng về phía ngộ khi ngộ le lưỡi bò liếm biển đông... Nhưng nị cũng đừng quên à nha, Ngộ ủng hộ nị xâm chiếm bán đảo Crime, tấn công Ukraine, vậy là huề đấy nhé!

Đàn chủ Nga La Tư cười không hé mép, ánh mắt lạnh hơn thần âm phủ. Hắn giả lả:

- Chúng ta là đồng chí mà! Hà tất phải đa lễ, duy có điều ta muốn hỏi tổng tài, cớ sao người của Tập cứ xà xẻo đất biên giới của ta, xâm nhập sông Tùng Hoa, cài cắm gián điệp khắp nơi, hàng hóa của Tập tổng tài tràn ngập đất ta mà hàng ta thì bị ngăn chặn cho vào đất nị chỉ nhỏ giọt.

Tập Xếnh xáng nghe thế, y cười ruồi, mắt híp tịt lít:

- Ấy da, nị đừng có nói vậy được không chứ! Chúng ta là đồng chí mà! Phải bỏ tiểu tiết để giữ đại cục. Nước nị lớn nhất thế giới, dẫu mất tí ti đất biên thùy thì có sao đâu. Nị còn có thể lấy đất của Ukraine hay mấy nước nhỏ hơn bù vô. Nị hổng biết đó thôi, thằng con hoang của ngộ nó còn dám dâng cho ngộ bao nhiêu là đất liền, biển, đảo... trong khi nó bé không bằng cái móng tay của nị. Còn cái vụ gián điệp hả? Ấy da, Ở đâu mà hổng có, Ngộ cắm ở đất thằng con hoang cả lũ, bởi vậy bọn nó nói gì, làm gì, nghĩ gì...ngộ biết hết trơn hết trọi.

Tập dứt lời thì có một gã ma cô cò ke lục chốt làm đầu lĩnh xứ chùa tháp Angkor rón rén đến bên, y khúm núm khom lưng:

- Dạ, em xin được phép mời nhị vị đại ca một ly, đội ơn nhị đại ca che chở bảo hộ em bấy lâu nay.

Tập xếnh xáng đưa mắt cho đàn chủ, cả hai nhếch mép cười khinh bỉ. Tập vỗ vai xoa đầu tay đầu lĩnh tép riu ấy:

- Chú em này ngoan lắm, chú ấy theo phò ngộ chửi chú Sam và bọn đàn em của lão ấy quá trời luôn, hủy bỏ căn cứ và vũ khí của chú Sam, công nhận lưỡi bò liếm biển đông của ngộ.

Đoạn tổng tài cầm ly rượu bước xuống đàn, đi cụng ly với một số chư hầu thần phục. Y thấy thị uy tuy đã đủ nhưng cũng cần phải ban ơn để bọn ấy thêm phần trung thành. Gặp tay chư hầu nào y cũng hứa hẹn đầu tư, xây dựng, mua bán... mà không cần điều kiện như bọn Uncle Sam, nếu bọn chư hầu ấy không trả nợ nổi thì y chỉ mượn tạm tạm cảng biển, đặc khu, lãnh thổ... trong vòng trăm năm thôi! Y cũng lệnh cho bọn thủ hạ dúi vào túi của mấy gã chư hầu một nắm bạc, thế là bọn chúng răm rắp nghe lời y.

Nhân lúc tổng tài đi chuốc rượu, tay thủ hạ thân tín của Nga đàn chủ xì xầm vào tai chủ:

- Đâu có được đại ca, Tập xếnh xáng độc chiếm biển đông, đề ra ngoại giao chiến lang, nhất đới nhất lộ. Y lăm le bá chủ thế giới, vậy thì y có coi tổng đàn chủ ra gì!

Nga đàn chủ cười nhẹ, y liếc nửa con mắt nhìn thằng đàn em:

- Chú mày khéo lo, có đời nào ta chấp nhận cho lão ấy làm bá chủ, chẳng qua là bề ngoài ta phải ủng hộ y để y không cản trở việc của ta. Ta với y hợp tác để đối phó chú Sam, tuy nhiên y đang dòm ngó xứ tuyết Bắc Cực của ta, con rồng đỏ mưu mô lấn sân gấu trắng, sao ta có thể ngồi yên. Ta có kế sách cả rồi!

Tay đàn em cười cầu tài:

- Tổng đàn chủ anh minh, nhìn xa trông rộng, em khâm phục!

Tập xếnh xáng rảo một vòng rồi quay lại ngai của y. Y lớn tiếng phủ dụ:

- Ngộ đãi quý vị những món cường dương bổ thận, ích khí, tráng kiện toàn những món ăn gia truyền cộng với rượu thượng hảo hạng của bọn tây dương. Giờ thì các hạ hãy thưởng lãm cái đẹp của Hán tộc.

Nói xong y vỗ tay ba phát, một đàn xẩm Tàu mặc xường xám xẻ tới hông túa ra, phải công nhận tổng tài cho tuyển những em xẩm đẹp nhất của Hán tộc. Mấy em xẩm Tàu uốn éo ưỡn ẹo vờn quanh quan khách phó hội. Cả bọn đực mặt đờ đẫn nhìn. Khi mấy em xẩm ca eo éo thì các vị vỗ tay rào rào như bọn robot đã được lập trình. Hồng cung tưng bừng tiệc, ngoài sân bọn võ sĩ, vận động viên dốc hết sức trong giá rét để tranh tấm mề đay, khán đài thì lạnh tanh không một bóng người.

ƯỚC MƠ CỦA MÙA XUÂN

Trời rét căm căm, giá băng phủ một lớp mỏng trên sân đậu xe trông bóng loáng như kiếng, lớp băng mỏng trơn trượt ấy là cái bẫy, bước đi không khéo là té sập mặt như chơi. Không gian im ắng đến tuyệt đối, người đời thường bảo thế gian này chẳng có chi là tuyệt đối , nhưng rõ ràng sự im lặng tịch mặc của đêm đông vùng trời phương ngoại này quả là sự tịch lặng tuyệt đối. Bầu trời lấp lánh với vô số ngôi sao sáng trên nền đen thẩm vi diệu.

Steven ngồi xem ti vi, thỉnh thoảng liếc xem đã gần đến nửa đêm chưa. Bà xã ngồi bên hỏi:

" Trời lạnh thế này mà anh định lên chùa à? Dịch dã vẫn còn căng lắm, liệu có ai đi không?"

" Lạnh thì lạnh, mỗi năm có một lần giao thừa, lên chùa lễ Phật cầu nguyện cho năm mới tốt đẹp an lành và cũng là hưởng một chút không khí tết cổ truyền. Dịch thì dịch, chùa vẫn thực hiện giãn cách"

" Mặt đường đóng băng rồi, anh đi cẩn thận, nhớ về sớm"

"Ok, honey"

Steven có thói quen thường lên chùa đêm giao thừa, sống ở hải ngoại khôtng có cơ hội về quê đón tết thì lên chùa hưởng một chút không khí xuân, một chút hơi hướng của phong tục cổ truyền. Hai năm nay vì dịch, số lượng người lên chùa đêm giao thừa giảm hẳn đi, mọi người sợ lây bệnh và lại chùa cũng hạn chế bớt vì lệnh giãn cách của chính quyền sở tại. Hải ngoại đang mùa đông lạnh buốt, cây cỏ trơ trụi lá nhưng ở chùa vẫn có mai vàng đào phấn, pháo đỏ bánh chưng xanh, có khói hương trầm phảng phất gợi nhớ những ngày xưa thơ ấu.

***

Năm ấy pháo giao thừa bùng lên rộn rã thay cho tiếng đại bác ru đêm, tiếng súng trường gắt gỏng. Tiếng pháo mừng xuân mới, mừng hiệp định hòa bình đã được ký kết ở Ba Lê. Một lát sau khi pháo giao thừa dứt hẳn thì mẹ Steven cũng chuyển dạ, đêm hôm khuya khoắt, và lại đêm giao thừa biết làm sao giờ? Ngoại bèn chạy sang nhà bà mụ hàng xóm để nhờ đỡ đẻ trong thời khắc đặc biệt này. Thằng bé chào đời ngon lành, khóc oe oe sau tiếng pháo giao thừa. Ngoại nói với người nhà:

" Hòa bình rồi, nay mai thằng bé lớn lên sẽ sống trong sự an lành, học hành đầy đủ, không còn phải lo đi quân dịch, không còn chết chóc thương vong vì chiến tranh"

Đâu chỉ mình ngoại, hồi ấy cả miền nam ai cũng mừng và hy vọng hòa bình. Cả thế giới cũng kỳ vọng vào hiệp định hòa bình. Sự đời mấy ai ngờ, mấy ai nhìn thấu được sự thật đằng sau những tờ giấy được ký kết ấy.

Thế rồi chiến tranh vẫn tiếp diễn và còn khốc liệt hơn, chiến tranh kéo dài cho đến ngày miền nam sụp đổ hoàn toàn. Thế rồi những đêm giao thừa đen tối, những ngày tết cơ cực của thời kỳ hậu chiến. Những cái tết đầy khó khăn nhưng dù gì thì cũng ba ngày tết, mọi người, mọi nhà cũng sắm sửa chút ít bánh mức hoa quả để đón xuân. Những tấm áo mới cho con trẻ, những nổi bánh chưng bánh tét bập bùng lửa trong những ngày cuối năm, những chậu hoa mai vàng được lặt lá, cắt tỉa uốn cành để đợi xuân sang. Cả một thời khốn khó, tuy nhiên lúc này người ta vẫn chưa cấm pháo; những nhà khá giả thì mua pháo tổng, pháo đại. nhà nghèo thì tràng pháo chuột gọi là. Thời khắc đêm giao thừa sao mà thiêng liêng quá. Ai cũng cảm nhận sự rung động của tâm hồn mình, ai cũng mở lòng ra với đất trời với tha nhân, tạm quên những nhọc nhằn oan khốc của đời thường. Ai cũng cảm thấy sự giao thoa của đất trời, của thời gian. Ai cũng cảm nhận dường như tổ tiên cũng vui vầy với con cháu…Thời khắc giao thừa thiêng liêng lắm, mọi người chờ đợi và hy vọng, bao nhiêu tâm nguyện ước mơ đều hiện rõ trên gương mặt, trong lời thì thầm khấn vái.

Ngoại mặc áo dài lễ Phật, cúng tế tổ tiên. Ba mẹ cũng áo dài thẳng thớm để nối gót ngoại. Tụi trẻ con thì cứ quấn quýt bên tràng pháo ngoài hiên. Pháo giao thừa nhất định phải chờ đúng thời khắc mới đốt, tuy nhiên trước đó pháo vẫn nổ râm ran khắp xóm làng, phố phường. Đêm giao thừa mọi người thầm cầu mong cho năm mới an lành tốt đẹp, mọi người tương thân tương ái nhau. Bọn con trẻ thì đơn giản hơn nhiều, chỉ mong tết để khỏi học bài, được đi chơi thả ga, ăn hàng tới bến luôn. Đúng mười hai giờ, pháo giao thừa đồng loạt bùng lên, tiếng nổ giòn giã vang khắp đất trời, tiếng pháo đì đùng, ùng oàng, lép bép… đủ các loại thanh âm và nhịp điệu. Pháo nổ giần trời, ánh sáng từ pháo lóe lên khắp đó đây, mùi thuốc pháo bay nồng trong không gian, xộc vào mũi người ta. Cái mùi thuốc pháo cay nồng ấy lại làm cho người ta thích thú và nó in sâu vào trong ký ức của mỗi con người. Tiếng pháo làm cho lòng người phấn chấn hưng phấn hẳn lên, tiếng pháo kích vào những tiềm ẩn sâu trong tâm thức con người. Tiếng pháo giao thừa vừa quen thuộc thân thương lại vừa thiêng liêng huyền hoặc hằn sâu vào tạng thức của bao nhiêu thế hệ người Việt Nam.

***

Sáng mồng một tết, Steven chở con gái đi viếng những chùa gần trong vùng, tuy dịch dã vẫn còn, trời vẫn lạnh căm căm… nhưng những tà áo dài vẫn tha thướt khắp sân chùa. Người Việt xa quê ai cũng mong mỏi ngóng trông về nguồn cội, nguồn cội giờ xa quá, chỉ có lên chùa mới có thể sống lại chút dĩ vãng ngày xưa, lên chùa lễ Phật, cầu chúc năm mới an lành. Có lẽ nhiều người trong chúng ta cũng biết đến hai câu thơ của nhà sư – thi sĩ Huyền Không:

" Mái chùa che chở hồn dân tộc
 Nếp sống muôn đời của tổ tông"

Mùa xuân hải ngoại không thể rộn ràng vui như cố quận mình nhưng cũng giữ được chút ít cái hồn dân tộc, cái truyền thống dân tộc ở xứ người. Tiếng pháo mừng xuân mới lại nổ rộn ràng ở sân chùa, lá cờ năm màu bay phất phới trong gió gợi lên cả một cung trời quê hương, nơi đó có những lễ hội làng quê, nơi đó có những truyền thống bao đời dù rằng cũng đã mai một ít nhiều. Những đồng hương gặp nhau ở chùa dù thân quen hay xa lạ ai cũng cười vui tươi tắn, chúc nhau an lạc, chúc xuân hạnh phúc thịnh vượng, chúc năm mới với những lời tốt đẹp nhất, hy vọng tương lai tươi sáng và thịnh vượng hơn những ngày tháng qua.

Ngày cuối tuần, hội xuân dân tộc thật vui, cũng có múa lân, đốt pháo, lì xì, bầu cua cá cọp...Những tà áo dài đủ kiểu cách, màu sắc, hoa văn… lại thướt tha trẩy hội giữa vùng ngoại phương. Những gương mặt tươi như hoa xuân giữa mùa đông hải ngoại.

Tết dân tộc dù ở cố quận hay ở hải ngoại cũng vậy. Người Việt ai cũng nhớ đến chiến công hiển hách lẫy lừng có một không hai của tộc Việt. Mùa xuân Kỷ Dậu, vua Quang trung và nghĩa quân Tây Sơn đã đánh tan đội quân xâm lược Mãn Thanh, giữ gìn toàn vẹn lãnh thổ, khôi phục nền độc lập dân tộc. Hình ảnh vua

Quang Trung mặc áo bào vàng sạm khói súng lẫm liệt cỡi voi vào thăng Long là một hình ảnh hào hùng đẹp đến nao lòng. Mùa xuân Kỷ Dậu là đỉnh cao của bản anh hùng ca dựng nước và giữ nước, là mùa xuân rực rỡ nhất của tộc Việt, là mùa xuân đẹp nhất trên mảnh đất hình chữ s bên bờ trùng dương

   Mùa xuân tưng bừng với muôn hoa, rộn ràng với pháo đỏ bánh chưng xanh, mùa xuân mãi còn vang vọng trong đất trời, trong hồn người. Bài hịch đánh giặc Mãn Thanh của mùa xuân Kỷ Dậu vẫn còn dư âm đến muôn đời:

  " Đánh cho để dài tóc
   Đánh cho để đen răng
   Đánh cho nó chích luân bất phản
   Đánh cho nó phiến giáp bất hoàn
   Đánh cho sử tri nam quốc anh hùng chi hữu chủ"

   Mùa xuân hải ngoại trời lạnh lắm nhưng lòng người ấm áp vì nhớ về những mùa xuân dân tộc. Những người con Việt thầm mong những mùa xuân mới của nước nhà được tự do, dân chủ và thịnh vượng. Mùa xuân dân tộc ước nguyện quốc gia phải toàn vẹn, độc lập chủ quyền được giữ gìn, nhân quyền được tôn trọng, người trong ngoài tương ái tương thân.

XỨ SỞ HOA DƯƠNG

Kể từ cuối đông tân sửu, xứ sở Hoa Dương bỗng dưng lâm đại nạn, khói lửa ngút trời, cơ sở vật chất bị phá hủy, hàng chục vạn dân lành phải bỏ nhà cửa tài sản để di tản...Quốc chủ Hoa Dương cùng với các sĩ quan và dân chúng quyết lòng chiến đấu để bảo vệ quê hương. Quốc chủ vốn xuất thân từ hí kịch trường vậy mà giờ lại can đảm và xuất sắc trên chiến trường. Lòng yêu nước và tinh thần bất khuất của ông đã truyền cảm hứng cho toàn quân và dân Hoa Dương, đồng thời còn là niềm cảm xúc sâu rộng trong lòng người khắp thế gian. Chiến trường Hoa Dương ngày càng khốc liệt, đã có những lời mời quốc chủ đi tị nạn. Ông khẳng khái đáp:

- Tôi không đi đâu cả, tôi ở lại chiến đấu cho quê hương tôi!

***

Hoa Dương đất rộng mênh mông, những cánh đồng đất đen vô cùng phì nhiêu và trù phú, dưới bầu trời xanh thăm thẳm kia là những cánh đồng lúa mì vàng óng ả, những cánh đồng hoa dương rực rỡ ánh mặt trời. Hoa Dương xưa nay nổi tiếng là lò bánh mì của thế giới. Đàn ông Hoa Dương dũng cảm và can đảm như những chiến binh. Đàn bà Hoa Dương xinh đẹp với đôi mắt thu cả bầu trời xanh và mái tóc vàng như cánh đồng lúa mì. Người Hoa Dương xưa nay sống hiền hòa nhưng quả cảm và bất khuất, cũng vì Hoa Dương trù phú nên bao đời nay luôn bị dòm ngó và xâm lăng bởi bọn cường bạo.

Hoa Dương là láng giềng với Đại Hùng, quốc chủ Đại Hùng là một tay võ biền vô lại. Y muốn khôi phục đế quốc giống như những bạo chúa tiền bối, sau khi mua chuộc, dọa dẫm không xong. Y ngang ngược nói với quốc chủ Hoa Dương:

- Mày phải làm đàn em của tao. Không được kết giao với bất cứ ai khác!

Tuy biết mình yếu thế hơn nhưng quốc chủ Hoa Dương vẫn khẳng khái:

- Ông với tôi là bạn láng giềng, ông không có quyền áp đặt hay ra lệnh cho tôi! Tôi muốn kết giao với ai là quyền của tôi!

Quốc chủ Đại Hùng tức giận, y gầm lên:

- Mày phải trả giá cho việc này!

Nói xong y xua quân sang xâm lược Hoa Dương, đạn bom khói lửa tơi bời, đội quân xâm lược vô cùng tàn bạo, chúng bắn phá pháo kích không chừa mục tiêu nào: Sân bay, thành phố, chung cư, đài truyền hình, bệnh viện...Chúng tàn phá hủy diệt xứ sở Hoa Dương một cách man rợ theo lệnh của quốc chủ Đại Hùng. Quốc chủ Hoa Dương cùng với bộ sậu và dân chúng không hề nao núng, không một người lính đào ngũ, không một sĩ quan bỏ trốn, tất cả đoàn kết thề sống mái với quân xâm lăng. Quốc chủ Đại Hùng kiêu căng ngạo mạn, y những tưởng binh đông tướng mạnh, khí giới đầy đủ thì sẽ nuốt gọn Hoa Dương trong một buổi. Y đã lầm to, đoàn quân xâm lược đã gặp phải sức kháng cự mãnh liệt của người Hoa Dương. Mặc dù người Hoa Dương đơn độc chiến đấu nhưng chẳng chút nao lòng. Họ đã chặn được đà tiến quân của kẻ địch, cuộc chiến ngày càng khốc liệt, người chết, nhà cháy, xứ sở Hoa Dương bị tàn phá nặng nề nhưng tinh thần người Hoa Dương vẫn vững như đồng. Dân chúng các xứ tự do và cả dân xứ Đại Hùng xuống đường biểu tình đòi chấm dứt chiến tranh xâm lược vô nhân đạo. Người biểu tình khắp nơi bày tỏ sự thông cảm với nỗi đau của người Hoa Dương. Họ hô vang khẩu hiệu đòi chấm dứt chiến tranh. Họ nguyền rủa quốc chủ Đại Hùng là tên bạo chúa khát máu. Họ kêu gọi quyên góp tài vật gởi đến xứ Hoa Dương hòng giúp đỡ phần nào sự thống khổ của người dân.

Quốc chủ Đại Hùng và đàn em thân tín của y hoàn toàn bị cô lập, bị tẩy chay; tài khoản bị đóng băng, bị cấm đến những xứ sở tự do… Tuy vậy vẫn có những kẻ độc tài khác ủng hộ quốc chủ Đại Hùng, tỷ như Tập xếnh xáng, bạo chúa xứ Syria, thằng mập tên lửa xứ Bắc Cao… Thiên hạ nói "Ngưu tầm ngưu mã tầm mã" là vậy! Riêng Đại Hùng và Hồng Long đang kết lập một liên minh ma quỷ để chống chọi với Đại Bàng chúa và hòng chia nhau cai trị thế gian này. Quốc chủ Đại Hùng bị thế giới cô lập, đoàn quân của y không đạt được mục đích ban đầu. Y như kẻ cùng đường nên liều lĩnh đe dọa:

- Ta có bảo bối nguyên tử, ta bấm nút một phát là chúng mày tiêu tùng cả đấy!

Lời y quả là có hiệu nghiệm, Đại Bàng chúa và đàn em bắc đại tây dương sợ y làm liều, sợ cuộc chiến lan rộng… nên đành đứng ngoài nhìn người Hoa Dương đơn thân độc chiến mà không dám cho người đến giúp.

Kế hoạch tấn công chớp nhoáng hoàn toàn phá sản, đoàn quân xâm lược bị chặn lại và có dấu hiệu sa lầy. Quốc chủ Đại Hùng vừa ma mãnh vừa ngang ngược ra điều kiện:

- Này quốc chủ Hoa Dương, chúng mày không được kháng cự, chúng mày phải công nhận một đám hoa dương Crimea thuộc của ta. Hai đám lúa mì Donbass được độc lập. Chúng mày không được kết giao với bất cứ ai thì tao sẽ ngay lập tức ngừng đánh"

Dĩ nhiên là quốc chủ Hoa Dương không thể chấp nhận điều kiện vô lý ấy. Đồng Hoa dương và đồng lúa mì mãi mãi là của xứ sở Hoa Dương, của người Hoa Dương; bạo lực côn đồ có thể cướp lấy nhưng thiên hạ vẫn nhìn nhận nó là của người Hoa Dương.

Thương người Hoa Dương ngày đêm đơn độc chiến đấu chống quân xâm lăng. Nhiều ngàn dũng sĩ quốc tế tình nguyện đến trợ giúp họ để chống cự lại bạo tàn

Đồng cảm với người Hoa Dương, thiên hạ khắp nơi viết lời ca ngợi quốc chủ và xứ sở Hoa Dương. Trong cộng đồng thiên hạ ấy, người xứ Vệ cũng thương cảm và đồng lòng với người Hoa Dương. Xứ sở Hoa Dương và xứ Vệ coi vậy mà có chung hoàn cảnh, cả hai đều ở bên cạnh những bạo chúa độc tài tàn ác. Nếu người xứ sở Hoa Dương phải chịu đựng Đại Hùng thì người xứ Vệ lại bị sự đè nén của Hồng Long. Tuy người xứ Vệ ủng hộ người Hoa Dương nhưng vẫn có một nhóm nhỏ người Vệ lại đi ủng hộ cuộc xâm lăng của Đại Hùng. Bọn người ấy vì quá lạc hậu và ấu trĩ trong lối nghĩ, bọn ấy bị nô lệ trong cái ý thức hệ sai lầm, bọn ấy tự đóng khung mình vào cái định kiến lệch lạc, tự dán lên trán mình cái nhãn hiệu hoang tưởng. Bọn ấy làm cái việc đáng khinh bỉ gây xấu hổ cho toàn thể dân Vệ, người xứ Vệ vì bọn ấy mà nghẹn cổ họng đắng cả cõi lòng.

Cuộc chiến trên xứ sở Hoa Dương càng lúc càng khốc liệt, đoàn quân của Đại Hùng ra sức tàn phá hủy diệt Hoa Dương. Bọn chúng muốn phô trương sức mạnh tàn bạo của mình, muốn bẻ gãy ý chí chiến đấu của người Hoa Dương, tiếc thay bọn chúng đã thất bại, chúng có thể phá hủy những cơ sở vật chất chứ tinh thần của người Hoa Dương bất diệt!

Người Hoa Dương vẫn ngày đêm chiến đấu đương đầu với sự tàn bạo của Đại Hùng. Đại Bàng chúa và các đầu lĩnh đàn em vẫn đừng vòng ngoài quan sát. Bọn họ chỉ bao vây kinh tế Đại Hùng và giúp cho Hoa Dương chút ít khí giới thế thôi. Bọn họ nghĩ bao vây kinh tế sẽ làm cho bạo chúa Đại Hùng phải sợ mà từ bỏ mộng xâm lăng. Bọn họ lầm to, bao vây kinh tế là nước cờ không hiệu quả, đã từng thất bại bao nhiêu lần áp dụng nhưng bọn họ vẫn chưa nhìn nhận ra. Với những bạo chúa thì kinh tế suy thoái, quốc gia lụn bại, dân chúng đói kém...chẳng có ý nghĩa chi cả. Lũ bạo chúa còn sẵn sàng giết cả triệu dân như chơi, sẵn sàng phá hủy cả quốc gia giữ lấy quyền lực của chúng, để băng nhóm của chúng được trường trị! Bạo chúa Đại Hùng đã cai trị hai mươi năm nay rồi và y tuyên bố sẽ ở ngôi đến suốt đời.

Thiên hạ có kẻ thương cảm dân Hoa Dương, yêu mến xứ sở Hoa Dương thì thầm rằng:" Xứ sở các bạn đã phạm một sai lầm lớn, ngày trước các bạn có bảo bối nguyên tử, vì nghe lời Đại Bàng chúa và các đầu lĩnh đàn em mà giải giới để đổi lấy sự cam kết bảo vệ anh ninh. Nay các bạn bị Đại Hùng tấn công, bọn đã từng cam kết ấy chỉ đứng nhìn mà thôi. Giả sử các bạn còn bảo bối ấy trong tay thì gã côn đồ Đại Hùng kia muốn động binh cũng phải e dè. Một điều nữa là các bạn đặt niềm tin vào các đầu lĩnh tự do và muốn nhập bọn với họ, đó cũng là một điều đáng tiếc, giá các bạn giữ thế cân bằng thì có thể xứ sở bạn chưa đến nỗi bị họa như thế này!"

Cuộc chiến tàn bạo và phi lý vẫn tiếp diễn trên xứ sở Hoa Dương, bầu trời xanh đã nhuộm màu thuốc súng, cánh đồng hoa dương đã tan tác tả tơi, cánh đồng lúa mì cũng thế. Máu người Hoa Dương đang nhuộm đỏ cả vùng đất đen. Người Hoa Dương không đầu hàng, họ vẫn chiến đấu cho độc lập và tự do của xứ sở. Quốc chủ Hoa Dương cởi triều phục mặc chiến bào cùng với quân dân chiến đấu. Trong khi ấy quốc chủ Đại Hùng ngồi cô độc một mình trong hồng cung rộng thênh thang. Y sợ cả những cận thần của mình, y không tin những cận vệ của y. bản tánh y tàn độc và đa nghi, Y đã nhiều lần sai đàn em hạ độc dược giết chết những người chống đối y. Y cũng đã hạ lệnh ám sát quốc chủ Hoa Dương, bởi thế y nghĩ lòng dạ ai cũng đen tối và tàn độc như y nên y không cho phép ai được đến gần.

***

Bắc Đại Hùng kết liên minh với đông Hồng Long để đối chọi với tây Đại Bàng. Thế cuộc y hệt Tam Quốc phân tranh của thuở nào, lúc ấy Ngô liên minh với Thục để chống lại Ngụy. Tuy liên minh là vậy nhưng kẻ nào cũng có nhị tâm, vừa chống kẻ thù chung vừa tranh thủ cơ hội để tiêu diệt lẫn nhau. Kẻ nào cũng muốn độc bá xưng hùng.

***

Gã khờ giật mình tỉnh giấc, y dụi mắt ngơ ngáo nhìn quanh căn phòng. Ti vi trực tuyến vẫn đang phát trực tiếp tình hình chiến sự ở Ukraine, bom đạn, tên lửa, pháo kích… đang phá hủy đất nước thanh bình xinh đẹp này. Hỏa tiễn của quân xâm lược nã vào chung cư, bệnh viện và cả dòng người chạy nạn. Vũ khí hạng nặng của Putin đang tàn sát người và tàn phá đất nước Ukraine. Những lời bình, những lời hứa của các chính khách đứng ngoài cuộc chiến vẫn đang ra rả trên ti vi. Tinh thần gã khờ vẫn còn lơ mơ chưa tỉnh hẳn, gã vừa trải qua một cơn mộng mị nặng nề. Nhìn cảnh chiến tranh tàn bạo và phi nghĩa trên ti vi, bất giác gã khờ buộc miệng chửi thề:

- Mẹ kiếp thằng Putin, tên bạo chúa tham lam tàn độc, mày quả thật là một Sa Hoàng đỏ đấy!

XUÂN NÀY CON KHÔNG VỀ

Sơn đang tám với với thằng Sean, bất chợt có ai đó vỗ vai cái bụp, quay lại thì là chú Sanh

- Sơn, tết năm nay có về chùa không? Mùng một tết nhằm ngày thứ sáu, rất tiện lợi. Con lấy ngày nghỉ chưa?

Sơn hỏi ngược

- Vậy chú lấy chưa?

- Chú lấy từ tuần trước, nếu con có lấy thì lấy ngay đi, để tuần tới không còn chỗ trống, thằng đốc công nó không duyệt đấy!

- Dạ, cảm ơn chú

- Thế tối thứ năm lên chùa đón giao thừa chứ?

Sơn ngần ngừ giây lát

- Lạnh quá chú ơi, đi hay không cháu cũng chưa biết chắc!

- Lạnh thì lạnh, thanh niên trai tráng mà sợ gì! Chú đây già cả mà còn đi được.

Quả thật vậy, chú Sanh đã gần sáu mươi lăm nhưng trông gân guốc phương phi lắm, năm nào chú cũng về chùa Hải Lượng để đón giao thừa. Chú thường bảo chúng mình xa quê, lưu lạc xứ này không về cố quận ăn tết thì cũng nên lên chùa hưởng chút khí vị quê hương, trước thì lễ Phật, tưởng nhớ tổ tiên, sau nữa để thỏa cái cái lưu luyến những ký ức xa xưa ở trong tâm.

Chùa Hải Lượng vốn là một căn nhà nhỏ bè cũ kỹ, đất chưa đến hai mẫu tây. Hai mươi năm trước ni sư Hải Nguyệt về đây tậu mãi và sửa sang lại làm chùa. Phật tử quanh vùng đa phần là công nhân ăn lương giờ nên cũng không khá giả chi mấy, bởi thế cứ cù nhầy mãi mà chưa thể mở rộng diện tích hay xây lại chánh điện cho khang trang. Chùa nghèo, kinh phí không có nên không xài máy sưởi, máy lạnh. Mùa hè thì nóng như lò nung còn mùa đông thì lạnh tê tái. Đêm giao thừa tết ta chính là lúc giữa mùa đông của xứ này, có năm thì tuyết bay, có năm thì nước đông đá. Ấy thế mà đồng hương vẫn tề tựu về chùa để đón giao thừa. Sơn thì năm có năm không, năm rồi là năm tuổi của Sơn nên Sơn cũng ráng về chùa lúc nửa đêm, năm nay thì Sơn còn lưỡng lự. Về chùa đêm trừ tịch kể cũng vui, có mai vàng, có bánh tét, bánh chưng, dưa kiệu… Có những tà áo dài đủ màu sắc của các bà và của chị em. Sơn phục lăn giới nữ, trời lạnh căm căm mà họ vẫn cố gắng mặc áo dài. Đêm giao thừa quả là thiêng liêng, là giờ phút giao thoa giữa cái cũ và cái mới, là thời khắc thế hệ hiện tại tương tác với tổ tiên, là phút giây đồng hương về quê hương bản quán… Có lẽ vì tính chất thiêng liêng này mà chị em phụ nữ bất chấp cái lạnh để mặc áo dài.

Thấy Sơn lặng lẽ ngẫm nghĩ chưa trả lời, chú Sanh nhắc
- Đi chứ? Thanh niên mà sợ gì lạnh!
Sơn gật đầu
- Dạ, sẽ đi

Giao thừa năm nay thật ảm đạm, Số người về chùa không bằng một phần tư so với năm trước. Cơn dịch Coronavirust vẫn hoành hành nên Phật tử sợ, vả lại chùa cũng tuân thủ những quy định của chính quyền sở tại, phải giữa khoảng cách an toàn. Tuy ít người nhưng những tà áo dài cũng đủ để cảm nhận đêm giao thừa có phong vị và hình ảnh quê hương. Sau khi lễ Phật, ni sư Hải Nguyệt đọc thư chúc tết của hòa thượng trưởng lão hội đồng giáo phẩm, phát lộc cho mọi người. Ni sư bảo sáng mùng một mới đốt pháo, bây giờ nửa đêm mà đốt sẽ gây phiền phức cho láng giềng xung quanh.

Chú Sanh mở cuộn giấy màu hồng thật to, viết đôi câu đối để tặng ni sư và Phật tử của chùa. Chú Sanh vẫn giữ nếp xưa nay, mỗi đêm giao thừa đều khai bút. Có năm thì chú viết tứ cú hoặc lục bát, có năm một bài trường thi. Năm nay chú viết câu đối

Đêm ba mươi sư phụ niêm hương bạch Phật cáo yết tôn sư tế tổ tiên trời đất

Sáng mồng một đệ tử phát lộc đồng hương liễu tri đại chúng tưởng dân tộc quốc gia

Mọi người trầm trồ khen nét bút đẹp, uyển chuyển như rồng bay phượng múa. Riêng ni sư thì rất cảm kích vì nội dung. Ni sư cắt nghĩa thêm để mọi người hiểu rõ hơn, quả thật câu đối của chú hay và tràn đầy ý nghĩa. Nhiều người xin chữ, chú Sanh cũng vui lòng viết cho, tùy nhân dáng và ước nguyện của mọi người mà chú cho chữ. Sơn được chú tặng chữ " Thướng", chú viết xong và cắt nghĩa cho Sơn: là hướng thượng, là bay lên... quả thật phù hợp với tên của Sơn. Sơn cầm chữ "Thướng", lui lại một góc của chánh điện ngồi yên, ký ức giao thừa ngày xưa chợt ùa về như những làn sóng lăn tăn bất tận, chỉ trong phút chốc dường như quên khuấy cái khung cảnh hiện tại ở trước mặt, những ký ức xa xưa của một thời bé thơ như một cuốn phim cũ đang trình chiếu trong tâm Sơn

"Thường lệ hàng năm, mỗi khi giao thừa đến thì ba sẽ đốt pháo, năm nay nó xí phần. Nó vừa mừng vừa hồi hộp, phong pháo chuột treo tòn ten trước hiên nhà. Nó bèn lấy mảnh giấy báo cuốn vào tim pháo, làm thành một đoạn dài đủ an toàn để sau khi đốt thì lui lại. Tiếng pháo chuột đì đẹt, lách tách nghe vui tai nhưng nhanh chóng tan loãng vào vô số tiếng đì đùng của pháo đại, pháo tống, pháo tổng...Sau khi đốt pháo nó cảm thấy như trưởng thành và lớn hơn một chút, mà thực quả thế, nó đã thêm một tuổi đời!

Giờ phút giao thừa qua đi,, tiếng pháo tắt hẳn rồi, trời đất không gian dường như tịch mịch hơn cả khi chưa có tiếng pháo.

Cái tĩnh mịch sâu lắng của đêm trường đã đưa nó vào giấc ngủ đầy mộng đẹp của mùa xuân

Sáng mồng một tết, nó diện bộ đồ mới mà má mua cho hôm tháng chạp, cả nhà còn ngủ nướng vì những ngày tháng chạp bận rộn. Nó mở cửa ra đường đi loanh quanh trong trấn nhỏ, vui quá là vui, ai ai cũng mặc áo mới, tươi cười như hoa, gặp nhau chúc mừng năm mới, trước nhà ai cũng có một hai chậu hoa như thược dược, cúc, vạn thọ, mồng gà...Bác Ba ròm, người trong trấn mở gian hàng bầu cua cá cọp ngay trước hiên nhà, bác ra điều kiện:" Mình vui xuân là chính, chơi chút chút lấy hên, không đặt cược lớn, kẻo mất vui". Thiên hạ thường nói:" Nhà cái luôn luôn thắng, vì họ nắm đằng chuôi", ấy vậy mà có khi cũng sai. Bác Ba ròm cầm cái bầu cua cá cọp chừng một giờ đồng hồ là thua sạch túi, có lẽ bác không gặp may trong ngày đầu xuân

Đi lòng vòng trong trấn một lát, nó quay về nhà ăn sáng với cả nhà. Mồng một tết ăn chay nên chỉ ăn bánh tét với dưa kiệu và rau sống, món bì thì sang mồng hai mới được ăn. Món bì của ngoại nó làm ngon có tiếng trong thị trấn, mấy phần đầu đuôi thủ vĩ của con heo được ngoại chế biến sơ rồi bọc trong lá ổi và bó rơm ở ngoài, tết không thể thiếu món này!

Cả nhà qua bên ngoại, lên lầu lễ Phật, lạy gia tiên mừng tuổi ông bà, sau đó thì chúc tết ngoại. Ba nó nói và anh em nó lập lại:" Con kính chúc ngoại mạnh khỏe, sống lâu trăm tuổi, sống vui cùng con cháu, cầu Phật gia hộ cho ngoại", chúc xong ngoại lì xì mỗi đứa một bao lì xì đỏ tươi. Mồng một tết, ngoại còn cho ba anh em nó mỗi người một cái phái (bùa). Phái là một mảnh giấy toàn chữ Tàu, viết bằng mực xạ và đóng con dấu đỏ chót, mảnh giấy gấp lại nhỏ bằng ba ngón tay, ép nhựa kín lại và có dây để đeo lên cổ. Ngoại nói cái phái hộ vệ cho các cháu khỏe mạnh, khỏi bị tà ma quấy nhiễu, đêm ngủ không bị ác mộng...

Ngoại căn vặn má nó:" Quét nhà dồn vào xó bếp, qua mùng bảy mới được đổ rác, đi chợ nhớ mua trầu cau, muối..."

hồi ấy nghe nhưng không hiểu vì sao, sau này lớn lên mới biết những thế hệ ông bà xưa thường kỵ đổ rác ngày tết vì sợ sẽ mất tài lộc. Mua trầu cau là ước vọng vợ chồng anh em trong nhà yêu thương gắn bó nhau như sự tích trầu cau. Mua muối là ước vọng cho sự đầy đủ lương thực thức ăn, đời sống đầy đủ no ấm… Trong nhà ngoài bàn thờ Phật, bàn thờ gia tiên còn có một bàn thờ nho nhỏ gần bên cửa vào gian phòng thờ, không thấy có hình ảnh hay tượng gì, chỉ thấy hai hũ muối và gạo mà thôi. Lớn lên rồi nó mới biết đó là sự cầu kiến một cuộc đời được gia hộ no ấm và đầy đủ

Chúc tết ngoại xong, cả nhà lên chùa Khánh Lâm (tục gọi chùa Bàu Lương) để lễ Phật đầu năm. Thầy trụ trì pháp danh gì hổng biết, chỉ biết mọi người vẫn thường gọi một cách thân mật là thầy Ký. Ông thầy già, hiền lành luôn luôn mỉn cười, lông mày dài bạc trắng rớt che cả mắt, trông ông thầy cứ như ông Bụt, ông tiên trong truyện cổ tích bước ra. Nó cũng đốt nhang và xì sụp lạp Phật, lạy hết các bàn thờ có ở trong chùa. Mẹ nó đến bàn thờ thần tài và cầm cái hũ đựng những thẻ xăm sóc sóc cho tới khi có một cái thẻ rơi ra. Thẻ ghi toàn chữ Tàu, mọi người cầm cái thẻ ấy xuống nhà khách nhờ thầy Ký giải thích cho. Thầy Ký bận cả buổi sớm mai, bà Ba Bụng, bà Trùm Ba, bà Chín Đỏ, bà Hai Gạo… lần lượt chờ thầy đọc thẻ xăm. Lễ Phật xong, nó theo ba đi tảo mộ tổ tiên, đi thăm viếng và chúc tết họ hàng gần xa. Đến nhà nào mấy anh em nó cũng được lì xì, nó thấy má nó cũng lì xì lại cho những người anh em họ

Lễ chùa và thăm họ hàng xong cũng đã xế chiều, về đến nhà là nó chạy ngay ra chợ. Ngôi chợ giữa trấn đông vui vô kể, mấy mươi gian hàng trò chơi như: bầu cua cá cọp, thảy vòng, ném lon, thảy đầu vịt…rồi những hàng ăn uống nữa, nhưng vui và rộn ràng nhất là quầy hô bài chòi và hô lô tô. Tiếng hò và hô lô tô vang vọng:" … Con mấy vị ra, con mấy vị ra, con gì nó ra đây…ngựa chạy bon bon, con vượn bồng con lên non hái trái, anh cảm thương nàng phận gái thuyền quyên, con hai mươi nguyên..." những người hô lô tô thật giỏi và nhanh nhẹn, phải thuộc nhiều bài hát, ca dao... hát sao cho chữ cuối nó liền vần với con số.

Nó đâu có biết rằng, tiếng hô bài chòi, hô lô tô, tiếng pháo giao thừa, âm thanh sôi nổi của hội xuân, hình ảnh hoa quả bánh mứt, hình ảnh ngôi chùa quê với ông thầy hiền như Bụt ấy in sâu vào tâm khảm nó. Mà đâu chỉ có thế, hình ảnh bộ lư đồng sáng choang, ngọn đèn hột vịt leo lét trên bàn thờ cũng nạm vào hồn của nó. Nó đâu ngờ những hình ảnh, âm thanh của đêm giao thừa, của mùa xuân cổ quận đã in vào tâm hồn nó tự lúc nào"

Sơn giật mình thoát ra khỏi cơn miên man lang thang của tâm tưởng khi chú Sanh đến kế bên

- Con nhập sơ thiền rồi hả? Sao bỗng dưng lặng yên giữa lúc mọi người vui đón giao thừa?

Cô Bảy Hòa trêu

- Hay là mơ tưởng em nào ở Việt Nam?

Chú Sanh nói với cô Bảy Hòa

- Chị hổng biết đấy thôi, chú ấy hai mươi năm nay chưa về Việt Nam ăn tết lần nào thì làm sao có bồ ở bển được?

Cô Bảy cười thoải mái

- Biết chứ sao không anh, tui ghẹo chú ấy cho vui đêm giao thừa. Chú ấy là Phật tử thuần thành của chùa này. Mấy năm gần đây anh có về quê ăn tết lần nào không?

- Lâu lắm rồi chị ơi, tui có về một hài lần từ hồi nằm, bây giờ thì tui hổng muốn đi nữa, tuổi già lên xuống máy bay xe cộ oải quá, mỗi lần về gặp mấy cái bản mặt chầm dầm ở cửa khẩu hải quan là phát ngán! Thế chị có tính tết nào về bển ăn tết không?

- Tui dự định đi tết này nè, mọi việc chuẩn bị sẵn hết trơn hết trọi, nào dè xảy ra dịch Covid-19, thế là tiêu tan kế hoạch

- Thôi chị ơi, mình tính sao bằng trời tính, không về được thì lên chùa này cũng hưởng được chút phong vị hương quê.

- Sáng mai anh có đi hành hương thập tự không?
- Năm nay dịch, đâu có tổ chức hành hương được, tui với thằng Sơn sẽ đi viếng một vài chùa gần quanh đây

Sơn thấy chú Sanh và cô Bảy nói chuyện say sưa nên không chen vào. Sơn gật đầu chào hai người và sau đó chào ni sư Hải Nguyệt xin về trước. Ngoài sân tuyết lất phất bay, tôn tượng bổn sư bằng đá trắng như hòa vào trong tuyết trắng, những dây cờ ngũ sắc như viền quanh chùa một vòng kiết giới an lành. Trên đường lái xe về, Sơn nghe ca khúc " Xuân này con không về" mà khóe mắt cay cay. Bản nhạc tha thiết đầy ắp nỗi niềm của những người con xa quê. Giọng ca Duy Khánh với bài ca này đã trở thành "kinh điển" mẫu mực cho mùa xuân xa quê. Giọng ca và bản nhạc đã trở nên bất tử trong lòng những người con xa xứ, dù có nghe bao nhiêu lần ấy vậy mà mỗi khi mùa xuân về vẫn xúc động như thuở ban đầu.

Tranh: Đinh Cường

MỤC LỤC

Lời tựa	Trang 5
A SÌN	9
BÀ DEBORAH	18
CHƠI CHỨNG KHOÁN	40
CON LESLIE	48
CÔ MƯỜI	57
GIỖ NHÀ ÔNG PHÓ ĐỘI	65
HỌ NHÀ NẾN	77
LẠC TRONG BIỂN THÌ CÔ ĐƠN LẮM	87
NGÔI NHÀ THÔNG MINH	95
HUYẾT LẠC HOA	104
NGÀY MAI LÀ MỘT NGÀY KHÁC	113
PHẨM GIÁ	119
LÂN XÓM CHỢ	124
LÃO TẠ	131
MA XÓM ĐÌNH	139
MỘNG LÀM VĂN SĨ	150
MÙA MÍA	160
NẶNG TỢ NGHÌN CÂN	165
NGƯƠI VỜI TA ĐẾN	171
ONUSA	179
QUÂN CỜ	197
NGỰA CHỨNG BẤT KHAM	188
NHÀ ÔNG HUIE	206
ÔNG GIÀ TÀU	211
ÔNG THẦY	220
QUÁN CÀ PHÊ MỘNT MƠ	239
TA NGHE MÙA XUÂN HÁT	257
VÔ TẬN Ý	260
TỔNG TÀI BÁ ĐẠO	267
ƯỚC MƠ CỦA MÙA XUÂN	272
XỨ SỞ HOA DƯƠNG	277
XUÂN NÀY CON KHÔNG VỀ	283

www.ingramcontent.com/pod-product-compliance
Lightning Source LLC
LaVergne TN
LVHW041658060526
838201LV00043B/475